ഇന്ത്യൻ ഫാസിസത്തിനെതിരെ

നരേന്ദ്രമോദിയുടെ നാളുകളിൽ ഇന്ത്യക്ക് സംഭവിക്കുന്നത്

indian fasisathinethire
narendra modiyude nalukalil
indiaku sambhavikkunnathu
•
shiju elias
•
first edition
september 2014
•
typesetting & *published*
chintha publishers, thiruvananthapuram
•

•
cover
vinod
•

വിതരണം
ദേശാഭിമാനി ബുക്ക് ഹൗസ്
H O തിരുവനന്തപുരം–695 035
phone: 0471-2303026, 6063026
www.chinthapublishers.com
chinthapublishers@gmail.com

ബ്രാഞ്ചുകൾ
ഹെഡ്ഓഫീസ് ബ്രാഞ്ച് കുന്നുകുഴി • സ്റ്റാച്യു തിരുവനന്തപുരം • കെ എസ് ആർ ടി സി ബസ് സ്റ്റേഷൻ ആലപ്പുഴ • കെ എസ് ആർ ടി സി ബസ് സ്റ്റേഷൻ എറണാകുളം • ചിറ്റൂർ റോഡ് എറണാകുളം • മച്ചിങ്ങൽ ലെയ്ൻ തൃശൂർ • ഐ ജി റോഡ് കോഴിക്കോട് • മാവൂർ റോഡ് കോഴിക്കോട് • എൻ ജി ഒ യൂണിയൻ ബിൽഡിങ് കണ്ണൂർ • സെൻട്രൽ ബസ് ടെർമിനൽ കോംപ്ലക്സ് താവക്കര കണ്ണൂർ

CO - 2101 / 3523

ഇന്ത്യൻ ഫാസിസത്തിനെതിരെ

നരേന്ദ്രമോദിയുടെ നാളുകളിൽ ഇന്ത്യക്ക് സംഭവിക്കുന്നത്

ഷിജു ഏലിയാസ്

ചിന്ത പബ്ലിഷേഴ്സ്
തിരുവനന്തപുരം-695 035

ഷിജു ഏലിയാസ്

കേരള സംസ്ഥാന ഗ്രാമവികസന വകുപ്പിൽ ഉദ്യോഗസ്ഥൻ. ആനുകാലികങ്ങളിൽ എഴുതുന്നു.

പ്രധാന കൃതികൾ: *ഗ്രാംഷി ദർശനത്തിന്റെ പൊരുൾ, മതവും പ്രത്യയശാസ്ത്രവും, സിവിൽ സമൂഹവും രാഷ്ട്രീയ സമൂഹവും.*

ഭാര്യ	:	പ്രിയങ്ക
മക്കൾ	:	റോബിൻ, റോസ്
ഫോൺ	:	9497153535
e-mail	:	shijueliyas@gmail.com

ഉള്ളടക്കം

പ്രസാധകക്കുറിപ്പ്

ഫാസിസത്തെ വാചകമടിയിലൂടെ ചെറുക്കാനാവില്ല. വ്യക്തമായ സാമൂഹ്യ രാഷ്ട്രീയ പദ്ധതികളിലൂടെയും പ്രത്യയശാസ്ത്ര ജാഗ്രതയോടെയും നിർവ്വഹിക്കേണ്ട കാര്യമാണിത്. സാമ്പത്തിക നിർണ്ണായകവാദത്തിൽ ഊന്നിയോ സാമ്പത്തിക ഘടനകളെ വിസ്മരിച്ചോ ഫാസിസത്തെ വിലയിരുത്താനാവില്ല. ഫാസിസത്തിന്റെ ഫ്യൂഡൽ വേരുകളും മദ്ധ്യകാല മനോഘടനയോടുള്ള അഭിനിവേശവും നിലനില്ക്കുമ്പോൾതന്നെ ഏറ്റവും ആധുനികമായ പ്രതിഭാസങ്ങളോടു പൊരുത്തപ്പെടാനുള്ള അതിന്റെ കഴിവും പഠനവിധേയമാക്കപ്പെട്ടിട്ടുണ്ട്. ഫാസിസത്തെ ലോക ചരിത്രത്തിൽ അഭിമുഖീകരിച്ച സന്ദർഭങ്ങളിൽ പ്രമുഖ ചിന്തകർ അതിനെ നിർവ്വചിക്കാൻ ശ്രമിച്ചിട്ടുണ്ട്. ഇന്ത്യൻ ഫാസിസത്തിന്റെ സവിശേഷതകളും പഠനവിധേയമാക്കിയിട്ടുണ്ട്. ഫാസിസം ഒരു സമഗ്രാധിപത്യ പ്രത്യയശാസ്ത്രമാണ്. ഒരു മേഖലയും അത് ബാക്കിവയ്ക്കുകയില്ല. ഇന്ത്യൻ ഫാസിസം ഒരു ഹിന്ദു അനുകൂല പ്രതിഭാസമല്ല.

"ഹിന്ദുത്വ ഫാസിസത്തിന് ഹിന്ദുമതവുമായുള്ള ഒരേയൊരു ബന്ധം ജനപിന്തുണ സമാഹരിക്കാൻ അതു ഹിന്ദുവിന്റെ മതവികാരത്തെ ഉപയോഗപ്പെടുത്തുന്നു എന്നത് മാത്രമാണ്."

ഫാസിസത്തെ നേരിടാൻ ആശയപരമായി ആയുധമണിയേണ്ടതുണ്ട്. ചിന്തയുടെ ഈ സംരംഭം ആ വഴിക്കുള്ള ചുവടുവയ്പാണ്. പോരാളികളുടെ ആയുധപ്പുരയിൽ ഇതിനിടമുണ്ടാകുമെന്നു പ്രതീക്ഷിക്കുന്നു.

ചിന്ത പബ്ലിഷേഴ്സ്

ജനാധിപത്യത്തിൽനിന്ന് ഫാസിസത്തിലേക്കുള്ള വഴി

പതിനാലാം ലോകസഭാതിരഞ്ഞെടുപ്പിനെ തുടർന്ന് ഇന്ത്യയിലുണ്ടായ ഭരണമാറ്റം രാഷ്ട്രീയ നിരീക്ഷകർക്ക് കൗതുകകരമായി തോന്നുന്നതിന് മതിയായ കാരണങ്ങളുണ്ട്. ജനങ്ങൾ ഒരു മുന്നണിയെ അധികാരത്തിൽ നിന്നിറക്കി മറ്റൊരു മുന്നണിയിൽ വിശ്വാസമർപ്പിച്ചു എന്ന അർത്ഥത്തിൽ ഇതിനെ ചുരുക്കിക്കാണാൻ വിമർശകർ പൊതുവേ തയ്യാറല്ല.

ഈ തിരഞ്ഞെടുപ്പോടെ ഗാന്ധിയുടെയും നെഹ്റുവിന്റെയും സർദാർ പട്ടേലിന്റെയും പാരമ്പര്യം അവകാശപ്പെടുന്ന ദേശീയപാർട്ടി 20 ശതമാനത്തിൽ താഴെ വോട്ടിലേക്കും 8 ശതമാനം മാത്രം സീറ്റിലേക്കും ചുരുങ്ങി. ഭാരതീയ ജനതാപാർട്ടി ഒറ്റയ്ക്ക് 31 ശതമാനം വോട്ടുനേടി. സഖ്യകക്ഷികളെല്ലാം ചേർന്ന് നേടിയ 10 ശതമാനത്തിൽ താഴെ വരുന്ന (8%) വോട്ടുവിഹിതം ഇതിനു പുറമേയാണ്. രാജ്യത്തെ ഇടതുപക്ഷ പാർട്ടികളുടെ നേതാവായ ഇന്ത്യൻ കമ്യൂണിസ്റ്റുപാർട്ടി (മാർക്സിസ്റ്റ്) മൂന്നര ശതമാനം വോട്ടിലേക്കും രണ്ടു ശതമാനത്തിൽ താഴെ സീറ്റിലേക്കും ചുരുങ്ങി.

ലളിതമായ സമവാക്യങ്ങൾകൊണ്ട് ഈ മാറ്റത്തെ വിശദീകരിക്കുന്നതിൽ പത്രമാദ്ധ്യമങ്ങളും രാഷ്ട്രീയനിരീക്ഷകരും പരസ്പരം മത്സരിക്കുകയാണ്.

കോൺഗ്രസിനോടുള്ള ജനങ്ങളുടെ അമർഷം ബി ജെ പിയുടെ വിജയത്തിൽ കലാശിച്ചുവെന്നതാണ് ഏറ്റവും പ്രചാരമുള്ള വിലയിരുത്തൽ. കോൺഗ്രസിനോട് ജനങ്ങൾക്ക് അമർഷമുണ്ടായെങ്കിൽ അത് ഭരണത്തിലിരുന്ന കക്ഷിക്കെതിരായ വികാരമാണ്. ഭരണത്തിനെതിരായ വികാരം, ഭരണത്തിലിരിക്കുന്ന എല്ലാ പാർട്ടികൾക്കുമെതിരായ ജനവികാരമാണ്. അതിൽ സംസ്ഥാനഭരണമെന്നോ ദേശീയഭരണമെന്നോ വ്യത്യാസമുണ്ടാകാൻ തരമില്ല. എന്നാൽ, ഭരണത്തിലിരുന്ന എല്ലാ പാർട്ടികൾക്കും തിരി

ച്ചടി നേരിടേണ്ടി വന്നിട്ടില്ലെന്ന് തിരഞ്ഞെടുപ്പു ഫലത്തിന്റെ പൊതുചിത്രം വ്യക്തമാക്കുന്നു. ഒരു ദശകത്തിലേറെയായി ഗുജറാത്തിൽ അധികാരത്തിലിരിക്കുന്ന ബി ജെ പി ആ സംസ്ഥാനത്തെ മുഴുവൻ ലോകസഭാ സീറ്റുകളും തൂത്തുവാരിയപ്പോൾ സംസ്ഥാന ഭരണത്തിനെതിരായ വികാരം അവിടെ കണ്ടതേയില്ല. ബംഗാളിലെ തൃണമൂൽ കോൺഗ്രസ് ലോകസഭാ തിരഞ്ഞെടുപ്പുകളുടെ ചരിത്രത്തിലെ അതിന്റെ ഏറ്റവും വലിയ വിജയമാണ് ഇത്തവണ നേടിയത്. തമിഴ്നാട്ടിലെ അണ്ണാദ്രാവിഡ മുന്നേറ്റകഴകവും ഇത്ര വലിയ തിരഞ്ഞെടുപ്പു വിജയം ഇതിനു മുൻപു നേടിയിട്ടില്ല. ലോകസഭാതിരഞ്ഞെടുപ്പോ സംസ്ഥാനഭരണമോ എന്ന വ്യത്യാസമില്ലാതെ, ഭരണത്തോടുള്ള അനുഭാവമായാലും അമർഷമായാലും, ലഭ്യമായ അവസരമുപയോഗിച്ച് ജനങ്ങൾ അതു പ്രകടിപ്പിക്കാതിരിക്കുകയില്ല. ഭരണവിരുദ്ധവികാരത്തെ ഇല്ലാതാക്കുന്ന മറ്റെന്തു ഘടകമാണ് ഈ മൂന്നു സംസ്ഥാനങ്ങളിലും (ത്രിപുര ഉൾപ്പെടെയുള്ള മറ്റു സ്ഥലങ്ങളിലും) പ്രവർത്തിച്ചത്. നരേന്ദ്രമോദിയുടെ ഗുജറാത്തിൽ ഭരണവിരുദ്ധ വികാരത്തിനുപകരം, ഭരണാനുകൂല തരംഗമാണുണ്ടായത് എന്ന് കണക്കുകൾ വ്യക്തമാക്കുന്നു. തമിഴ്നാട്ടിൽ ജയലളിത നേതൃത്വം നല്കുന്ന അണ്ണാദ്രാവിഡ മുന്നേറ്റകഴകവും കരുണാനിധിയുടെ ദ്രാവിഡ മുന്നേറ്റ കഴകവും തമ്മിലായിരുന്നു മുഖാമുഖമുള്ള മത്സരം. ബംഗാളിലാകട്ടെ സി പി ഐ (എം) നേതൃത്വത്തിലുള്ള ഇടതുപക്ഷ മുന്നണിയും മമതാ ബാനർജിയുടെ തൃണമൂൽ കോൺഗ്രസും നേർക്കുനേർ ഏറ്റുമുട്ടി. കേരളത്തിൽ ഇടതുപക്ഷ ജനാധിപത്യമുന്നണിയും ഐക്യജനാധിപത്യമുന്നണിയും തമ്മിലായിരുന്നു പ്രധാന മത്സരം (മറ്റ് ഉദാഹരണങ്ങൾ പറയുന്നില്ല). ഇവിടങ്ങളിലൊന്നും ഭരിക്കുന്ന കക്ഷിയും ഭാരതീയ ജനതാപാർട്ടിയും തമ്മിലുള്ള തുറന്ന മത്സരത്തിന് അവസരമുണ്ടായിരുന്നില്ല. ബി ജെ പി ഭരണത്തിലിരിക്കുന്ന സംസ്ഥാനങ്ങളിലാകട്ടെ, ഭരണം അവർക്ക് ശാപമാകുന്നതിനുപകരം അനുകൂലമാവുകയും ചെയ്തു. ഭാരതീയ ജനതാപാർട്ടിക്ക് 2009 ൽ ലഭിച്ചതിനേക്കാൾ 166 സീറ്റുകളാണ് കൂടുതൽ നേടാനായത്. തെലുങ്കുദേശം പാർട്ടിക്ക് അതിന്റെ ശക്തികേന്ദ്രമായ ആന്ധ്രാപ്രദേശിൽ 10 സീറ്റുകൾ കൂടുതൽ ലഭിച്ചു. ശിവസേനയ്ക്കും വലിയ മുന്നേറ്റം കാഴ്ചവയ്ക്കാനായി. ബീഹാറിൽ ലോക് ജനശക്തി പാർട്ടിയും രാഷ്ട്രീയ ലോകസമതാ പാർട്ടിയും നേട്ടമുണ്ടാക്കി. 2003 മുതൽ ഭാരതീയ ജനതാപാർട്ടി തുടർച്ചയായി ഭരിക്കുന്ന ഛത്തീസ്ഗഡിലോ 2005 മുതൽ ബി ജെ പി ഭരിക്കുന്ന മദ്ധ്യപ്രദേശിലോ ഭരണവിരുദ്ധവികാരം ഉണ്ടായില്ല. ബി ജെ പി മുഖ്യ പ്രതിപക്ഷ പാർട്ടിയായ സ്ഥലങ്ങളിൽ ഭരണവിരുദ്ധവികാരം വോട്ടായി മാറുകയും ചെയ്തു. ആഗോളവല്ക്കരണ നയങ്ങളുടെ നേർഫലമായി കണക്കാക്കപ്പെടുന്ന വിലക്കയറ്റം, തൊഴിലില്ലായ്മ, ദാരിദ്ര്യം, അഴിമതി, പൊതുമേഖലയുടെ തകർച്ച, തൊഴിൽ രംഗങ്ങളിലെ അരക്ഷിതത്വം തുടങ്ങിയവയ്ക്കൊന്നും യു പി എ ഭരിക്കുന്ന സംസ്ഥാനങ്ങളെന്നോ എൻ ഡി എ കക്ഷികൾ ഭര

ണത്തിലിരിക്കുന്ന സംസ്ഥാനങ്ങളെന്നോ തെലുങ്കുദേശവും അണ്ണാ ഡി എം കെ യും പോലുള്ള പ്രാദേശിക പാർട്ടികൾ ഭരണത്തിലുള്ള സംസ്ഥാനങ്ങളെന്നോ യാതൊരു വ്യത്യാസവുമില്ല. എന്നാൽ ബി ജെ പി ഭരണത്തിലിരുന്ന സംസ്ഥാനങ്ങൾ ഭരണത്തിനെതിരായ വികാരം പൊതുവിൽ മറികടന്നു. ബി ജെ പി മുഖ്യപ്രതിപക്ഷമായിരുന്ന സ്ഥലങ്ങളിൽ ഭരണവിരുദ്ധ വികാരം അലയടിക്കുകയും ചെയ്തു. കോൺഗ്രസിനില്ലാത്ത എന്തു അനുകൂലഘടകമാണ് ബി ജെ പിക്ക് ഉണ്ടായിരുന്നത്? ബി ജെ പിയുമായി മുഖാമുഖം മത്സരിക്കാത്ത കേരളത്തിൽ കേന്ദ്ര ഭരണത്തിനും സംസ്ഥാനഭരണത്തിനുമെതിരായ വികാരം മറികടന്ന് മികച്ച വിജയം നേടാൻ കോൺഗ്രസ് നേതൃത്വം നല്കുന്ന ഐക്യജനാധിപത്യമുന്നണിക്ക് എങ്ങനെ കഴിഞ്ഞു? ഇന്ദിരാഗാന്ധിയുടെയും രാജീവ് ഗാന്ധിയുടെയും രക്തസാക്ഷിത്വം ഓർമ്മപ്പെടുത്തുന്ന രൂപവും അംഗചലനങ്ങളും ഭാഷയുമുള്ള രാഹുൽഗാന്ധിയും പ്രിയങ്കാഗാന്ധിയും മുന്നിൽ നിന്നിട്ടും ജവഹർലാൽ നെഹ്റുവിന്റെ ഇളംമുറക്കാരുടെ പാർട്ടിയെ ജനങ്ങൾ വിശ്വസിക്കാതിരുന്നത് എന്തുകൊണ്ടാണ്? ഗാന്ധിവധത്തിന്റെ കളങ്കം മാഞ്ഞിട്ടില്ലാത്ത രാഷ്ട്രീയ സ്വയം സേവക സംഘത്തിന്റെ രാഷ്ട്രീയമുഖമായ ബി ജെ പി പറഞ്ഞത് വിശ്വസിക്കാൻ അതേ ജനങ്ങൾ തയ്യാറായത് എന്തുകൊണ്ടാണ്? ജനങ്ങളെ വിശ്വാസത്തിലെടുക്കുന്ന എന്താണ് ബി ജെ പിക്കും കൂട്ടർക്കും അധികമായി ഉണ്ടായിരുന്നത്?

കോൺഗ്രസിനോടുള്ള ജനങ്ങളുടെ അമർഷം ബി ജെ പി മുന്നണിയുടെ വിജയത്തിൽ കലാശിച്ചുവെന്ന ലളിതമായ സമവാക്യത്തിലുള്ള അപകടം അത് ഇത്തരം ചോദ്യങ്ങളെ അവഗണിക്കുന്നുവെന്നതാണ്. മതേതരവോട്ടുകൾ ശിഥിലീകരിച്ചുപോയതാണ് ബി ജെ പിയെ അധികാരത്തിലെത്തിച്ചതെന്ന വിലയിരുത്തലാണ് മറ്റൊരു വിഭാഗം മുന്നോട്ടുവയ്ക്കുന്നത്. ബി ജെ പിക്കു കിട്ടിയത് മതേതരത്വത്തിനെതിരായ വോട്ടാണെന്ന് അംഗീകരിച്ചാലേ ഈ വാദം തന്നെ നിലനില്ക്കുന്നുള്ളൂ. പോൾ ചെയ്യപ്പെട്ടതിന്റെ 31 ശതമാനം വോട്ടുകൾ നേടിയാണ് പാർലമെന്റിലെ മികച്ച അംഗബലത്തിന്റെ അടിസ്ഥാനത്തിൽ ബി ജെ പി കേവല ഭൂരിപക്ഷം നേടിയത്. ഒറ്റയ്ക്കുള്ള കേവല ഭൂരിപക്ഷവും 31 ശതമാനം വോട്ടുമെന്നത് തിരഞ്ഞെടുപ്പുഫലം വന്നതിനുശേഷമുണ്ടായ കണക്കിന്റെ കാര്യം മാത്രമാണ്. ഏകകക്ഷിഭരണത്തിനുവേണ്ടി വാദിച്ചുകൊണ്ടോ ഒറ്റയ്ക്കൊരു കക്ഷിയായോ അല്ല ഭാരതീയ ജനതാപാർട്ടി തിരഞ്ഞെടുപ്പിനെ നേരിട്ടത്. ദേശീയജനാധിപത്യസഖ്യത്തിലെ മറ്റു കക്ഷികൾക്കെല്ലാം കൂടി 8 ശതമാനം വോട്ടുണ്ട്. അവർക്കു കിട്ടിയ വോട്ട് ബി ജെ പി ഉൾപ്പെട്ട മുന്നണിക്കു കിട്ടിയ വോട്ടുതന്നെയാണ്. അതുപോലെതന്നെ ബി ജെ പി ക്കു കിട്ടിയ 31 ശതമാനം വോട്ടിൽ ദേശീയ ജനാധിപത്യസഖ്യത്തിലെ മറ്റു കക്ഷികളുടെ വിഹിതവുമുണ്ട്. ബി ജെ പിയുടെ നേതൃത്വത്തിലുള്ള ഒരു മുന്നണിയാണ് തിരഞ്ഞെടുപ്പിൽ ജനങ്ങളെ അഭിമുഖീകരിച്ചത്. അവർ നേടിയ 39 ശതമാനം വോട്ട് ചെറിയ വിഹിതമല്ല. ഒരു ബഹു

കക്ഷി ജനാധിപത്യ സംവിധാനത്തിൽ അത് വ്യക്തമായ മുൻകൈതന്നെയാണ്. മതേതര വോട്ടുകൾ ഭിന്നിച്ചുപോയി എന്ന വാദം ബാലിശമാണ്. കാരണം, മതേതര കക്ഷികൾ ഒരുമിച്ചു നില്ക്കണമെന്ന് തെരഞ്ഞെടുപ്പിനുമുൻപ് ഒരു കക്ഷിയും പറഞ്ഞിട്ടില്ല. ലോകസഭാതെരഞ്ഞെടുപ്പ് മതേതരത്വം വേണമോ വേണ്ടയോ എന്നുള്ള ഹിതപരിശോധനയും ആയിരുന്നില്ല. വർഗ്ഗീയ കക്ഷി(കൾ) അധികാരത്തിലെത്തുന്നതു തടയുന്നതിനുവേണ്ടി ഏതെങ്കിലും ഒരു കക്ഷിയോ മുന്നണിയോ ഒരു പൊതു മിനിമം പരിപാടി മുന്നോട്ടുവയ്ക്കുകയോ അതിന്റെ അടിസ്ഥാനത്തിൽ മതേതരകക്ഷികളെ ഒരുമിച്ചു നിർത്താൻ മിനക്കെടുകയോ ചെയ്തിട്ടില്ല. തീവ്രകോർപ്പറേറ്റ് അനുകൂല നയങ്ങളെ വിമർശിക്കുന്ന കക്ഷികളോടുള്ള കോൺഗ്രസിന്റെ അസഹിഷ്ണുതയും കോൺഗ്രസിതര മതേതര മുന്നണിയെന്ന ഇടതുപക്ഷത്തിന്റെ ആഹ്വാനവും മതേതരത്വമല്ല തിരഞ്ഞെടുപ്പിലെ പ്രധാന വിഷയമെന്നതിന്റെ വ്യക്തമായ സൂചനയായിരുന്നു. എല്ലാ മതേതരവാദികളും ഒരു പ്രത്യേക മുന്നണിക്കോ കക്ഷിക്കോ വോട്ടുചെയ്യുന്നത് മതേതരത്വത്തിന്റെ പേരിൽ ഒരു ധ്രുവീകരണം നടക്കുമ്പോൾ മാത്രമാണ്. മതേതരവാദികളെ ഭിന്നിപ്പിക്കുന്ന വിഷയങ്ങൾ ഉപേക്ഷിക്കുകയോ മാറ്റിവയ്ക്കുകയോ ചെയ്തിട്ടല്ലാതെ ഈ ധ്രുവീകരണം സംഭവിക്കുകയില്ല. മതേതരത്വം പ്രധാന വിഷയമാകാത്ത തിരഞ്ഞെടുപ്പിലെ ജയപരാജയങ്ങൾ മതേതര വോട്ടുകളുടെ ഭിന്നിപ്പിന്റെ അടിസ്ഥാനത്തിലോ മതവോട്ടുകളുടെ ഏകീകരണത്തിന്റെ പേരിലോ വിലയിരുത്തുന്നത് അസാദ്ധ്യവും അസംബന്ധവുമാണ്. മത വോട്ടുകളുടെ ധ്രുവീകരണവും മതേതരവോട്ടുകളുടെ ധ്രുവീകരണവും ഒരുമിച്ചു സാദ്ധ്യമല്ലല്ലോ.

ഐക്യപുരോഗമന മുന്നണിയെ താഴെയിറക്കി ബി ജെ പി നേതൃത്വം നല്കുന്ന ദേശീയ ജനാധിപത്യ സഖ്യം അധികാരത്തിലെത്തിയത് ഒരു സാധാരണ ഭരണമാറ്റമാണെന്ന വിലയിരുത്തലാണ് മറ്റൊരു വിഭാഗം നടത്തുന്നത്. "കോൺഗ്രസിന്റെ ഭരണം മോശമായതുകൊണ്ട് അവർ പരാജയപ്പെട്ടു, ബി ജെ പിക്ക് ഭരിക്കാൻ അവസരം നല്കി, ബി ജെ പിയുടെ ഭരണം മോശമായാൽ ജനം അവരെയും തോല്പിക്കും" എന്ന ലളിത വിശകലനമാണിത്. ഭരണത്തിന്റെ ശാസ്ത്രീയവിലയിരുത്തലാണ് തെരഞ്ഞെടുപ്പെന്ന ലളിതവല്ക്കരിക്കപ്പെട്ട മുൻവിധിയാണ് ഇവിടെ പ്രവർത്തിക്കുന്നത്. മൻമോഹൻ സിങ്ങിന്റെ നേതൃത്വത്തിലുള്ള സർക്കാർ അഞ്ചു വർഷം പൂർത്തിയാക്കി രണ്ടാം വട്ടം അധികാരത്തിലെത്തിയത് ആദ്യത്തേതിനേക്കാൾ മികച്ച വിജയം നേടിയാണ് എന്നോർക്കുക. (ഇടതുപക്ഷത്തിന്റെ സമ്മർദ്ദത്തിനു വഴങ്ങി ഒന്നാം മൻമോഹൻ സിങ്ങ് സർക്കാർ തീവ്ര ഉദാരീകരണ നടപടികളിൽനിന്നു വിട്ടുനിന്നു എന്നതു വാസ്തവം തന്നെ.) ഇടതുപക്ഷം പിന്തുണ പിൻവലിച്ച ഉടൻതന്നെ കോർപ്പറേറ്റ് അനുകൂല താല്പര്യം ശക്തമായി വെളിപ്പെടുത്തിയ യു പി എ യെയാണ് ഏതാനും മാസങ്ങൾക്കകം നടന്ന തെരഞ്ഞെടുപ്പിൽ ജനം വീണ്ടും അധി

കാരത്തിലെത്തിച്ചത്. ഉദാരീകരണത്തിൽനിന്നും ആഗോളീകരണത്തിൽ നിന്നും സ്വകാര്യവല്ക്കരണത്തിൽനിന്നും വേറിട്ട ഒരു തനതു നയം ബി ജെ പിക്കുള്ളതായി അടൽബിഹാരി വാജ്പേയിയുടെ നേതൃത്വത്തിൽ ഭരിച്ച ദേശീയ ജനാധിപത്യ മുന്നണി സർക്കാർ തെളിയിച്ചില്ല. ആഗോളീകരണനടപടികൾ ജനരോഷം ഇളക്കി വിടുമെന്നു പറയുമ്പോൾ അതൊരു സാദ്ധ്യതമാത്രമാണ്. ആഗോളീകരണനയങ്ങൾ ഉപേക്ഷിച്ചാലും ഭരണം ജനക്ഷേമകരമാകണമെന്നില്ല. നരസിംഹറാവു പ്രധാനമന്ത്രിയായിരുന്ന കാലത്താണ് ആഗോളീകരണ-ഉദാരീകരണ-സ്വകാര്യവല്ക്കരണ നടപടികൾ ഒരു നയമെന്ന നിലയിൽ കൈക്കൊണ്ടു തുടങ്ങിയത്. അഴിമതി, കെടുകാര്യസ്ഥത, അധികാരദുർവിനിയോഗം, സ്വജനപക്ഷപാതിത്വം എന്നിവയുടെ പേരിൽ ഏറെ പഴികേട്ട രാജീവ്ഗാന്ധിയുടെ ഭരണം ആഗോളവല്ക്കരണത്തിനു മുൻപുള്ള ഇന്ത്യാചരിത്രത്തിന്റെ ഭാഗമാണ്. തൊട്ടടുത്ത തെരഞ്ഞെടുപ്പിൽ കോൺഗ്രസിന് കനത്ത തിരിച്ചടിയേറ്റു. അതിനുശേഷം നടന്ന കോൺഗ്രസിതര മതേതര മുന്നണിയെന്ന പരീക്ഷണം തൽക്കാലത്തേക്കു വിജയിച്ചെങ്കിലും ദീർഘകാലാടിസ്ഥാനത്തിൽ പരാജയപ്പെട്ടു. കോൺഗ്രസും ബി ജെ പിയും അടക്കമുള്ള പ്രധാന രാഷ്ട്രീയ കക്ഷികൾ ഏകകക്ഷിഭരണം അപ്രസക്തമായിക്കഴിഞ്ഞുവെന്ന വിലയിരുത്തലിന്റെ അടിസ്ഥാനത്തിൽ ബഹുകക്ഷി മുന്നണി ഭരണത്തിന്റെ സാദ്ധ്യതകൾ ആരാഞ്ഞു. മുന്നണികൾ മേൽക്കൈ നിലനിർത്തിയ കാൽനൂറ്റാണ്ടിന്റെ ചരിത്രത്തിന് വിരാമമിട്ടുകൊണ്ടാണ് ഒരു കക്ഷിക്ക് ഒറ്റയ്ക്ക് ഭൂരിപക്ഷം നേടാൻ കഴിയുന്ന രാഷ്ട്രീയ കാലാവസ്ഥയിലേക്ക് ഇന്ത്യ കടക്കുന്നത്.

31 ശതമാനം വോട്ടുമാത്രമേ ബി ജെ പിക്കുള്ളൂ എന്നതു വാസ്തവം തന്നെ. 8 ശതമാനം വോട്ട് മുന്നണിയിലെ മറ്റുകക്ഷികൾക്കുണ്ട്. രണ്ടും ചേർന്നാൽ മൊത്തം പോൾ ചെയ്തതിൽ 40 ശതമാനത്തോളം വോട്ട് ബി ജെ പി മുന്നണിക്കാണ്. ശേഷിക്കുന്ന 61 ശതമാനം വോട്ട് ബി ജെ പിക്കെതിരാണെന്ന വാദംകൊണ്ട് പ്രത്യേകിച്ച് യാതൊരു പ്രയോജനവുമില്ല. അണ്ണാ ഡി എം കെ, തൃണമൂൽ കോൺഗ്രസ്, സി പി ഐ (എം) തുടങ്ങിയ പാർട്ടികളൊന്നും അവരുടെ ശക്തികേന്ദ്രങ്ങളിൽ ഏറ്റുമുട്ടിയത് ബി ജെ പി ഉൾപ്പെട്ട ഒരു മുന്നണിയോടല്ല. കേരളം, തമിഴ്നാട്, സീമാന്ധ്രയും തെലങ്കാനയും അടങ്ങുന്ന ആന്ധ്രാപ്രദേശ്, ഇടതുപക്ഷ ജനാധിപത്യ മുന്നണിയും ഐക്യജനാധിപത്യമുന്നണിയും നേർക്കുനേർ നില്ക്കുന്ന കേരളം, രണ്ടു പ്രമുഖ ദ്രാവിഡ കക്ഷികൾ കൊമ്പുകോർക്കുന്ന തമിഴ്നാട്, സി പി ഐ (എം) സ്വാധീനം ശക്തമായ പശ്ചിമബംഗാൾ എന്നിങ്ങനെ ബി ജെ പി പ്രധാന ചിത്രത്തിലില്ലാത്ത ചുരുക്കം ചില സ്ഥലങ്ങളിൽനിന്നുള്ള സ്ഥിതിവിവരക്കണക്കുകൾ 31 ശതമാനം, 39 (31+8) ശതമാനം എന്നീ ശതമാനക്കണക്കുകളിൽ നിർണ്ണായകമാണ്. രാജ്യത്തിന്റെ എല്ലാഭാഗത്തും ഒരുപോലെ വേരുകളുള്ള ഒരു ദേശീയ കക്ഷിയായിട്ടല്ല, സ്വന്തം സ്വാധീനമേഖലകളിൽ നിലയുറപ്പിച്ച് രാജ്യ

ത്തിന്റെ മറ്റു ഭാഗങ്ങളിലേക്ക് സ്വാധീനം വ്യാപിപ്പിക്കുന്ന രാഷ്ട്രീയ ശക്തിയായാണ് ഭാരതീയ ജനതാ പാർട്ടി വളർന്നുകൊണ്ടിരിക്കുന്നത്. ദക്ഷിണേന്ത്യൻ സംസ്ഥാനങ്ങൾ ബി ജെ പിയുടെ ബാലികേറാമലയാണെന്ന് കരുതപ്പെട്ടിരുന്ന കാലംപോയി. കർണ്ണാടക ബി ജെ പിയുടെ ശക്തമായ സ്വാധീനമേഖലയായി മാറിക്കഴിഞ്ഞിരിക്കുന്നു. ശക്തമായ ജനസ്വാധീനമുള്ള പ്രാദേശികകക്ഷികളുമായി സഖ്യമുണ്ടാക്കി സ്വന്തം സ്വാധീനം വർദ്ധിപ്പിക്കുകയെന്ന തന്ത്രമാണ് ഭാരതീയ ജനതാപാർട്ടി വിജയകരമായി പരീക്ഷിച്ചുകൊണ്ടിരിക്കുന്നത്. ബി ജെ പി ക്ക് സ്വാധീനശക്തിയുള്ള സഖ്യകക്ഷികളെ കിട്ടാൻ സാദ്ധ്യതയില്ല എന്ന് ഉറപ്പിച്ചു പറയാവുന്ന ഒരേയൊരു (വലിയ) സംസ്ഥാനം കേരളമാണ്. തമിഴ്നാട്ടിലെയും ബംഗാളിലെയും മുന്നണി ബന്ധങ്ങളിൽ മാറ്റം വന്നാൽ മുകളിൽ പറഞ്ഞ ശതമാനക്കണക്കുകൾ തിരിച്ചറിയാൻ കഴിയാത്തവിധം മാറാവുന്നതാണെന്ന് ആർക്കും ബോദ്ധ്യമാകും.

തമിഴ്നാട്ടിൽ നിർണ്ണായക ശക്തികളായ എ ഡി എം കെയും അതിന്റെ മുഖ്യപ്രതിയോഗിയായ ഡി എം കെയും ബംഗാളിലെ തൃണമൂൽ കോൺഗ്രസും ഒഡിഷയിലെ ബിജു ജനതാദളും ഒരിക്കലല്ലെങ്കിൽ മറ്റൊരിക്കൽ ബി ജെ പിയുമായി സഖ്യത്തിൽ ഏർപ്പെട്ടിട്ടുള്ളവരാണ്. ശതമാനക്കണക്കുകൾ കൊണ്ടുള്ള ഗിമിക്കുകൾ, രാഷ്ട്രീയത്തെ ഗൗരവമായി കാണുന്നവരെ സംബന്ധിച്ചിടത്തോളം, ഇപ്പോഴും കാര്യങ്ങൾ സുരക്ഷിതമാണെന്ന മിഥ്യാബോധമല്ലാതെ മറ്റൊന്നും നല്കുന്നില്ല. പുതിയ മേഖലകളിലേക്ക് ബി ജെ പി അതിന്റെ സ്വാധീനം വ്യാപിപ്പിക്കുന്നതു കാണാതെ "അവർ കയറിയതുപോലെ തന്നെ ഇറങ്ങിപ്പോകും" എന്നു വിലയിരുത്തുന്നത് നിരുത്തരവാദപരമാണ്. ആഗോളവല്ക്കരണ ഉദാരവല്ക്കരണ നയങ്ങൾ ബി ജെ പി യുടെ ജനസ്വാധീനം നഷ്ടപ്പെടുത്തും എന്ന ലളിതസമവാക്യമാണ് ഈ വിലയിരുത്തലിന്റെ മറ്റൊരടിസ്ഥാനം. ബി ജെ പിയുടെ നയങ്ങൾ കോർപ്പറേറ്റ് താല്പര്യങ്ങൾക്ക് അനുകൂലമാണ് എന്ന് പ്രത്യേകം പറയേണ്ടതില്ല. എന്നാൽ കോർപ്പറേറ്റ് മുതലാളിത്തവും ഭാരതീയ ജനതാപാർട്ടിയുടെ രാഷ്ട്രീയ ലക്ഷ്യവും ഒന്നാണെന്ന ധാരണയ്ക്ക് യാതൊരടിസ്ഥാനവുമില്ല. കോൺഗ്രസിനും ബി ജെ പിക്കും ഒരേ സാമ്പത്തിക നയമാണെന്ന് ഇടതുപക്ഷം ശരിയായി വിലയിരുത്തിയിട്ടുണ്ട്. ഒരേ സാമ്പത്തികനയങ്ങൾ പിൻതുടരുമ്പോൾ തന്നെ ബി ജെ പിയെ കോൺഗ്രസിൽനിന്നു വേറിട്ടതാക്കുന്നതെന്തോ അതാണ് ആ പാർട്ടിയുടെ വ്യക്തിത്വം. ഈ ബാധ എത്ര പെട്ടെന്ന് ഒഴിപ്പിക്കാൻ കഴിയുമെന്നത് ബി ജെ പിയുടെ ഈ പ്രത്യേകതരം "വ്യക്തിത്വ"വുമായി ബന്ധപ്പെട്ടിരിക്കുന്നു. പ്രവചനങ്ങൾ എപ്പോഴും ശരിയായിക്കൊള്ളണമെന്നില്ല.

ബി ജെ പിയുടെ വിജയത്തെ മോദിയുടെ വ്യക്തിപ്രഭാവവുമായി സമീകരിക്കുന്നതിലാണ് മറ്റൊരു കൂട്ടർക്കു താല്പര്യം. ജനങ്ങളെ ഭാരതീയ ജനതാപാർട്ടിക്ക് അനുകൂലമായി തിരിക്കാൻ കഴിയുന്ന വ്യക്തിപ്രഭാവം നരേന്ദ്രമോദിക്കുണ്ട് എന്ന അഭിപ്രായം അതിൽത്തന്നെ ഗുരുതര

മായ വൈരുദ്ധ്യങ്ങൾ ഉൾക്കൊള്ളുന്നുണ്ട്. നരേന്ദ്രമോദിയെ മുന്നിൽ നിർത്തി ബി ജെ പി ഒരു തെരഞ്ഞെടുപ്പിനെ നേരിടുമെന്ന് തെരഞ്ഞെടുപ്പിന് ഒരുവർഷം മുൻപുവരെ രാഷ്ട്രീയനിരീക്ഷകർ സങ്കല്പിച്ചിരുന്നില്ല. മുരത്തവർഗ്ഗീയവാദിയും അസഹിഷ്ണുവുമായ ഒരു രാഷ്ട്രീയ നേതാവായാണ് മോദിയെ കണക്കാക്കിപ്പോന്നത്. എന്നാൽ ഒരുവർഷത്തിനിപ്പുറം മോദിയുടെ വ്യക്തിപ്രഭാവമാണ് ഭാരതീയ ജനതാപാർട്ടിക്ക് ചരിത്രപരമായ വിജയം സമ്മാനിച്ചതെന്ന് അതേ നിരീക്ഷകർ വിലയിരുത്തുന്നു. നരേന്ദ്രമോദിയുടെ വ്യക്തിപ്രഭാവത്തിനു മുന്നിൽ മയങ്ങിപ്പോയ രാഷ്ട്രീയനിരീക്ഷകർ ഈ മറിമായം ചുരുൾ നിവർത്താൻ മറന്നുപോയിരിക്കുന്നു എന്നതാണു സത്യം. ലോകത്തിനു മുന്നിൽ ഇന്ത്യയുടെ യശസ്സുകെടുത്തിയ ഗുജറാത്ത് വംശഹത്യയിലെ നരേന്ദ്രമോദിയുടെ പങ്ക് ഇതിനകം വ്യക്തമായിക്കഴിഞ്ഞതാണ്. കൂട്ടക്കൊല ആസൂത്രണം ചെയ്യുന്നതിൽ മോദിക്ക് നേരിട്ട് കൈയുണ്ടായിരുന്നോ എന്ന കാര്യത്തിൽ മാത്രമാണ് രണ്ടഭിപ്രായമുള്ളത്. കലാപകാരികൾക്ക് മോദിയുടെ ധാർമ്മികമായ ഒത്താശയുണ്ടായിരുന്നു എന്ന് വ്യക്തമായി തെളിയിക്കപ്പെട്ടു കഴിഞ്ഞിട്ടുണ്ട്. ഗുജറാത്ത് കലാപത്തെക്കുറിച്ച് വിശദമായി പഠിച്ച കൺസേൺഡ് സിറ്റിസൺസ് ട്രിബ്യൂണൽ പ്രസിദ്ധീകരിച്ച മൂന്നു ബൃഹദ് വാള്യങ്ങളുള്ള റിപ്പോർട്ടും രേഖകളും നരേന്ദ്രമോദിക്ക് സംശയത്തിന്റെ ആനുകൂല്യംപോലും നിഷേധിക്കുന്ന രേഖയാണ്. ഈ രാക്ഷസീയപ്രതീകമാണുപോൽ ഗുജറാത്ത് കലാപത്തിന്റെ ഇരകൾ അഭയാർത്ഥിക്യാമ്പുകളിൽ കഴിയുമ്പോൾ സ്വന്തം വ്യക്തിപ്രഭാവംകൊണ്ട് ഭാരതീയ ജനതാപാർട്ടിക്കും അതു നേതൃത്വം നല്കുന്ന മുന്നണിക്കും വിജയമൊരുക്കിയത്.

മതേതര പാരമ്പര്യമുള്ള സഖ്യകക്ഷികളെ കൂടെ നിർത്താൻ അടൽ ബിഹാരി വാജ്പേയിയുടെ മിതവാദിയെന്ന മുഖമാണ് ബി ജെ പി ഏറെക്കാലം കരുവാക്കി ഉപയോഗിച്ചത്. അദ്വാനിയുടെ കർക്കശമായ ഹിന്ദുത്വാനുകൂല നിലപാടുകൾ സഖ്യകക്ഷികളെ അസ്വസ്ഥരാക്കും എന്നതായിരുന്നു അന്നത്തെ പൊതുവെയുള്ള വിലയിരുത്തൽ. അന്ന് വാജ്പേയിയുടെ മിതവാദത്തിന്റെ വക്കാലത്തെടുക്കാൻ ഇന്ത്യയിലെ മാദ്ധ്യമങ്ങൾ പരസ്പരം മത്സരിച്ചു. രാഷ്ട്രീയനിരീക്ഷകർ സമവാക്യങ്ങൾ നിരത്തി. ബി ജെ പിയുടെ മിതവാദമുഖമായിരുന്നു വാജ്പേയിയെങ്കിൽ അതിന്റെ ഹിന്ദുത്വമുഖമായിരുന്നു അദ്വാനി. നരേന്ദ്രമോദിയാകട്ടെ, അതിന്റെ ഭീതിയുണർത്തുന്ന തീവ്രവാദ മുഖമായിരുന്നു. അദ്വാനി മിതവാദിയായി വേഷം മാറിയ പുതിയ കാലത്താകട്ടെ, നരേന്ദ്രമോദി രാജ്യത്തെ ഏറ്റവും കൂടുതൽ സ്വീകാര്യതയുള്ള വ്യക്തിപ്രഭാവമായിത്തീർന്നുവെന്ന് ഈ മാദ്ധ്യമങ്ങളും നിരീക്ഷകരും വിലയിരുത്തുന്നു. നരേന്ദ്രമോദിയെ തെരഞ്ഞെടുപ്പു പ്രചാരണത്തിന്റെ ചുമതല ഏല്പിച്ചതിൽ പ്രതിഷേധിച്ചാണ് നിധീഷ്കുമാറിന്റെ പാർട്ടി (ജെ ഡി യു) ദേശീയ ജനാധിപത്യസഖ്യത്തിൽ കലാപമുയർത്തിയത്. മോദിയുടെ അഭിഷേകത്തിൽ ബി ജെ പിക്കു

ള്ളിൽപോലും കടുത്ത അപസ്വരങ്ങളുയർന്നതായി വിശ്വസനീയമായ മാദ്ധ്യമറിപ്പോർട്ടുകൾ കാണിക്കുന്നു. മോദിയുടെ തീവ്രഹിന്ദുത്വനിലപാടുകളാണ് സ്വന്തം മുന്നണിയിൽ മാത്രമല്ല, സ്വന്തം പാർട്ടിക്കുള്ളിൽപോലും മോദിയെക്കുറിച്ച് രണ്ടഭിപ്രായങ്ങൾ ഉണ്ടാക്കിയത്. മോദിയുടെ തീവ്രവാദ പരിവേഷം തെരഞ്ഞെടുപ്പിൽ ബി ജെ പിയുടെ വിജയസാദ്ധ്യതയെ ബാധിക്കുമെന്ന ആശങ്കയായിരുന്നു ഈ അപസ്വരങ്ങൾക്കു പിന്നിൽ. എന്നാൽ, മാസങ്ങൾക്കിപ്പുറം നരേന്ദ്രമോദി തന്റെ വ്യക്തിപ്രഭാവംകൊണ്ട് ഭാരതീയ ജനതാപാർട്ടിയെ അധികാരത്തിലെത്തിച്ചുവെന്ന വിലയിരുത്തൽ അദ്ദേഹത്തിന്റെ മുന്നണിക്കും പാർട്ടിക്കും സർവ്വത്ര സ്വീകാര്യമാണ്.

നരേന്ദ്രമോദിയുടെ വ്യക്തിത്വത്തിന്റെ ഏതു ഘടകമാണ് ജനങ്ങളെ ആകർഷിക്കുന്നതെന്ന ചോദ്യം നിർഭാഗ്യവശാൽ ഉയരുന്നില്ല. ഇന്ത്യയുടെ ദേശീയരാഷ്ട്രീയത്തിൽ ചിരപ്രതിഷ്ഠ നേടിയ പ്രതീകങ്ങളോടു കിടപിടിക്കുന്ന ത്യാഗോജ്ജ്വലമായ പ്രവർത്തനത്തിന്റെ പാരമ്പര്യം മോദിക്കുണ്ടെന്ന് ഒരാളും പറയില്ല. ബുദ്ധിപരമായ ശരാശരി നിലവാരം മാത്രമേ തനിക്കുള്ളൂവെന്ന് തന്റെ എണ്ണമറ്റ പ്രസംഗങ്ങളിലൂടെ മോദി തെളിയിച്ചു കഴിഞ്ഞതാണ്. ദരിദ്രരും കഷ്ടപ്പെടുന്നവരുമായ ജനങ്ങളുടെ മനസ്സിൽ ഇടംനേടുന്ന ഭാഷയോ പെരുമാറ്റമോ മോദിക്കില്ല. സ്നേഹമസൃണമായ ഒരു ചിരിപോലും ആ മുഖത്തുനിന്ന് ഒരാളും പ്രതീക്ഷിക്കുന്നില്ല.

എങ്കിൽ എന്തിന്റെ പേരിലാണ് നരേന്ദ്രമോദി സ്വീകരിക്കപ്പെടുന്നത്? രാജ്യത്തിന് ശുഭകരമായ ഒന്നല്ല ഈ സ്വീകാര്യതയ്ക്കു പിന്നിലുള്ളതെന്ന് പകൽപോലെ വ്യക്തമാണ്.

ആഗോളവല്ക്കരണം സൃഷ്ടിച്ച അരക്ഷിതത്വമാണ് ബി ജെ പിയുടെ അധികാരാരോഹണത്തിലേക്കു നയിച്ചതെന്ന വാദം ആഗോളവല്ക്കരണവിരുദ്ധർക്ക് ഏറ്റവും പ്രിയപ്പെട്ടതാണ്. ഈ അരക്ഷിതത്വം ജനങ്ങൾക്ക് അനുഭവമുള്ളതാണ്. എന്നാൽ അതിനുകാരണം ആഗോളവല്ക്കരണമാണെന്ന വ്യാഖ്യാനം ജനത്തിനു ദഹിച്ചിട്ടില്ല. ബി ജെ പി യുടെ തെരഞ്ഞെടുപ്പു രാഷ്ട്രീയചരിത്രം പരിശോധിച്ചാൽ അത് ഏറ്റവും അവിശ്വസനീയമായ കുതിപ്പുനടത്തിയ ആദ്യ അനുഭവം 1989 ന്റേതാണ്. ഇന്ത്യയുടെ രാഷ്ട്രീയ മുഖ്യധാരയിലേക്ക് ഒരു കൊടുങ്കാറ്റുപോലെ ഭാരതീയ ജനതാപാർട്ടി ഇരച്ചുകയറിയ തെരഞ്ഞെടുപ്പായിരുന്നു അത്. ഹൈന്ദവ മതവികാരം ഉണർത്തിയും പുതിയൊരു രാഷ്ട്രീയ സദാചാരം മുന്നോട്ടുവച്ചും നടത്തിയ വമ്പിച്ച പ്രചാരവേലയാണ് ബി ജെ പിക്ക് നേട്ടമുണ്ടാക്കിക്കൊടുത്തത്. കോൺഗ്രസ് വിരോധം അന്നും അവരുടെ മുഖ്യ ആയുധങ്ങളിൽ ഒന്നായിരുന്നു. ഹൈന്ദവ വിശ്വാസികളെ കുത്തിയിളക്കിയും പതിനായിരക്കണക്കിന് ക്ഷേത്രങ്ങൾ പുനരുദ്ധരിച്ചും ഹനുമാൻ മുതലായ സവർണ്ണേതര ദൈവങ്ങളുടെ രൂപങ്ങൾ പൊതുസ്ഥലങ്ങളിൽ സ്ഥാപിച്ചും അച്ചടി മാദ്ധ്യമങ്ങളിലൂടെ ഹിന്ദുമതസാഹിത്യം പ്രചരിപ്പിച്ചും ടെലിവിഷന്റെ വ്യാപനം ഹൈന്ദവപ്രതീകങ്ങൾ ജനങ്ങളിലെത്തിക്കുന്ന

തിനുവേണ്ടി വ്യാപകമായി ഉപയോഗിച്ചും 1980 കളുടെ തുടക്കംതൊട്ട് സംഘപരിവാർ നടത്തിയ പ്രചണ്ഡമായ പ്രചാരവേലയും വർഗ്ഗീയ പ്രകോപനവുമാണ് ഭാരതീയ ജനതാപാർട്ടിയുടെ രാഷ്ട്രീയ കുതിപ്പിന് കളമൊരുക്കിയത്. അവിടന്നങ്ങോട്ട് ബി ജെ പി അതിന്റെ ശക്തി ക്രമമായി വർദ്ധിപ്പിച്ചു. ന്യൂനപക്ഷങ്ങൾക്കെതിരെ വിഷം ചീറ്റുന്ന നുണകൾ പ്രചരിപ്പിച്ചു. വർഗ്ഗീയ കലാപങ്ങളിലൂടെ ജനങ്ങൾക്കിടയിൽ ചേരിതിരിവ് സംഘടിപ്പിച്ചു. ബാബറി മസ്ജിദ് അടിച്ചു തകർത്തു. ബോംബ് സ്ഫോടനങ്ങൾ ആസൂത്രണം ചെയ്തു നടപ്പിലാക്കി അതിന്റെ പഴി മുസ്ലീം സംഘടനകൾക്കു മേൽ കെട്ടിവച്ചു. ഗുജറാത്തിൽ സംസ്ഥാനഭരണത്തിന്റെ സ്വാധീനത്തിൽ പൊലീസിനെയും നിയമസംവിധാനത്തെയും നോക്കുകുത്തിയാക്കിയും അതിലെ ഹിന്ദുത്വാനുകൂലികളുടെ പരസ്യമായ ഒത്താശയോടെയും ആയിരക്കണക്കിനു മുസ്ലീങ്ങളെ മൃഗീയമായി കശാപ്പുചെയ്തു. ലോകചരിത്രത്തിൽത്തന്നെ ഇത്രയും വേഗം ജനസ്വാധീനം വളർത്തിയ രാഷ്ട്രീയപ്രസ്ഥാനങ്ങൾ വിരലിലെണ്ണാവുന്നവയേ ഉള്ളൂ. ഇറ്റലിയിൽ മുസ്സോളിനിയുടെ ഫാസിസ്റ്റുപാർട്ടിയും ജർമ്മനിയിൽ ഹിറ്റ്ലറുടെ നാസി പാർട്ടിയും ചെയ്തതിന്റെ ഒരു ഇന്ത്യൻ പതിപ്പ് അവർ ഇവിടെ നടപ്പിലാക്കി. 1980 കളിൽ ഹിന്ദുത്വശക്തികൾ നടത്തിയ നിർണ്ണായകമായ കുതിപ്പിന് ആഗോളഫിനാൻസ് മൂലധനത്തിന്റെ പ്രത്യേക പിൻബലമുണ്ടായിരുന്നു എന്നു വാദിച്ചാൽ അത് നിലനില്ക്കുകയില്ല. ഇന്ത്യൻ നാഷണൽ കോൺഗ്രസെന്ന ലക്ഷണമൊത്ത ബൂർഷ്വാപാർട്ടിയുടെ ഏകഛത്രാധിപത്യം നിലനിന്ന കാലത്ത് മറ്റൊരു ബൂർഷ്വാപാർട്ടിയെ, അതും ഗാന്ധിയൻ സോഷ്യലിസത്തിന്റെയും സ്വദേശിയുടെയും മുദ്രാവാക്യങ്ങൾ ഉയർത്തുന്ന ഒരു പാർട്ടിയെ, പാലൂട്ടി വളർത്തേണ്ട ആവശ്യം മൂലധനശക്തികൾക്കുണ്ടായിരുന്നില്ല. സോഷ്യലിസ്റ്റു ചേരിക്ക് തിരിച്ചടിയേൽക്കുന്നതിനു മുൻപുള്ള ലോക രാഷ്ട്രീയസാഹചര്യം വ്യത്യസ്തമായിരുന്നു. ഇന്ത്യൻ വിപണി ബഹുരാഷ്ട്ര കോർപ്പറേറ്റുകൾക്കു മുന്നിൽ മലർക്കെ തുറന്നിട്ട സാമ്പത്തിക പരിഷ്കാരനടപടികൾ അതിനുശേഷമാണുണ്ടായത്. ആഗോളീകരണ കാലത്തുണ്ടായ സാമ്പത്തിക അരക്ഷിതത്വവും ക്രമസമാധാനഭംഗവും പണമൂലധനത്തിന്റെ കുത്തൊഴുക്കു സൃഷ്ടിച്ച മൂല്യങ്ങളുടെ സംഘർഷവും അന്നോളം കണ്ടുശീലിച്ചതിൽനിന്നു വ്യത്യസ്തമായ ഒരു രാഷ്ട്രീയ പരിഹാരം അന്വേഷിക്കാൻ ജനങ്ങളെ പ്രേരിപ്പിച്ചു. ഗദയും ത്രിശൂലവും രാമബാണവും ഈ അന്വേഷണത്തിന്റെ തലതിരിഞ്ഞ ഉത്തരത്തിലേക്ക് പ്രതീകാത്മകമായി വിരൽചൂണ്ടി. ബി ജെ പി ഒരു ഹിന്ദുത്വപാർട്ടിയാണെന്ന് അറിഞ്ഞുകൊണ്ടുതന്നെ, ഹിന്ദുവർഗ്ഗീയരാഷ്ട്രീയത്തോട് യാതൊരു അനുഭാവവുമില്ലാത്തവരും മറ്റു കാരണങ്ങൾകൊണ്ട്, ബി ജെ പിക്കും അവർ നേതൃത്വം നല്കുന്ന മുന്നണിക്കും വോട്ടു ചെയ്തു.

ഭാരതീയ ജനതാപാർട്ടി നേടിയ തിരഞ്ഞെടുപ്പു വിജയം മുകളിൽ സൂചിപ്പിച്ച എന്തെങ്കിലുമൊരു ഘടകത്തിന്റെ ഫലമല്ല. അവയിൽ

ഓരോന്നും – കോൺഗ്രസ് ഭരണത്തോടുള്ള ജനങ്ങളുടെ അമർഷം, മതേതരവോട്ടുകളുടെ ശിഥിലീകരണം, ആഗോളവല്ക്കരണ സാമ്പത്തിക രാഷ്ട്രീയനയങ്ങൾ സൃഷ്ടിച്ച അരക്ഷിതത്വം, നരേന്ദ്രമോദിയുടെ വ്യക്തിപ്രഭാവം–ഈ വിജയത്തിൽ/പരാജയത്തിൽ നിർണ്ണായകമായിരുന്നു. എന്നാൽ അവ വേറിട്ട ഘടകങ്ങളായല്ല, ഒരുമിച്ചാണ്, അവയെല്ലാം ചേർന്ന ഒരു സവിശേഷ രാഷ്ട്രീയ പ്രയോഗമായാണ് പ്രവർത്തിച്ചത്. രാഷ്ട്രീയ സിദ്ധാന്തത്തിൽ അതിനെ ഫാസിസം എന്നു വിളിക്കുന്നു.

(കണക്കുകൾ ഇന്ത്യൻ തെരഞ്ഞെടുപ്പു കമ്മീഷന്റെ
ഔദ്യോഗിക വെബ് സൈറ്റിൽനിന്ന്)

ഫാസിസം അതിന്റെ ക്ലാസിക്കൽ രൂപം

ഇറ്റലിയിലും ജർമ്മനിയിലും ഫാസിസം ശക്തിപ്പെട്ട ഭൗതികസാഹചര്യം അന്റോണിയോ ഗ്രാംഷി ഇങ്ങനെ വിശദീകരിക്കുന്നു.

> അന്തർദേശീയ തലത്തിൽ വീക്ഷിക്കുമ്പോൾ, എന്താണു ഫാസിസം? ഉല്പാദനത്തിന്റെയും കൈമാറ്റത്തിന്റെയും പ്രശ്നങ്ങൾ മെഷീൻഗണ്ണുകളും പിസ്റ്റളുകളിൽനിന്നുള്ള വെടികളുംകൊണ്ട് പരിഹരിക്കാനുള്ള ശ്രമമാണത്. സാമ്രാജ്യത്വയുദ്ധത്തിൽ ഉല്പാദനശക്തികൾ നശിപ്പിക്കപ്പെടുകയും തകർക്കപ്പെടുകയും ചെയ്തു. പൂത്തുലയുന്ന യൗവനത്തിന്റെ ഊർജ്ജം തുളുമ്പുന്ന 20 ദശലക്ഷം പേരാണ് കൊലചെയ്യപ്പെട്ടത്, മറ്റൊരു 20 ദശലക്ഷംപേർ ഒന്നിനും കൊള്ളാത്ത ജീവച്ഛവങ്ങളായി. ലോകവിപണികളെ തമ്മിൽത്തമ്മിൽ ബന്ധിപ്പിച്ചിരുന്ന ആയിരക്കണക്കായ ബന്ധങ്ങൾ അക്രമകരമായി വെട്ടിമുറിക്കപ്പെട്ടു. നഗരങ്ങളും ഗ്രാമങ്ങളും തമ്മിലുള്ള ബന്ധം, വൻനഗരകേന്ദ്രങ്ങളും കോളനികളും തമ്മിലുള്ള ബന്ധം..... എല്ലാം തകിടംമറിക്കപ്പെട്ടു. ഓരോരോ രാജ്യങ്ങളിലുമുള്ള ഉല്പാദനോപാധികളുടെ ശേഷിയും അധികജനസംഖ്യയും തമ്മിലുള്ള സന്തുലിതത്വം നിശ്ചിതകാലയളവുകളിൽ പുനഃസ്ഥാപിക്കുന്ന കുടിയേറ്റത്തിന്റെ ചാലുകൾ ആകെ താറുമാറാക്കപ്പെടുകയും അവയൊന്നും സാധാരണ മട്ടിൽ പ്രവർത്തിക്കാത്ത സ്ഥിതിയാവുകയും ചെയ്തു. വിവിധ രാജ്യങ്ങളിൽ ഒരേസമയം പ്രത്യക്ഷപ്പെട്ട ദേശീയ പ്രതിസന്ധി ഈ പൊതു പ്രതിസന്ധിയെ രൂക്ഷമാക്കുകയും അപരിഹാര്യമാക്കുകയും ചെയ്തു. എല്ലാ രാജ്യങ്ങളിലും ഒരു പ്രത്യേക തട്ടിലുള്ള ആളുകളുണ്ട്– ചെറുകിട, ഇടത്തരം ബൂർഷ്വാസി. ആ വർഗ്ഗം ചിന്തിക്കുന്നത് മെഷീൻ ഗണ്ണു

കളും പിസ്റ്റൾവെടികളും കൊണ്ട് ഈ വമ്പൻ പ്രശ്നങ്ങൾ പരിഹരിക്കാനാവുമെന്നാണ്, ഈ വിഭാഗമാണ് ഫാസിസത്തെ തീറ്റിപ്പോറ്റുന്നത്, ഫാസിസത്തിന് അതിന്റെ പടയാളികളെ നല്കുന്നത്.

എന്നാൽ,

ഫാസിസത്തെ ഒരു വർഗ്ഗപ്രതിഭാസം മാത്രമായി ചുരുക്കിക്കാണുന്നതിന് ഗ്രാംഷി എതിരായിരുന്നു. ഫാസിസം നാഗരികതയുടെ വ്യത്യസ്ത തലങ്ങളുമായി വ്യത്യസ്ത രീതിയിൽ കെട്ടുപിണഞ്ഞുനില്ക്കുന്നു. അതിൽ ഏറ്റവും പ്രധാനപ്പെട്ടത് വർഗ്ഗപരമാണെന്നു മാത്രമേ പറയാനാവൂ. സാംസ്കാരിക വികാസത്തിന്റെ താഴ്ന്ന നിലവാരവുമായി അത് നേരിട്ട് ബന്ധപ്പെട്ടുനില്ക്കുന്നു.

ഗ്രാംഷി പറയുന്നു:

> ഫാസിസത്തെ ഭാഗികമായി മാത്രമേ ഒരു വർഗ്ഗ പ്രതിഭാസമെന്നു വിളിക്കാൻ കഴിയൂ. തങ്ങളുടെ യഥാർത്ഥലക്ഷ്യത്തെക്കുറിച്ച് ബോധമുള്ള രാഷ്ട്രീയശക്തികളുടെ ഒരു പ്രസ്ഥാനമെന്ന നിലയിൽ അതു പടർന്നു, സാദ്ധ്യമായ എല്ലാ സംഘടനാ ചട്ടക്കൂടുകളെയും തകർത്തു. ഏതെങ്കിലും പ്രാദേശിക കമ്മിറ്റിയുടെയോ കേന്ദ്രകമ്മിറ്റിയുടെയോ അഭിലാഷങ്ങൾക്കും നിർദ്ദേശങ്ങൾക്കുമുപരിയാണത്. സാമ്പത്തിക രാഷ്ട്രീയ ഭരണത്തിന്റെ ബൂർഷ്വാവ്യവസ്ഥയ്ക്കുകീഴിൽ ഒതുക്കി നിർത്താനാവാത്ത പ്രാഥമിക ശക്തികളുടെ കെട്ടഴിച്ചുവിടലായിത്തീർന്നിരിക്കുകയാണത്. ഭരണകൂടത്തിന്റെ ദൂരവ്യാപകഫലങ്ങളുണ്ടാക്കുന്ന അപചയത്തിന്റെ പേരാണ് ഫാസിസം. ഇക്കഴിഞ്ഞ 60 വർഷത്തെ ഏകീകൃത ഭരണവ്യവസ്ഥയ്ക്കുകീഴിൽ ഇറ്റാലിയൻ രാജ്യത്തിന് നേടിയെടുക്കാൻ കഴിഞ്ഞ താഴ്ന്ന നിലവാരത്തിലുള്ള നാഗരികതയുമായി ബന്ധപ്പെടുത്തി മാത്രമേ ഇന്നതിനെ വിശദീകരിക്കാൻ കഴിയുകയുള്ളൂ.

ഉല്പാദനബന്ധങ്ങൾ മുതൽ പാരമ്പര്യവുമായി ബന്ധപ്പെട്ടതും സദാചാരപരവുമായ പ്രശ്നങ്ങൾ വരെ ഫാസിസത്തിന്റെ മേഖലയാണ്. ഫാസിസം ജീവിതത്തിന്റെ ഒരു മണ്ഡലത്തെയും കേവലമായി ഒഴിച്ചുനിർത്തുന്നില്ല. ഇറ്റലിയുടെ അനുഭവം വ്യക്തമാക്കിക്കൊണ്ട് ഗ്രാംഷി പറയുന്നു:

> ഫാസിസം സ്വയം അവതരിപ്പിക്കുന്നത് പാർട്ടിവിരുദ്ധമായാണ്. അത് അതിന്റെ വാതിലുകൾ എല്ലാ അപേക്ഷകർക്കുമായി തുറന്നുകൊടുത്തു. യാതൊരു വിവേചനവുമില്ലാതെ എന്തും ചെയ്യാമെന്ന വാഗ്ദാനത്തോടെ പ്രാകൃതവികാരങ്ങളുടെ ഒരു കെട്ടഴിച്ചുവിടലിനു മറയായി രൂപമില്ലാത്ത ഒരു വലിയ ജനസഞ്ചയത്തെ ലഭ്യമായി; വളരെ മങ്ങിയതും വ്യക്തമല്ലാത്തതുമായ രാഷ്ട്രീയദർശനങ്ങ

> ളുടെ, ഒരുതരത്തിലുള്ള ചായംതേച്ച ആഗ്രഹങ്ങളുടെയും വെറുപ്പുകളുടെയും, വികാരാവേശങ്ങളാണതിനുണ്ടായിരുന്നത്. സാമൂഹ്യസദാചാര സങ്കല്പങ്ങളെ സംബന്ധിച്ച ഒരു പ്രശ്നമായി ഫാസിസം മാറി: ക്രമബദ്ധമായതും നന്നായി ഭരിക്കപ്പെട്ടതുമായ ഒരു സമൂഹത്തിൽ ഒന്നിച്ചു ജീവിച്ചും വിദ്യാഭ്യാസംനേടിയും ഒരു പുതിയ പൈതൃകത്തിൽ ഇനിയും പരിഷ്കരിക്കപ്പെട്ടിട്ടില്ലാത്ത ഇറ്റാലിയൻ ജനതയുടെ ചില തട്ടുകളിൽ നില്ക്കുന്ന ജനവിഭാഗങ്ങളുടെ പ്രാകൃതവും സാമൂഹ്യവിരുദ്ധമായ മനഃശാസ്ത്രവുമായാണ് അത് തന്മയീഭവിക്കുന്നത്. ഈ പ്രാകൃതവികാരപ്രകടനങ്ങളുടെ ശക്തമായ സ്ഥാപിച്ചെടുക്കലിന്റെ മുഴുവൻ ശക്തിയും മനസ്സിലാക്കാൻ ഇതെല്ലാം ഓർമ്മിച്ചാൽ മതി; കൊലപാതകങ്ങളിലും രക്തച്ചൊരിച്ചിലിലും ഇറ്റലിയാണ് ഒന്നാംസ്ഥാനത്ത്, അമ്മമാർ തങ്ങളുടെ കുഞ്ഞുങ്ങളുടെ തലയിൽ മരത്തടി കൊണ്ടടിച്ചവരെ പഠിപ്പിക്കുന്ന രാജ്യം ഇറ്റലിയാണ്, ഈ രാജ്യത്താണ് പ്രായം കുറഞ്ഞവരുടെ തലമുറകൾ ഏറ്റവും കുറച്ചുമാത്രം സംരക്ഷിക്കപ്പെടുകയും ബഹുമാനിക്കപ്പെടുകയും ചെയ്യുന്നത്. ചില ഇറ്റാലിയൻ പ്രദേശങ്ങളിൽ ഏതാനും വർഷങ്ങൾക്കുമുമ്പുവരെ മുന്തിരിങ്ങ പറിക്കുന്നവരെ തോക്കിൻമുനയിൽ നിർത്തിക്കൊണ്ട് അവരെ മുന്തിരിതിന്നുന്നതിൽനിന്ന് തടയുന്നത് വളരെ സ്വാഭാവികമായ ഒരു കാര്യമായി കണ്ടിരുന്നു; ചില ഇറ്റാലിയൻ പ്രദേശങ്ങളിൽ ജോലി കഴിഞ്ഞു സായാഹ്ന ക്ലാസുകളിൽ പങ്കെടുക്കുന്നതിൽ നിന്നും യോഗങ്ങളിൽ പങ്കെടുക്കുന്നതിൽ നിന്നും തൊഴിലാളികളെ തടയുന്നതിന് ഭൂവുടമകൾ അവരെ തങ്ങളുടെ ഷെഡ്ഡുകളിലടച്ചിരുന്നു.

ഫാസിസത്തിനനുകൂലമായി രൂപപ്പെടുന്ന ഈ സാമൂഹിക കാലാവസ്ഥ വർഗ്ഗസമരത്തിന്റെ രൂപങ്ങളെയും സ്വഭാവത്തെയും ദൂരവ്യാപകമായി സ്വാധീനിക്കുന്നു.

ഗ്രാംഷി തുടരുന്നു:

> അതിന്റെ ജനസംഖ്യയിലെ ചില തട്ടുകളിലുള്ളവരുടെ ഈ "മാനുഷിക" പക്വതയില്ലായ്മയുടെ ഫലമായി ഇറ്റലിയിൽ വർഗ്ഗസമരം എല്ലായ്പ്പോഴും തീർത്തും ക്രൂരമായ സ്വഭാവം കൈവരിച്ചിട്ടുണ്ട്. ക്രൂരതയും സഹഭാവത്തിന്റെ അഭാവവും ഇറ്റാലിയൻ ജനതയുടെ രണ്ടു പ്രത്യേക സ്വഭാവഗുണങ്ങളാണ്. അത് ശിശുസഹജമായ വൈകാരികതയിൽനിന്നും ഏറ്റവും ക്രൂരവും മാരകവുമായ ഭാവത്തിലേക്ക് മാറും, വികാരതീവ്രമായ രോഷത്തിൽനിന്നും മറ്റുള്ളവരുടെ ബുദ്ധിമുട്ടുകളെയും സഹനങ്ങളെയും ഏറ്റവും വികാരരഹിതമായി കാണാവുന്ന അവസ്ഥയിലേക്കും മാറും. ഭരണകൂടം, അത് അതിന്റെ പ്രധാന ധർമ്മങ്ങളുടെ കാര്യങ്ങളിലെല്ലാം ദുർബ്ബ

> ലവും തീർച്ചയില്ലാത്തതുമായിരുന്നെങ്കിലും, ഈ അർദ്ധ-അപരിഷ്കൃതമേഖലയെ തകർക്കുന്നതിൽ ക്രമേണ വിജയിച്ചുകൊണ്ടിരിക്കുകയായിരുന്നു. ഇന്ന്, ഭരണകൂടത്തിന്റെ അപചയത്തിനു ശേഷം, എല്ലാത്തരം ദുർഗന്ധങ്ങളും അതിന്മേൽനിന്ന് പ്രസരിക്കുന്നു. ഫാസിസ്റ്റുകളെന്ന് സ്വയം വിളിക്കുന്നവരും ഫാസി (Fasci) യുടെ പേരിൽ പ്രവർത്തിക്കുന്നവരുമായ എല്ലാവരും സംഘടനയിൽപ്പെട്ടവരല്ല എന്ന് ഫാസിസ്റ്റു പത്രങ്ങൾ ഊന്നിപ്പറയുന്നതിൽ കുറേയൊക്കെ സത്യമുണ്ട്. ഇറ്റലിയെ ദിവസവും നാണംകെടുത്തിക്കൊണ്ടിരിക്കുന്ന തരത്തിലുള്ള സംഭവവികാസങ്ങളെ ഒരു സംഘടനയുടെ ചിഹ്നംകൊണ്ട് മൂടിവയ്ക്കാമെന്നു വന്നാൽ ആ സംഘടനയെക്കുറിച്ചെന്തു പറയാനാണ്? ബൂർഷ്വാപത്രങ്ങളിൽ എഴുതുന്നവർ ഈ സംഭവവികാസങ്ങൾക്കു നല്കുന്ന പ്രാധാന്യത്തിലുമെത്രയോ നിർണ്ണായകവും ഗൗരവപൂർണ്ണവുമായ ഒരു സ്വഭാവം ഈ സംഭവങ്ങൾക്ക് ഫാസിസ്റ്റു പത്രങ്ങളുടെ ആ ഊന്നിപ്പറയൽ നല്കുന്നുണ്ട്. ഭരണകൂടം കഴിവുകെട്ടതും സ്വകാര്യ സംഘടനകൾ ശക്തിഹീനവുമാണെങ്കിൽപ്പിന്നെ അവയെ ആർക്കാണു തടയാനാവുക?

ബൂർഷ്വാ ജനാധിപത്യത്തിൽനിന്ന് ഫാസിസത്തിലേക്കുള്ള മാറ്റത്തെ കേവലം ബൂർഷ്വാ ഭരണകൂടത്തിന്റെ ഒരു രൂപത്തിൽനിന്ന് മറ്റൊരു രൂപത്തിലേക്കുള്ള മാറ്റമായി ലഘൂകരിച്ചു കണ്ടുകൂടാ. ഗോർഗി ദിമിത്രോവ് പറയുന്നു:

> ഫാസിസത്തിന്റെ അധികാരാരോഹണം ഒരു ബൂർഷ്വാ ജനാധിപത്യ സർക്കാരിന്റെ പിൻതുടർച്ചയായി മറ്റൊരു ബൂർഷ്വാ ജനാധിപത്യ സർക്കാരിന്റെ അധികാരത്തിലേറലല്ല. മറിച്ച് ബൂർഷ്വാ ജനാധിപത്യത്തിന്റെ ഒരു ഭരണകൂടരൂപമായ ബൂർഷ്വാ ജനാധിപത്യത്തെ മറ്റൊരു ഭരണകൂടരൂപം- തുറന്ന ഭീകരവാദ സർവ്വാധിപത്യം-കൊണ്ട് പകരം വെക്കലാണ്. ഈയൊരു വ്യത്യാസത്തെ അവഗണിക്കുന്നത് ഒരു വമ്പിച്ച തെറ്റായിരിക്കും. ഫാസിസ്റ്റുകളുടെ അധികാരം കയ്യടക്കലിനെതിരെ നഗരങ്ങളിലെയും ഗ്രാമങ്ങളിലെയും ഏറ്റവും വിപുലമായ വിഭാഗം അധ്വാനിക്കുന്ന ബഹുജന വിഭാഗങ്ങളെ അണിനിരത്തുന്നതിൽനിന്നും വിപ്ലവകാരികളായ തൊഴിലാളിവർഗ്ഗത്തെ തടയുന്നതും ബൂർഷ്വാ വർഗ്ഗത്തിനിടയിൽത്തന്നെയുള്ള വൈരുദ്ധ്യങ്ങൾ മുതലെടുക്കുന്നതിൽനിന്ന് അവരെ പിന്തിരിപ്പിക്കുന്നതുമായ ഗുരുതരമായ ഒരു തെറ്റായിരിക്കും അത്. ഇക്കാലത്ത് ബൂർഷ്വാ ജനാധിപത്യ രാജ്യങ്ങളിൽ വർദ്ധമാനമായ തോതിൽ ആരംഭിച്ചിട്ടുള്ള ബൂർഷ്വാസിയുടെ പിന്തിരിപ്പൻ നടപടികൾക്ക് ഫാസിസ്റ്റ് സർവ്വാധിപത്യം സ്ഥാപിക്കുന്നതിലുള്ള പ്രാധാന്യത്തെ വിലകുറച്ചുകാണുകയെന്നതും അത്രതന്നെ ഗൗരവതരമായ ഒരു തെറ്റായിരിക്കും - തൊഴിലെടുക്കുന്ന ജനങ്ങളുടെ

ജനാധിപത്യാവകാശങ്ങളെ തുരങ്കം വയ്ക്കാനും, പാർലമെന്റിന്റെ അവകാശങ്ങളെ തടയാനും വഴിതെറ്റിച്ചുവിടാനും, വിപ്ലവ പ്രസ്ഥാനത്തിന്റെ മേലുള്ള അടിച്ചമർത്തലിനെ ശക്തിപ്പെടുത്താനുമൊക്കെ എടുക്കുന്ന നടപടികൾ.

ഫാസിസത്തെ ഫൈനാൻസ് മൂലധനവുമായി ബന്ധപ്പെടുത്തിയുള്ള വിശകലനങ്ങൾക്ക് ചരിത്രപരമായി മാത്രമേ പ്രസക്തിയുള്ളൂ. അതൊരു കേവലസിദ്ധാന്തമല്ല. ദിമിത്രോവ് തുടരുന്നു:

> ഏതെങ്കിലും ഫൈനാൻസ് മൂലധനത്തിന്റെ ഒരു കമ്മിറ്റി ഏതോ ഒരു നിശ്ചിത ദിവസം ഒരു ഫാസിസ്റ്റ് സർവ്വാധിപത്യം സ്ഥാപിക്കാൻ നിശ്ചയിച്ചു എന്ന മട്ടിൽ ഫാസിസത്തിന്റെ അധികാരം കയ്യടക്കലിനെ ലളിതവല്ക്കരിച്ചു കണ്ടുകൂടാ. മറിച്ച്, യഥാർത്ഥത്തിൽ, പഴയ ബൂർഷ്വാ പാർട്ടികൾക്കിടയിൽ തമ്മിൽത്തമ്മിൽ – പലപ്പോഴും വളരെ രൂക്ഷമായ രീതിയിൽത്തന്നെ – നടക്കുന്ന സമരത്തിന്റെ ഗതിക്രമത്തിനിടയിലാണ് സാധാരണ ബൂർഷ്വാ പാർട്ടികൾ അധികാരത്തിലേറുന്നത്. ആ സമരം ചിലപ്പോൾ ജർമ്മനിയിലും ആസ്ട്രിയയിലും മറ്റുരാജ്യങ്ങളിലും കണ്ടതുപോലെ സായുധസംഘട്ടനങ്ങളിലേക്കുതന്നെ നയിക്കുന്നു. ഇതെല്ലാം, പക്ഷേ, ഒരു ഫാസിസ്റ്റു സർവ്വാധിപത്യസ്ഥാപനത്തിനുമുമ്പ് ബൂർഷ്വാ സർക്കാരുകൾ സാധാരണഗതിയിൽ ഒട്ടനവധി പ്രാഥമിക ഘട്ടങ്ങളിലൂടെ കടന്നുപോവുകയും ഒട്ടനവധി പിന്തിരിപ്പൻ നടപടികൾ ഫാസിസ്റ്റുകളുടെ സുഗമമായ അധികാരാരോഹണത്തിനു സൗകര്യം ചെയ്യാനായി സ്വീകരിക്കുകയും ചെയ്യുന്നു എന്ന സത്യത്തിൽ നിന്ന് മുഖംതിരിക്കുന്നതിനിടയാക്കിക്കൂടാ. ഈ തയ്യാറെടുപ്പുകാലഘട്ടങ്ങളിൽ ഫാസിസത്തിന്റെ കടന്നുവരവിനു മണ്ണൊരുക്കുന്ന ഈ പിന്തിരിപ്പൻ നടപടികളെ എതിർക്കാൻ വിസമ്മതിക്കുന്നവർക്കും ഫാസിസത്തിന്റെ വിജയത്തെ തടഞ്ഞുനിർത്താനാവുകയില്ല; മറിച്ച് അവർ ഫാസിസത്തിന്റെ കടന്നുവരവിന് വഴിയൊരുക്കുകയായിരിക്കും ചെയ്യുന്നത്.

ഫാസിസ്റ്റുകൾ ജനങ്ങളെ സ്വാധീനിക്കുന്നതെങ്ങനെയെന്ന് ദിമിത്രോവ് വിവരിക്കുന്നു:

> ജനങ്ങൾക്കുമേൽ ഫാസിസ്റ്റുകൾക്ക് നേടാൻ കഴിഞ്ഞിട്ടുള്ള സ്വാധീനത്തിന്റെ ഉറവിടമെന്താണ്? ജനങ്ങളുടെ ഏറ്റവും അടിയന്തരമായ ആവശ്യങ്ങൾക്കും ഡിമാന്റുകൾക്കും വേണ്ടി അവർ നടത്തുന്ന വാചാടോപങ്ങളിലൂടെയാണ് അവർക്ക് ജനങ്ങളെ ആകർഷിക്കാൻ കഴിയുന്നത്. എന്തുകൊണ്ടാണ് സോഷ്യലിസത്തിന്റെ കൊടിയ ശത്രുക്കളും വൻകിട ബൂർഷ്വാസിയുടെ കയ്യാളുകളുമായ ജർമ്മൻ ഫാസിസ്റ്റുകൾ ജനങ്ങൾക്കു മുന്നിൽ തങ്ങളെത്തന്നെ “സോഷ്യലിസ്റ്റുകൾ” എന്ന പേരിലവതരിപ്പിക്കുന്നത്?

> ജനങ്ങളുടെ അധികാരത്തിലേറലിനെ എന്തുകൊണ്ടാണവർ വിപ്ലവം എന്നു വിളിക്കുന്നത്? കാരണം ജനങ്ങൾക്കു വിപ്ലവത്തിലുള്ള വിശ്വാസത്തെയും, അവർക്ക് സോഷ്യലിസത്തോടുള്ള ആഭിമുഖ്യത്തെയും മുതലെടുക്കാൻ ഫാസിസ്റ്റുകൾ ആഗ്രഹിക്കുന്നു. ഇവയെല്ലാം ജർമ്മനിയിലെ തൊഴിലെടുക്കുന്നവരായ വിശാലജനവിഭാഗങ്ങളുടെ ഹൃദയങ്ങളിൽ ജീവിക്കുന്നുണ്ടെന്ന് അവർക്കറിയാമായിരുന്നു.

ദിമിത്രോവ് തുടരുന്നു:

> ഏറ്റവും അഴിമതിക്കാരും ഏറ്റവും കൊള്ളരുതാത്തവരുമായ ആളുകൾക്ക് ജനങ്ങളെ വിഴുങ്ങാൻ എല്ലാ സൗകര്യവും ചെയ്തുകൊടുക്കുന്ന ഫാസിസം, പക്ഷേ, അവരോട് വാഗ്ദാനം ചെയ്യുന്നത് ഏറ്റവും സത്യസന്ധവും ഏറ്റവും അഴിമതിരഹിതവുമായ ഒരു സർക്കാരാണ്. ബൂർഷ്വാ ജനാധിപത്യ സർക്കാരുകളിൽ ജനങ്ങൾ തീർത്തും അസംതൃപ്തരും വ്യാമോഹമില്ലാത്തവരും ആയിത്തീർന്നിരിക്കുന്നുവെന്നത് കണക്കിലെടുത്തുകൊണ്ട് ഫാസിസം ഏറ്റവും വലിയ അവസരവാദം പ്രകടമാക്കുകയും അഴിമതിക്കെതിരെ കൂവിയാർക്കുകയും ചെയ്യുന്നു (ജർമ്മനിയിലെ ബാർമാറ്റ് സ്കളാരെക് സംഭവങ്ങളും, ഫ്രാൻസിലെ സ്റ്റാവിസ്കി സംഭവവും മറ്റു പല സംഭവങ്ങളും ഉദാഹരണം).

എന്നാൽ ഈ വാചാടോപങ്ങൾ തുടർന്നുകൊണ്ടുതന്നെ, മറുവശത്തുകൂടി, ഫാസിസം അതിന്റെ യഥാർത്ഥ രൂപം പുറത്തുകാട്ടുന്നു. ദിമിത്രോവ് പറയുന്നു,

> ഫാസിസം പ്രവൃത്തിപഥത്തിൽ കൊണ്ടുവരുന്നത് ഏറ്റവും പിന്തിരിപ്പനായ ബൂർഷ്വാസിയുടെ താല്പര്യങ്ങളാണ്; എന്നാലത് സ്വയം അവതരിപ്പിക്കുന്നത് ഏറ്റവും അപമാനങ്ങളേറ്റുവാങ്ങേണ്ടിവന്ന ഒരു രാജ്യത്തിന്റെ താല്പര്യങ്ങളുടെ ചാമ്പ്യനാണ് തങ്ങളെന്ന വേഷത്തിലാണ്. ജർമ്മൻ ഫാസിസം ചെയ്തതുപോലെ അവർ മുറിവേറ്റ ദേശീയ താല്പര്യങ്ങൾക്കുവേണ്ടിയുള്ള വൈകാരികമായ അഭ്യർത്ഥനകൾ മുന്നോട്ടുവയ്ക്കുന്നു. ജർമ്മൻ ഫാസിസം "വേഴ്സായ് സന്ധിക്കെതിരെ" എന്ന മുദ്രാവാക്യം മുന്നോട്ടുവച്ച് ജനഹൃദയങ്ങളിലിടം നേടിയപ്പോൾ കൃത്യമായും അതാണു നമ്മൾ കണ്ടത്.
>
> ബഹുജനങ്ങളെ ഏറ്റവും ക്രൂരമായ രീതിയിൽ ചൂഷണം ചെയ്യാൻ അവർ ലക്ഷ്യമിടുന്നു. പക്ഷേ, അതിനായി അവർ ഏറ്റവും കലാപരമായ മുതലാളിത്ത വിരുദ്ധ വാചകക്കസർത്തുകൾ ബഹുജനങ്ങളുടെ മുന്നിൽ വെക്കുന്നു. പിടിച്ചുപറിയന്മാരായ മുതലാളിമാർക്കും ബാങ്കുകൾക്കും ട്രസ്റ്റുകൾക്കും പണമിടപാടു രംഗത്തെ പ്രഭുക്കന്മാർക്കും ഒക്കെയെതിരെ അദ്ധ്വാനിക്കുന്ന ജനവിഭാഗങ്ങൾ

വച്ചു പുർത്തുന്ന വ്യക്തമായ വെറുപ്പിൽനിന്നു മുതലെടുത്തുകൊണ്ടവർ ഓരോ ഘട്ടത്തിലും ഏറ്റവും വിലോഭനീയമായ മുദ്രാവാക്യങ്ങൾ രാഷ്ട്രീയമായ പക്വത കൈവന്നിട്ടില്ലാത്ത ബഹുജനങ്ങൾക്കു മുന്നിലവതരിപ്പിക്കുന്നു. ജർമ്മനിയിൽ "വ്യക്തിയുടെ ക്ഷേമത്തെക്കാൾ പ്രധാനം പൊതുവായ ക്ഷേമമാണ്" എന്ന മുദ്രാവാക്യം അവർ മുന്നോട്ടു വച്ചപ്പോൾ ഇറ്റലിയിൽ "നമ്മുടെ ഭരണകൂടം ഒരു മുതലാളിത്ത ഭരണകൂടമല്ല, മറിച്ചൊരു കോർപ്പറേറ്റ് ഭരണകൂടമാണ്" എന്ന മുദ്രാവാക്യവും, ജപ്പാനിൽ "ചൂഷണമില്ലാത്ത ഒരു ജപ്പാനുവേണ്ടി" എന്ന മുദ്രാവാക്യവും, അമേരിക്കയിൽ "സമ്പത്തുപങ്കുവയ്ക്കുക" എന്ന മുദ്രാവാക്യവും മുന്നോട്ടു വച്ചു.

അപചയത്തിലമരുന്ന ബൂർഷ്വാപാർട്ടികളെ ശക്തമായി വിമർശിച്ചും അവരോടുള്ള നിലപാടുകൾ കടുപ്പിച്ചും തങ്ങൾ വ്യത്യസ്തരാണെന്ന പ്രതീതി സൃഷ്ടിക്കാൻ ഫാസിസ്റ്റുകൾ ശ്രമിക്കുന്നു. ഈ തന്ത്രം വിജയം കാണുന്ന മുറയ്ക്ക് അസംതൃപ്തരായ ഇടത്തരം വർഗ്ഗങ്ങൾ ഫാസിസത്തിന്റെ ചേരിയിലേക്ക് ഒഴുകുന്നു. ദിമിത്രോവ് വിവരിക്കുന്നു:

> ഏറ്റവും അസംതൃപ്തരായിത്തീരുന്ന ജനങ്ങൾ പഴയ ബൂർഷ്വാ പാർട്ടികളിൽനിന്ന് വിട്ടുമാറുമ്പോൾ അവരെ ഫാസിസം സ്വന്തം കീഴിൽ തടുത്തുകൂട്ടുന്നത് ബൂർഷ്വാസിയുടെ ഏറ്റവും പിന്തിരിപ്പനായ വിഭാഗങ്ങളുടെ താല്പര്യത്തിന് തികച്ചും അനുഗുണമാണ്. ബൂർഷ്വാ സർക്കാരുകൾക്കെതിരായ തങ്ങളുടെ രൂക്ഷമായ കടന്നാക്രമണങ്ങളിലൂടെയും, പഴഞ്ചൻ ബൂർഷ്വാ പാർട്ടികളോടെടുക്കുന്ന വിട്ടുവീഴ്ചയില്ലാത്ത നിലപാടുകളിലൂടെയും, അസംതൃപ്തരായ ജനങ്ങൾക്കിടയിൽ അവരെ കബളിപ്പിക്കുന്ന ഒരു ജനകീയ അഭിപ്രായം സൃഷ്ടിച്ചെടുക്കുന്നു. പെറ്റി ബൂർഷ്വാ വിഭാഗങ്ങളും, ആഗ്രഹങ്ങൾ സാക്ഷാൽക്കരിക്കാൻ കഴിയാതെയും തൊഴിലില്ലായ്മയും അരക്ഷിതത്വവും മൂലവും, നിരാശയുടെ പടുകുഴിയിലേക്കു വീഴുന്ന ഒരു വിഭാഗം തൊഴിലാളികളും ഫാസിസത്തിന്റെ സാമൂഹ്യ - ദേശീയ സങ്കുചിതവാദ വാചകക്കസർത്തുകളാൽ ആകർഷിക്കപ്പെടുന്നു.
>
> തൊഴിലാളിവർഗ്ഗത്തിന്റെ വിപ്ലവപ്രസ്ഥാനത്തെ ആക്രമിക്കുന്ന ഒരു പാർട്ടിയായിട്ടാണ് ഫാസിസ്റ്റുകൾ അധികാരത്തിൽ വരുന്നതെങ്കിലും, അസ്വസ്ഥരായി സമരരംഗത്തിറങ്ങുന്ന വിശാല ജനവിഭാഗങ്ങളെയവർ അടിച്ചൊതുക്കിക്കൊണ്ടാണ് ഭരിക്കുന്നതെങ്കിലും, അവർ അധികാരം പടിപടിയായി കൈക്കലാക്കുന്നത് ബൂർഷ്വാസിക്കെതിരായ വിപ്ലവപ്രസ്ഥാനമായി സ്വയം അവതരിപ്പിച്ചുകൊണ്ടും "മുഴുവൻ രാജ്യത്തി"ന്റെയും പേരിൽ, രാജ്യത്തിന്റെ "മോചനം" സാദ്ധ്യമാക്കാനായുമാണ്. മുസോളിനിയുടെ റോമിലേക്കുള്ള മാർച്ചും, പിൽസുഡ്സ്കിയുടെ വാഴ്സയിലേക്കുള്ള മാർച്ചും,

ഹിറ്റ്ലറുടെ "ദേശീയസോഷ്യലിസ്റ്റ് വിപ്ലവവും" എല്ലാം തന്നെ നാം ഓർത്തു നോക്കുക. പക്ഷേ, ഫാസിസം എന്തെല്ലാം മുഖംമൂടികൾ എടുത്തണിഞ്ഞാലും, അത് സ്വയം എന്തെല്ലാം രൂപഭാവങ്ങളിൽ അവതരിപ്പിച്ചാലും, അത് എന്തെന്തു വഴികളിലൂടെ അധികാരത്തിലേറിയാലും ശരി:-

ഫാസിസം തൊഴിലെടുക്കുന്ന ജനവിഭാഗങ്ങൾക്കെതിരായ മൂലധനത്തിന്റെ ഏറ്റവും രൂക്ഷമായ കടന്നാക്രമണമാണ്;

ഫാസിസം തുടലൂരിവിട്ട ദേശീയ സങ്കുചിതവാദവും വെട്ടിപ്പിടുത്തയുദ്ധവുമാണ്;

ഫാസിസം ഭ്രാന്തമായ പിന്തിരിപ്പത്തവും പ്രതിവിപ്ലവവുമാണ്;

ഫാസിസം തൊഴിലാളിവർഗ്ഗത്തിന്റെയും മറ്റെല്ലാ അദ്ധ്വാനിക്കുന്ന ജനവിഭാഗങ്ങളുടെയും ഏറ്റവും കടുത്ത ശത്രുവാണ്......

ഫാസിസത്തിന്റെ വിജയം അനിവാര്യമായിരുന്നോ എന്ന മൗലികമായ ചോദ്യത്തിന്, ജർമ്മൻ ഇറ്റാലിയൻ അനുഭവങ്ങളുടെ വെളിച്ചത്തിൽ ദിമിത്രോവ് മറുപടി നല്കുന്നു:

ഫാസിസത്തിന്റെ വിജയം ഒഴിവാക്കാൻ പറ്റാത്തതാണോ?

ഫാസിസത്തിനു വിജയിക്കാൻ കഴിഞ്ഞതെന്തുകൊണ്ടാണ്?

തൊഴിലാളിവർഗ്ഗത്തിന്റെയും അദ്ധ്വാനിക്കുന്ന ജനവിഭാഗങ്ങളുടെയും ഏറ്റവും കടുത്ത ശത്രുവാണ് ഫാസിസം. ഫാസിസം ജർമ്മൻജനതയിൽ പത്തിൽ ഒമ്പതു വിഭാഗത്തിന്റെയും ശത്രുവാണ്, ആസ്ട്രിയൻ ജനതയിലും പത്തിലൊമ്പതുപേരുടെയും ശത്രുവാണ്; മറ്റെല്ലാ രാജ്യങ്ങളിലും അതുതന്നെയാണു സ്ഥിതി. അങ്ങനെവരുമ്പോൾ, എങ്ങനെയാണീ ജനങ്ങളുടെ കൊടുംശത്രുവിന് ജയിക്കാനായത്?

ഫാസിസത്തിന് അധികാരത്തിൽ വരാനായത്, പ്രഥമമായും സോഷ്യൽ ഡെമോക്രാറ്റിക് നേതാക്കൾ വർഗ്ഗസഹകരണത്തിനുവേണ്ടി വാദിച്ച് തൊഴിലാളിവർഗ്ഗത്തിനിടയിൽ ഭിന്നിപ്പുണ്ടാക്കിയതുകൊണ്ടും, ബൂർഷ്വാസിയുടെ കടന്നാക്രമണത്തിനു മുന്നിൽ അത് രാഷ്ട്രീയമായും സംഘടനാപരമായും നിരായുധീകരിക്കപ്പെട്ടതുകൊണ്ടുമാണ്. മറുവശത്ത് കമ്യൂണിസ്റ്റുപാർട്ടികൾ സോഷ്യൽ ഡെമോക്രാറ്റുകളെ അപേക്ഷിച്ച് വേണ്ടവിധം ശക്തരല്ലാതിരുന്നതുകൊണ്ട് അവർക്ക് സോഷ്യൽ ഡെമോക്രാറ്റുകളെ മറികടന്നുകൊണ്ടും അവരുടെ പിടിയിൽനിന്ന് അദ്ധ്വാനിക്കുന്ന ജനവിഭാഗങ്ങളെ അടർത്തി മാറ്റിക്കൊണ്ടും ഫാസിസത്തിനെതിരായി വിജയകരമായി ജനങ്ങളെ നയിക്കാനായില്ല.

ജർമ്മനിയിൽ ഫാസിസത്തിന്റെ വിജയം തടയാനാകുമായിരുന്നോ?

ദിമിത്രോവ് പറയുന്നു:

> അതെ; ജർമ്മൻ തൊഴിലാളിവർഗ്ഗത്തിനത് തടയാൻ കഴിയുമായിരുന്നു. പക്ഷേ, അതിനങ്ങനെ ചെയ്യാൻ കഴിയണമായിരുന്നുവെങ്കിൽ അതൊരു ഏകീകൃതമായ ഫാസിസ്റ്റു വിരുദ്ധ മുന്നണിയുടെ രൂപീകരണത്തിന് സമ്മർദ്ദം ചെലുത്തണമായിരുന്നു; അതോടൊപ്പം കമ്യൂണിസ്റ്റുകാർക്കെതിരായ അവരുടെ പ്രചാരണം നിർത്താൻ സോഷ്യൽ ഡെമോക്രാറ്റ് നേതാക്കളെ നിർബ്ബന്ധിതരാക്കുകയും വേണമായിരുന്നു. ഒപ്പം തന്നെ, ഫാസിസത്തിനെതിരായ ഐക്യമുന്നണി രൂപീകരിക്കാൻ കമ്യൂണിസ്റ്റുകാർ നിരന്തരം പുറപ്പെടുവിച്ചിരുന്ന അഭ്യർത്ഥനകൾ സ്വീകരിക്കാൻ അവരെ നിർബ്ബന്ധിതരാക്കുകയും ചെയ്യണമായിരുന്നു.
>
> ഫാസിസം ആക്രമിച്ചു മുന്നേറുകയും ബൂർഷ്വാ ജനാധിപത്യ സ്വാതന്ത്ര്യങ്ങൾ ഒന്നായി ബൂർഷ്വാസി എടുത്തുകളയുകയും ചെയ്തുകൊണ്ടിരുന്നപ്പോൾ, അതിനെ സോഷ്യൽ ഡെമോക്രാറ്റുകളുടെ വാക്കുകളിലുള്ള പ്രമേയങ്ങൾകൊണ്ടായിരുന്നില്ല നേരിടേണ്ടിയിരുന്നത്; നേരെമറിച്ച് ശരിയായ ജനകീയ സമരങ്ങൾകൊണ്ടായിരുന്നു. അങ്ങനെയൊന്ന് നടന്നിരുന്നുവെങ്കിൽ ജർമ്മൻ ബൂർഷ്വാസിയുടെ ഫാസിസ്റ്റു പദ്ധതികൾ നടപ്പിലാക്കുന്നത് കൂടുതൽ ബുദ്ധിമുട്ടുള്ള കാര്യമായിത്തീർന്നേനെ.

ജർമ്മനിയിൽ ഫാസിസത്തിന്റെ വിജയം അനിവാര്യമാക്കിയ സാഹചര്യങ്ങളിൽ കമ്യൂണിസ്റ്റ് പാർട്ടിയുടെ ചരിത്രപരമായ പിശകും എടുത്തു പറയേണ്ടതാണ്. ദിമിത്രോവ് പറയുന്നതു നോക്കുക:

> കമ്യൂണിസ്റ്റു പാർട്ടികൾ വരുത്തിക്കൂട്ടിയ നിരവധിയായ തെറ്റുകളാണ് ഫാസിസത്തിനെതിരായ നമ്മുടെ സമരങ്ങളെ കാര്യമായി ബാധിച്ചത്.
>
> നമ്മുടെ അണികൾക്കിടയിലും അസഹിഷ്ണുതയോടെ ഫാസിസ്റ്റപകടത്തെ വിലകുറച്ചു കണ്ടവരുണ്ടായിരുന്നു. ഇന്നുവരെയും എല്ലായിടത്തും ആ പ്രവണതയെ മറികടക്കാൻ നമുക്കു കഴിഞ്ഞിട്ടില്ല. ഇത്തരത്തിലുള്ള ഒരു അഭിപ്രായമായിരുന്നു നമ്മുടെ പാർട്ടികൾക്കുള്ളിൽ ഉയർന്നുവന്ന 'ജർമ്മനി ഇറ്റലിയല്ല' എന്ന മട്ടിലുള്ള അഭിപ്രായപ്രകടനം. അതിന്റെയർത്ഥം ഫാസിസം ഇറ്റലിയിൽ വിജയിച്ചിരിക്കാമെങ്കിലും, അത് ജർമ്മനിയിൽ വിജയിക്കുന്ന പ്രശ്നമേയില്ലെന്നും, കാരണം ജർമ്മനി വ്യാവസായികമായും സാംസ്കാരികമായും വളരെയേറെ മുന്നേറിയ ഒരു രാജ്യമാണെന്നും, അതിനു 40 വർഷത്തെ തൊഴിലാളിവർഗ്ഗ പ്രസ്ഥാനത്തിന്റെ ചരിത്രമുണ്ടെന്നും, അതുകൊണ്ടുതന്നെ ഫാസിസം വിജയിക്കുകയെന്നത് അസാദ്ധ്യമാണെന്നുമായിരുന്നു. ഇക്കാലത്ത് ഇതിനു സമാനമായി

> നാം കേട്ടുകൊണ്ടിരിക്കുന്ന അഭിപ്രായം, ക്ലാസിക്കൽ ബൂർഷ്വാ രാജ്യങ്ങളിൽ ഫാസിസത്തിനു വേരിറക്കാവുന്ന വിധത്തിലുള്ള മണ്ണ് നിലനില്ക്കുന്നില്ല എന്ന അഭിപ്രായമാണ്. അത്തരം അഭിപ്രായങ്ങൾ ഫാസിസത്തിനെതിരായ ജാഗ്രതയെ ദുർബ്ബലപ്പെടുത്തുന്നതും ഇതേവരെ ദുർബ്ബലപ്പെടുത്തുന്നതിനിടയാക്കിയതുമായ അഭിപ്രായങ്ങളാണ്. അവ ഫാസിസത്തിനെതിരെ തൊഴിലാളിവർഗ്ഗത്തെ അണിനിരത്തുകയെന്നതിനെ കൂടുതൽ ബുദ്ധിമുട്ടേറിയതുമാക്കുന്നു.

ഫാസിസ്റ്റു പ്രസ്ഥാനങ്ങളുടെ മുന്നേറ്റം യഥാസമയം കണ്ടറിഞ്ഞ് ശരിയായ നിലപാടെടുക്കുന്നതിൽ കമ്യൂണിസ്റ്റുപാർട്ടികൾക്ക് വീഴ്ച സംഭവിച്ച ഉദാഹരണങ്ങൾ പലതുണ്ട്. ദിമിത്രോവ് പറയുന്നു:

> കമ്യൂണിസ്റ്റുകാർ നിനച്ചിരിക്കാത്ത സമയത്ത് അവർ ഫാസിസ്റ്റട്ടിമറിയുടെ ഇരകളായതിന്റെ നിരവധി ഉദാഹരണങ്ങൾ നമുക്കു കാണാനാകും. ബൾഗേറിയയുടെ കാര്യം ഓർത്തുനോക്കുക; അവിടെ 1923 ജൂൺ 9നു നടന്ന അട്ടിമറിയെ സംബന്ധിച്ചിടത്തോളം നമ്മുടെ പാർട്ടിയുടെ നേതൃത്വം ഒരു നിഷ്പക്ഷ നിലപാടാണെടുത്തത്. അത് യഥാർത്ഥത്തിൽ ഒരവസരവാദ നിലപാടായിരുന്നു. പോളണ്ടിൽ 1926 മെയിൽ പോളീഷ് കമ്യൂണിസ്റ്റു പാർട്ടി പോളിഷ് വിപ്ലവത്തിന്റെ പ്രചോദകശക്തികളെക്കുറിച്ച് വളരെ തെറ്റായ കണക്കുകൂട്ടലുകൾ നടത്തുകയും, പിൽസുഡ്സ്കിയുടെ അട്ടിമറിയുടെ ഫാസിസ്റ്റു സ്വഭാവം കാണാതെ സംഭവഗതികളുടെ പിന്നാലെ ഇഴയുകയുമാണു ചെയ്തത്. ഫിൻലൻഡിൽ പതുക്കെയുള്ളതും ക്രമാനുഗതവുമായ ഫാസിസവല്ക്കരണത്തെ കാണാൻ കഴിയാതെ തെറ്റായ സങ്കല്പനങ്ങളിൽ കുടുങ്ങുകയും ബൂർഷ്വാസിയിലെ ഒരു പ്രമുഖ വിഭാഗം തയ്യാറാക്കിയ ഫാസിസ്റ്റട്ടിമറി പദ്ധതിയെ കാണാതിരിക്കുകയും അതിനാൽത്തന്നെ തൊഴിലാളിവർഗ്ഗം അപ്രതീക്ഷിതമായ സംഭവവികാസങ്ങളിൽപ്പെട്ട് കുഴപ്പത്തിലാകുകയും ചെയ്തു.

ഫാസിസം യഥാർത്ഥ ശക്തിയായി വളർന്നുകൊണ്ടിരുന്ന സമയത്ത് സഖാക്കളിൽ ഒരു വിഭാഗം സൈദ്ധാന്തിക വാചകമടിയിൽ അഭിരമിച്ചു. ദിമിത്രോവ് തുടരുന്നു:

> ദേശീയ സോഷ്യലിസം ജർമ്മനിയിലെ ഒരു ശല്യക്കാരനായ ബഹുജനപ്രസ്ഥാനം ആയി ഉയർന്നുവന്നപ്പോൾ ഹെയ്ൻസ് ന്യൂമാനെപ്പോലുള്ള ചില സഖാക്കൾ ബ്രൂണിങ് സർക്കാർ തന്നെ ഫാസിസ്റ്റ് സർവ്വാധിപത്യമാണെന്നു വിലയിരുത്തുകയും വീമ്പടിയുടെ മട്ടിൽ പ്രഖ്യാപിക്കുകയും ചെയ്തു: "ഹിറ്റ്ലറുടെ മൂന്നാം

സാമ്രാജ്യം എന്നെങ്കിലും സാദ്ധ്യമായാൽ അത് ഒന്നരമീറ്റർ ഭൂമിക്കടിയിലായിരിക്കും. അതിനു മുകളിൽ നിലനില്ക്കുന്നത് തൊഴിലാളികളുടെ വിജയകരമായ അധികാരമായിരിക്കും.”

പെറ്റിബൂർഷ്വാ വർഗ്ഗങ്ങളുടെ പ്രത്യയശാസ്ത്രപരമായ ചാഞ്ചാട്ട സ്വഭാവത്തെ മാർക്സും എംഗൽസും ലെനിനുമടക്കമുള്ള സാർവ്വദേശീയ തൊഴിലാളിവർഗ്ഗത്തിന്റെ നേതാക്കൾ ശരിയായി വിലയിരുത്തിയിട്ടുണ്ട്. മദ്ധ്യവർഗ്ഗങ്ങളെ വൻതോതിൽ സ്വാധീനിക്കാൻ ഫാസിസ്റ്റു മുദ്രാവാക്യങ്ങൾക്കുള്ള കഴിവ് മനസ്സിലാക്കുന്നതിൽ തൊഴിലാളിവർഗ്ഗ വിപ്ലവ പാർട്ടിക്ക് സംഭവിച്ച പരാജയം ഫാസിസ്റ്റുകൾക്കെതിരായ യോജിച്ചുള്ള സമരത്തിന്റെ ചരിത്രപരമായ പ്രസക്തി ഉൾക്കൊള്ളുന്നതിൽ അവർക്കു തടസ്സമായി. ദിമിത്രോവ് തുടരുന്നു:

> ജർമ്മനിയിലെ നമ്മുടെ സഖാക്കൾ മുറിവേറ്റ ദേശാഭിമാന ബോധത്തെയും വേഴ്സായ് സന്ധിയോട് ബഹുജനങ്ങൾക്കിടയിലുണ്ടായിരുന്ന വെറുപ്പിനെയും കണക്കിലെടുക്കുന്നതിൽ പരാജയപ്പെട്ടു. പെറ്റി ബൂർഷ്വാ വിഭാഗത്തിലും കർഷകർക്കിടയിലുമുണ്ടായിക്കൊണ്ടിരുന്ന ചാഞ്ചാട്ടങ്ങൾക്ക് യാതൊരു പ്രാധാന്യവും അവർ കൊടുത്തില്ല. ദേശീയ, സാമൂഹ്യവിമോചനത്തിന്റേതായ അവരുടെ പരിപാടിക്കു രൂപംകൊടുക്കുന്നതിൽ അവർ വൈകിപ്പോവുകയും ചെയ്തു. ഒടുവിലവരതിനു രൂപം കൊടുത്തപ്പോൾത്തന്നെ ജനങ്ങളുടെ തലത്തിലുള്ള സമൂർത്ത ഡിമാൻഡുകളുമായി അതിനെ പൊരുത്തപ്പെടുത്താനവർക്കു കഴിഞ്ഞതുമില്ല. ആ പരിപാടി ബഹുജനങ്ങൾക്കിടയിൽ വേണ്ടത്ര പ്രചരിപ്പിക്കുന്നതിനുപോലും അവർക്കായില്ല.

ഫാസിസ്റ്റു ഭീഷണിയുടെ വക്കിൽ നിന്നുകൊണ്ട്, അതിന്റെ ഗൗരവം തിരിച്ചറിയാതെ, ഫാസിസത്തിന്റെ പൊതുതത്ത്വത്തെക്കുറിച്ച് തലനാരിഴകീറി ചർച്ചചെയ്ത സൈദ്ധാന്തികരെ ദിമിത്രോവ് തുറന്നുകാട്ടുന്നു:

> ഒട്ടേറെ രാജ്യങ്ങളിൽ ഫാസിസത്തിനെതിരായ ബഹുജനപോരാട്ടം അവശ്യം വേണ്ടവിധം വികസിപ്പിച്ചെടുക്കുന്നതിനു പകരം ഫാസിസത്തിന്റെ ‘പൊതു’ തത്ത്വത്തെക്കുറിച്ചുള്ള തലനാരിഴകീറിയുള്ള ചർച്ചകളാണു നടന്നത്. പാർട്ടിയുടെ യഥാർത്ഥ രാഷ്ട്രീയ പ്രശ്നങ്ങൾ മുന്നോട്ടുവയ്ക്കുന്നതിനും പരിഹരിക്കുന്നതിനും പകരം ഒരിടുങ്ങിയ വിഭാഗീയ സമീപനം പകരംവയ്ക്കപ്പെട്ടു.

ഫാസിസത്തിന്റെ അധികാരാരോഹണം തടയുന്നതിനുള്ള മുന്നുപാധികൾ ദിമിത്രോവ് അക്കമിട്ടു നിരത്തുന്നു.

> സഖാക്കളേ, ഭൂതകാലത്തെ ചികഞ്ഞു പുറത്തിടുന്നതിൽ തല്പ

രരായതുകൊണ്ടല്ല, നാം ഫാസിസത്തിന്റെ വിജയത്തിന്റെ കാരണങ്ങളെക്കുറിച്ചു സംസാരിക്കുന്നത്. തൊഴിലാളിവർഗ്ഗത്തിന്റെ പരാജയത്തിൽ സോഷ്യൽ ഡെമോക്രാറ്റുകൾക്കുള്ള ചരിത്രപരമായ ഉത്തരവാദിത്വത്തെക്കുറിച്ചും ഫാസിസത്തിനെതിരായ പോരാട്ടത്തിൽ നമുക്കു തന്നെ സംഭവിച്ച പിഴവുകളെക്കുറിച്ചും സംസാരിക്കുന്നതും അതുകൊണ്ടല്ല; ജീവിക്കുന്ന യാഥാർത്ഥ്യത്തിൽനിന്ന് അകന്നു നില്ക്കുന്ന ചരിത്രകാരന്മാരല്ല നമ്മൾ; ദശലക്ഷക്കണക്കായ തൊഴിലാളികളെ വേട്ടയാടിക്കൊണ്ടിരിക്കുന്ന ചോദ്യത്തിനുത്തരം കണ്ടെത്താൻ ബാദ്ധ്യസ്ഥരായവരാണ് നമ്മൾ. ആ ചോദ്യമിതാണ്. ഫാസിസത്തിന്റെ വിജയത്തെ തടഞ്ഞുനിർത്താനാവുമോ? ആവുമെങ്കിൽ എങ്ങനെ? ഈ ദശലക്ഷക്കണക്കായ തൊഴിലാളികളോട് നാം മറുപടി പറയുന്നു: അതെ, സഖാക്കളേ, ഫാസിസത്തിന്റെ വഴി നമുക്കു തടയാനാകും. അതു സാദ്ധ്യമാണ്, അത് നമ്മെ ആശ്രയിച്ചാണിരിക്കുന്നത്; തൊഴിലാളികളെയും കർഷകരെയും അദ്ധ്വാനിക്കുന്നവരെയും ആശ്രയിച്ച്.

രണ്ടാമതായി, അതാശ്രയിച്ചിരിക്കുന്നത് ഫാസിസത്തിനെതിരായ അദ്ധ്വാനിക്കുന്നവരുടെ സമരത്തെ ശരിയായി നയിക്കുന്ന ശക്തമായ ഒരു വിപ്ലവപ്പാർട്ടി നിലവിലുണ്ടോ എന്നതിനെയാണ്. ഫാസിസത്തെ നേരിടുമ്പോൾ തൊഴിലാളികളോട് നിരന്തരമായി പിന്മാറാനാവശ്യപ്പെടുകയും ഫാസിസ്റ്റ് ബൂർഷ്വാസിയുടെ നില ശക്തിപ്പെടുത്താൻ അതിനെ അനുവദിക്കുകയും ചെയ്യുന്ന ഒരു പാർട്ടി അനിവാര്യമായും തൊഴിലാളിവർഗ്ഗത്തെ പരാജയത്തിലേക്കാണെത്തിക്കുക.

മൂന്നാമതായി, അത്തരമൊരു പാർട്ടി കർഷകരോടും നഗരങ്ങളിലെ പെറ്റി ബൂർഷ്വാ ബഹുജനവിഭാഗങ്ങളോടും ശരിയായ ഒരു നയസമീപനം പിന്തുടരുമോ എന്നതിനെ ആശ്രയിച്ചിരിക്കുന്നു അതിന്റെ വിജയം. ബഹുജനങ്ങളെ അവർ യഥാർത്ഥത്തിൽ എന്തായിരിക്കുന്നുവോ, ആ അർത്ഥത്തിൽ വേണം നാം കണക്കിലെടുക്കാൻ. അല്ലാതെ അവരെന്തായിരിക്കണമെന്ന് നാം ആഗ്രഹിക്കുന്നതുപോലെയല്ല. സമരത്തിന്റെ പ്രക്രിയയിലൂടെ മുന്നോട്ടു വരുമ്പോൾ മാത്രമാണ് അവർ അവരുടെ സംശയങ്ങളെയും ചാഞ്ചാട്ടമനോഭാവങ്ങളെയും കയ്യൊഴിയുക. അവരുടെ ചാഞ്ചാട്ടമനോഭാവത്തോട് നാം ക്ഷമാപൂർവ്വമായ ഒരു സമീപനം കൈക്കൊള്ളുന്നതിലൂടെ മാത്രമാണ്, തൊഴിലാളിവർഗ്ഗത്തിന്റെ രാഷ്ട്രീയ സഹായം ലഭ്യമാകുന്നതിലൂടെ മാത്രമാണ്, അവർക്ക് വിപ്ലവപരമായ അവബോധത്തിന്റെയും പ്രവർത്തനങ്ങളുടെയും ഒരുയർന്ന നിലവാരത്തിലേക്കെത്താനാവുക.

നാലാമതായി, അതാശ്രയിച്ചിരിക്കുന്നത് വിപ്ലവകാരികളായ തൊഴിലാളിവർഗ്ഗം ജാഗ്രത പുലർത്തുകയും വേണ്ട സമയത്ത് വേണ്ട

> നടപടികളെടുക്കുകയും ചെയ്യുമോ എന്നതിനെയാണ്. ഫാസിസം പൊടുന്നനെ അറിയാതിരിക്കുമ്പോൾ തങ്ങളെ കടന്നുപിടിക്കുന്ന അവസ്ഥ അവരൊഴിവാക്കണം, അവരൊരിക്കലും തങ്ങളുടെ മുൻകൈ ഫാസിസത്തിനടിയറവയ്ക്കാൻ പാടില്ല. ഫാസിസത്തിന് സ്വന്തം ശക്തികളെ സമാഹരിക്കാൻ കഴിയുന്നതിനു മുമ്പുതന്നെ അവരുടെ മേൽ നിർണ്ണായകമായ പ്രഹരങ്ങളേല്പിക്കാൻ തൊഴിലാളിവർഗ്ഗത്തിനു കഴിയണം. ഫാസിസത്തെ സ്വന്തം ശക്തി സുദൃഢീകരിക്കാൻ അവരനുവദിക്കരുത്. ഫാസിസം എവിടെ എപ്പോൾ തല പൊക്കിയാലും അതിനെ പിന്നോട്ടു തുരത്താൻ അവർക്കു കഴിയണം. അതാണിന്ന് ഫ്രഞ്ചുതൊഴിലാളിവർഗ്ഗം വിജയകരമായി ചെയ്തുകൊണ്ടിരിക്കുന്നത്.

ബൂർഷ്വാ വ്യവസ്ഥിതിയുടെ ആന്തരികവൈരുദ്ധ്യങ്ങളിൽ ഏറ്റവും പ്രതിലോമകരവും ഏറ്റവും അപകടകരവുമായതാണ് ഫാസിസം. മറിച്ചുള്ള ചരിത്രസാഹചര്യങ്ങൾ നിലവിലില്ലെങ്കിൽ ഫാസിസത്തിന്റെ അധികാരാരോഹണം തടയാൻ ബൂർഷ്വാക്രമത്തിനുള്ളിൽ നിന്നുകൊണ്ടു തന്നെ സാദ്ധ്യമാണ്. ബൂർഷ്വാക്രമത്തിനുള്ളിൽ നിന്നുകൊണ്ട് ഫാസിസ്റ്റു വിരുദ്ധ സമരത്തിന് നേതൃത്വം നല്കുന്ന തൊഴിലാളിവർഗ്ഗ വിപ്ലവപ്പാർട്ടി സമരത്തിന്റെ കുന്തമുന തിരിച്ചുവയ്ക്കേണ്ടത് ഫാസിസത്തിനു നേരെയാണ്, മുതലാളിത്തത്തിനു മുഴുവൻ നേരെയല്ല. എന്നാൽ, ഫാസിസത്തിന്റെ ഭീഷണി പൂർണ്ണമായി ഇല്ലാതാക്കാൻ ബൂർഷ്വാക്രമത്തിനാവില്ല. ബൂർഷ്വാ ഭരണകൂടത്തെ തകർത്തുകൊണ്ടേ അതു സാദ്ധ്യമാകൂ. അതാണു മാർക്സിസത്തെ സംബന്ധിച്ചിടത്തോളം ഫാസിസത്തിന്റെ (ദിമിത്രോവ് സൂചിപ്പിക്കുന്ന) 'പൊതുതത്ത്വം.' ഗ്രാംഷി പറയുന്നു:

> അങ്ങനെ കമ്യൂണിസ്റ്റു സിദ്ധാന്തം ന്യായീകരിക്കപ്പെടാവുന്നതാണെന്നു നാം കാണുന്നു. ഫാസിസത്തെ, ഒരു പൊതു പ്രതിഭാസമെന്ന നിലയിൽ, അതിന്റെ തന്നെ വക്താക്കളുടെ അച്ചടക്ക സംവിധാനങ്ങളെ മറികടക്കുന്ന ഒരു തിന്മയെന്ന നിലയിൽ (അതിന്റെ അക്രമങ്ങളും, അതിന്റെ ഏകപക്ഷീയവും രാക്ഷസീയവുമായ പ്രവർത്തനങ്ങളും, തുടക്കം മുതൽതന്നെ തികച്ചും ക്രമീകൃതവും എന്നാൽ യുക്തിഹീനവുമായ അതിന്റെ നശീകരണം എന്നിവയോടെ) ഇല്ലായ്മ ചെയ്യാൻ ഒരു പുതിയ ഭരണകൂടാധികാരത്തിനുമാത്രമേ കഴിയൂ. കമ്യൂണിസ്റ്റുകാർ ആ പദത്തെ മനസ്സിലാക്കുന്നതുപോലുള്ള ഒരു 'പുനഃസ്ഥാപിക്കപ്പെടുന്ന ഭരണകൂടം' വഴി; മറ്റു വാക്കുകളിൽപ്പറഞ്ഞാൽ ഉല്പാദനം പുനഃസംഘടിപ്പിക്കാനും ഉല്പാദനബന്ധങ്ങളിന്മേലാശ്രയിച്ചു നില്ക്കുന്ന മറ്റു സാമൂഹ്യബന്ധങ്ങൾ പുനഃസംഘടിപ്പിക്കാനും കഴിവുറ്റ ഒരേയൊരു വർഗ്ഗമായ തൊഴിലാളിവർഗ്ഗത്തിന്റെ കരങ്ങളിൽ അധികാരം നിക്ഷിപ്തമായിരിക്കുന്ന ഒരു ഭരണകൂടംവഴി.

ഈ 'പൊതുതത്ത്വം' ബൂർഷ്വാ ഭരണകൂടം നിലവിലുള്ള കാലം മുഴുവൻ പ്രസക്തമാണ്. എന്നാൽ ഫാസിസത്തിന്റെ അടിയന്തര ഭീഷണി നിലവിലുള്ളപ്പോൾ ഈ പൊതുതത്ത്വമല്ല, ചരിത്രപരമായ നിലപാടാണ് പ്രധാനം.

ഫാസിസം ഓരോ രാജ്യത്തും അതതിന്റെ സവിശേഷതകൾക്കും സാഹചര്യങ്ങൾക്കുമനുസരിച്ചാണ് രൂപംകൊള്ളുന്നതും ശക്തിപ്പെടുന്നതും. ഇന്ത്യയിലെ സംഘപരിവാർ ഫാസിസമാണോ എന്ന തർക്കം നരേന്ദ്രമോദിയുടെ അധികാരാരോഹണത്തോടെ അവസാനിക്കേണ്ടതാണ്. അത്തരത്തിലുള്ള ചർച്ചകൾപോലും അസാദ്ധ്യമാക്കുന്ന ഒരു കാലാവസ്ഥ ഇന്ത്യയുടെ രാഷ്ട്രീയമണ്ഡലത്തിൽ ഉരുണ്ടുകൂടി കൊണ്ടിരിക്കുന്നു.

(ഉദ്ധരണികൾ അന്റോണിയോ ഗ്രാംഷിയുടെ *രാഷ്ട്രീയരചനകൾ*, ഗോർഗി ദിമിത്രോവിന്റെ *ഫാസിസ്റ്റ് വിരുദ്ധ ഐക്യമുന്നണി* എന്നീ രചനകളിൽ നിന്ന്. ചിന്ത പബ്ലിഷേഴ്സ് പ്രസിദ്ധീകരിച്ച *ഫാസിസം: സിദ്ധാന്തവും പ്രതിരോധവും* എന്ന കൃതിയിൽ *ഫാസിസത്തെപ്പറ്റി* (ഗ്രാംഷി) *ഫാസിസത്തിനെതിരെ തൊഴിലാളിവർഗ്ഗം* (ദിമിത്രോവ്) എന്നീ പേരുകളിൽ ഈ ഭാഗങ്ങളുൾപ്പെട്ട ലേഖനങ്ങൾ ഉൾപ്പെടുത്തിയിട്ടുണ്ട്).

ഇന്ത്യയിൽ സംഭവിക്കുന്നത്

'ഉല്പാദനത്തിന്റെയും കൈമാറ്റത്തിന്റെയും പ്രശ്നങ്ങൾ മെഷീൻ ഗണ്ണുകളും വെടിയുണ്ടകളും കൊണ്ട് പരിഹരിക്കാനുള്ള ശ്രമ'മെന്ന് യൂറോപ്പിലെ ഫാസിസത്തെ അന്റോണിയോ ഗ്രാംഷി വിശേഷിപ്പിക്കുകയുണ്ടായി. ഭാവനയിൽനിന്നോ കേവലമായ പ്രചാരവേലയുടെ സ്വാധീനംകൊണ്ടോ എവിടെയും ഫാസിസം ഉണ്ടാവുകയോ ശക്തിപ്പെടുകയോ ചെയ്യുന്നില്ല. യഥാർത്ഥ പ്രശ്നങ്ങളുടെ വ്യാജമായ പരിഹാരമാണ് ഫാസിസം. ഫാസിസത്തിന്റെ ഭാഗമായ ആശയരൂപങ്ങളിൽ പലതും പഴയതാവാം. എന്നാൽ അവ പരസ്പരം ഇഴകോർക്കപ്പെടുന്നതും ഫാസിസമായി വികസിക്കുന്നതും ചരിത്രപരമായ യഥാർത്ഥ അടിത്തറയിൽ മാത്രമാണ്.

അന്റോണിയോ ഗ്രാംഷിയുടെയും ദിമിത്രോവിന്റെയും പഠനങ്ങൾ വ്യക്തമാക്കുന്നതുപോലെ, ഒന്നാം ലോക മഹായുദ്ധത്തോടെ രൂപപ്പെട്ട വസ്തുനിഷ്ഠ സാഹചര്യങ്ങളാണ് ഇറ്റലിനിലും ജർമ്മനിയിലും മറ്റുപല രാജ്യങ്ങളിലും ഫാസിസത്തിന്റെ ഉയർച്ചയ്ക്കിടയാക്കിയത്. അന്നത്തെ സാർവ്വദേശീയ രാഷ്ട്രീയ സാമ്പത്തിക സ്ഥിതി ഇതിൽ ഓരോ രാജ്യത്തിന്റെയും രാഷ്ട്രീയ കാലാവസ്ഥയെ അതതിന്റെ സവിശേഷ സാഹചര്യങ്ങൾക്കനുസരിച്ച് ആഴത്തിൽ സ്വാധീനിച്ചിരുന്നു. ജർമ്മനിയിലായാലും ഇറ്റലിയിലായാലും സ്പെയിനിലായാലും ബൾഗേറിയയിലായാലും ഫാസിസ്റ്റു പ്രസ്ഥാനങ്ങളുടെ മുന്നേറ്റത്തിന് അതിന്റെ ദേശീയമാനവും അന്തർദ്ദേശീയ മാനവും ഉണ്ടായിരുന്നു. കോടിക്കണക്കായ തൊഴിലാളികളുടെ അദ്ധ്വാനത്തിലൂടെ ദീർഘകാലം കൊണ്ട് കെട്ടിയുയർത്തിയ അടിസ്ഥാനസൗകര്യങ്ങൾ യുദ്ധത്തിൽ തകർന്നടിഞ്ഞു. ഉല്പാദനശക്തികൾ നശിപ്പിക്കപ്പെട്ടു. രണ്ടു കോടിയോളം പേർ കൊലചെയ്യപ്പെടുകയും അതിലേറെപ്പേരെ ജീവച്ഛവങ്ങളാക്കി മാറ്റുകയും ചെയ്ത യുദ്ധം ജനങ്ങളുടെ

മാനസികഘടനയെ ഉലച്ചു. ഉല്പാദനകേന്ദ്രങ്ങളും വിപണികളും വിച്ഛേദിക്കപ്പെട്ടു. വിപണികൾ പരസ്പരം വെട്ടിമുറിക്കപ്പെട്ടു. വർഗ്ഗപരമായ ധ്രുവീകരണം ചരിത്രപരമായി തടയപ്പെട്ടു. പ്രത്യയശാസ്ത്രപരമായ ചാഞ്ചാട്ടം മുഖമുദ്രയായ ഇടത്തരം വർഗ്ഗങ്ങളുടെ വിഹ്വലതകൾ യഥാർത്ഥ വിശകലനങ്ങളെ കീഴടക്കി. അതിനുചേർന്ന ആശയരൂപങ്ങൾ നശീകരണാത്മകമായ ഒരു പ്രത്യേക അന്തഃസത്തയോടെ പൊതുമണ്ഡലത്തിൽ കോർത്തിണക്കപ്പെട്ടു. ഉല്പാദനത്തിന്റെയും വിതരണത്തിന്റെയും പ്രശ്നങ്ങൾ സദാചാരത്തിന്റെ വേവലാതികൾക്കു കീഴ്പ്പെടുത്തപ്പെട്ടു. ശരിയും തെറ്റുമായി ലോകത്തെ വിഭജിക്കുന്ന ഒരു വിഭാഗീയമായ മൂല്യബോധം മേൽക്കോയ്മ നേടി. ജനങ്ങളുടെ യഥാർത്ഥ പ്രശ്നങ്ങൾ മുതലെടുത്തുകൊണ്ട് നടത്തുന്ന വാചകമടിയിലൂടെ ഫാസിസ്റ്റുകൾ മദ്ധ്യവർഗ്ഗങ്ങളുടെ ഹൃദയം കവർന്നു. ലോകമഹായുദ്ധത്തിലെ പരാജയങ്ങളിൽ മുറിവേറ്റ ദേശാഭിമാനം ഫാസിസ്റ്റുകൾ മുതലെടുത്തു. സാമ്പത്തിക രാഷ്ട്രീയ ഭരണത്തിന്റെ ബൂർഷ്വാ വ്യവസ്ഥയ്ക്കുകീഴിൽ ഒതുക്കിനിർത്താനാവാത്ത പ്രാകൃതവികാരങ്ങൾ കെട്ടഴിച്ചുവിടുന്നതിൽ യാഥാർത്ഥ്യത്തിന്റെയും സങ്കല്പത്തിന്റെയും ഈ വിദഗ്ദ്ധമായ ചേരുവ ഫാസിസ്റ്റു നേതാക്കൾക്കു സൗകര്യം ചെയ്തു.

ഇന്ത്യയിലെ ബി ജെ പിയുടെ വിജയം മതേതര വോട്ടുകളെ ഭിന്നിപ്പിച്ചുകൊണ്ട് വർഗ്ഗീയത നേടിയ കേവല വിജയമല്ല. ഭാരതീയ ജനതാ പാർട്ടിക്കും അതിന്റെ സഖ്യകക്ഷികൾക്കും വോട്ടുചെയ്ത ഇന്ത്യയിലെ 40 ശതമാനത്തോളം വരുന്ന വോട്ടർമാർ വർഗ്ഗീയവാദികളുമല്ല. സാംസ്കാരിക ദേശീയതയ്ക്കനുകൂലമായി സൃഷ്ടിക്കപ്പെട്ടുകൊണ്ടിരിക്കുന്ന പൊതുവികാരം അതു സാദ്ധ്യമാക്കുന്ന യഥാർത്ഥ സാഹചര്യങ്ങളുടെ ഉല്പന്നമാണ്. കൂടുതൽ വ്യക്തമായും സൂക്ഷ്മമായും പറഞ്ഞാൽ യഥാർത്ഥ പ്രശ്നങ്ങളുടെ വ്യാജമായ പരിഹാരത്തെക്കുറിച്ചുള്ള ഭ്രാന്തൻ വ്യാമോഹങ്ങളിൽ നിന്നാണ് ഹിന്ദുത്വദേശീയവാദം ശക്തി സ്വീകരിക്കുന്നത്.

ഇറ്റാലിയൻ സാഹചര്യത്തെക്കുറിച്ച് ഗ്രാംഷി സൂചിപ്പിച്ചതുപോലെ, ഇന്ത്യയിലും ഫാസിസത്തെ ഒരു വർഗ്ഗപ്രതിഭാസം മാത്രമായി ചുരുക്കിക്കാണാനാവില്ല. വർഗ്ഗപരമായ ധ്രുവീകരണം എന്നതിനെക്കാളേറെ ഈ ധ്രുവീകരണത്തിനു മുന്നിലുള്ള ചരിത്രപരമായ ബ്ലോക്കുകളാണ് ഇന്ത്യൻ ഫാസിസത്തിന്റെ വളർച്ചയെ സഹായിക്കുന്നത്. തങ്ങളുടെ യഥാർത്ഥ ലക്ഷ്യങ്ങളെക്കുറിച്ച് കൃത്യമായി ബോധമുള്ളവരാണ് ഇന്ത്യൻ ഫാസിസത്തിന്റെ സംഘടനാരൂപമായ രാഷ്ട്രീയ സ്വയം സേവക സംഘം. സംഘടനാപരമായ ചട്ടക്കൂടുകൾക്കുള്ളിൽ ഒതുങ്ങാതെ ഒരു ഭൗതികശക്തിയായി സമൂഹത്തിൽ പ്രവർത്തിക്കാൻ സംഘപരിവാറിന്റെ ആശയവ്യവസ്ഥയ്ക്കു കഴിയുന്നു. ഗ്രാംഷിയുടെ തന്നെ വാക്കുകൾ കടമെടുത്തു പറഞ്ഞാൽ, കഴിഞ്ഞ 60 ൽ ഏറെ വർഷക്കാലത്തെ ഏകീകൃത ഭരണവ്യവസ്ഥയ്ക്കു കീഴിൽ രാജ്യത്തിന് നേടിയെടുക്കാൻ കഴിഞ്ഞ നാഗരികത

യുടെ താഴ്ന്ന വികാസനിലവാരവുമായി ബന്ധപ്പെടുത്തിയേ ഇന്ത്യൻ ഫാസിസത്തെ വിശദീകരിക്കാൻ കഴിയൂ.

കൊലപാതകവും ബലാത്സംഗവും ഉൾപ്പെടെയുള്ള സംഘടിത കുറ്റകൃത്യങ്ങളുടെ പരമ്പരകളിലൂടെ ഒരു വിഭാഗത്തിന്റെ എല്ലാ പ്രാകൃത വികാരങ്ങളെയും കയറൂരിവിട്ടുകൊണ്ടാണ് ഹിന്ദുത്വഫാസിസം പ്രവർത്തിച്ചത്. ഗർഭിണിയുടെ വയറു പിളർന്ന് കുഞ്ഞിനെ പുറത്തെടുത്ത് വാൾകൊണ്ട് അരിയുന്നതുമുതൽ ആളുകളെ ജീവനോടെ ചുട്ട് കരിക്കുന്നതുവരെയുള്ള മനസ്സാക്ഷിയെ നടുക്കുന്ന ക്രൂരതകൾ വാർത്തയല്ലാതാവും വിധം ഇന്ത്യൻ മനസ്സിനെ അവർ മരവിപ്പിച്ചുകളഞ്ഞു. മതവിദ്വേഷത്തിനും അക്രമാസക്തമായ വെറുപ്പിനും കൊലപാതകത്തിനും ആസൂത്രിതമായ ഭീകരപ്രവർത്തനത്തിനും ഇടമുള്ള ഒരു പ്രത്യയശാസ്ത്രം അവർ വികസിപ്പിച്ചു. മുതലാളിത്ത പൂർവ്വ ഇന്ത്യയിൽ മേൽക്കോയ്മ പുലർത്തിയ ജാതിബന്ധങ്ങളുടെ ഗുണഭോക്താക്കളായ ചില വിഭാഗങ്ങൾ കൊണ്ടുനടന്ന വിശ്വാസങ്ങളിൽനിന്നും അവർ പുലർത്തിപ്പോന്ന അനുഷ്ഠാനങ്ങളിൽനിന്നും അവരുടെ കുലീനത്വസങ്കല്പങ്ങളിൽനിന്നും ഇന്ത്യൻ ഫാസിസം അവരുടെ ആശയങ്ങൾക്ക് മുനകൂർപ്പിച്ചു. നിരന്തരമായ പ്രയോഗത്തിലൂടെ അവർ അതിന്റെ സാദ്ധ്യതകൾ അടിക്കടി വികസിപ്പിച്ചു. ലോകത്തിൽ ഏറ്റവും കൂടുതൽ ബലാൽസംഗങ്ങളും സദാചാരത്തിന്റെ പേരിലുള്ള കൊലപാതകങ്ങളും നടക്കുന്ന രാജ്യമായി അവർ ഇന്ത്യയെ മാറ്റി. ലിബറൽ ബൂർഷ്വാ ഭരണകൂടത്തിന് ഉൾക്കൊള്ളാനാവാത്ത വിധം ഇന്ത്യൻ രാഷ്ട്രീയ പ്രക്രിയയിൽ അതിന്റെ ഫാസിസ്റ്റ് ഉള്ളടക്കം ശക്തിപ്പെട്ടുവരികയാണ്. ഉത്തർപ്രദേശിലെ ബലാത്സംഗങ്ങളെ അപലപിക്കാൻ ഐക്യരാഷ്ട്രസഭപോലും നിർബ്ബന്ധിതമായിത്തീർന്നു. തെരഞ്ഞെടുപ്പു പ്രചാരണവേളയിൽ “ഹർ ഹർ മോദി” എന്ന് ആർത്തുവിളിച്ച ക്രിമിനൽ കൂട്ടങ്ങൾ അതേ വികാരാവേശത്തോടെ, തങ്ങളുടെ അധികാരമാണതെന്ന മട്ടിൽ, ഉത്തർപ്രദേശിലും ഹിന്ദുത്വതരംഗത്തിനു സാക്ഷ്യം വഹിച്ച, മറ്റു പ്രദേശങ്ങളിലും സ്ത്രീകളുടെ മാനം പിച്ചിച്ചീന്തുന്നതാണ് രാജ്യം ഇന്നുകാണുന്നത്. “ഛത്രപതി ശിവജിയെപ്പോലെ സർദാർ വല്ലഭായ് പട്ടേലിനെപ്പോലെ” കരുത്തനായ നരേന്ദ്രമോദി അധികാരത്തിലെത്തിയാൽ അത് തങ്ങൾക്ക് ആഗ്രഹമുള്ളതെല്ലാം സാധിക്കാനുള്ള അവകാശം മാത്രമാണെന്ന് കരുതിപ്പോന്ന ക്രിമിനലുകളെ എടുത്തൊഴിവാക്കിയാൽ സംഘപരിവാർ തിരിച്ചറിയാനാവാത്ത വിധം ശുഷ്കിച്ചുപോകും.

ലിബറൽ ബൂർഷ്വാ രാഷ്ട്രീയത്തിൽനിന്ന് മൗലികമായി വ്യത്യസ്തമാണ് ഫാസിസത്തിന്റെ രാഷ്ട്രീയം. അതുകൊണ്ടുതന്നെ ബൂർഷ്വാ പാർലമെന്ററി രാഷ്ട്രീയത്തെ മനസ്സിലാക്കാൻ ഉപയോഗിക്കുന്ന വിശകലനോപായങ്ങൾ ഫാസിസത്തെ മനസ്സിലാക്കാൻ പര്യാപ്തമല്ല. ഭൂരിപക്ഷം ആഗ്രഹിക്കുന്ന രാഷ്ട്രീയകക്ഷിയോ മുന്നണിയോ അധികാരത്തിലെത്തുകയും നിയമവ്യവസ്ഥയ്ക്കു വിധേയമായി ഭരണം നടത്തുകയുംചെയ്യുന്ന

രാഷ്ട്രസംവിധാനമായാണ് ഉദാരതാവാദ ജനാധിപത്യത്തിന്റെ വക്താക്കളായ നിരീക്ഷകർ റിപ്പബ്ലിക്കൻ ഭരണരൂപത്തെ വിലയിരുത്തുന്നത്. എന്നാൽ, ഈ നിയമങ്ങളോടോ ഒരു ബഹുകക്ഷി ജനാധിപത്യത്തിന്റെ പരിമിതമായ സ്പിരിറ്റിനോടോ ഒട്ടുംതന്നെ കൂറില്ലെന്നതാണ് ഫാസിസ്റ്റുകളെ ഉദാരജനാധിപത്യവാദികളിൽനിന്ന് വ്യത്യസ്തമാക്കുന്നത്. ഒരു ബൂർഷ്വാ ജനാധിപത്യ ഭരണസംവിധാനത്തിന്റെ പരിമിതികൾ എണ്ണിപ്പറയാൻ എളുപ്പമാണ്. അതിന്റെ വികാസം മുന്നോട്ടുകൊണ്ടുപോവുകയെന്നതാണ് ഈ കുറവുകൾ തീർക്കുന്നതിനുള്ള മാർഗ്ഗം. എന്നാൽ ബൂർഷ്വാ ജനാധിപത്യത്തിന്റെ ഭാഗമായ വിമോചന മൂല്യങ്ങളോട് എതിർപ്പുള്ള വിഭാഗങ്ങളുടെ താല്പര്യങ്ങളെ ഫാസിസം പരിലാളിക്കുന്നു. വംശീയമോ മതപരമോ ജാതിപരമോ സാംസ്കാരികമോ ആയ വിഭജനങ്ങൾ കുത്തിപ്പൊക്കി അവരിൽ ബൂർഷ്വാബന്ധങ്ങൾമൂലം നഷ്ടമുണ്ടായവരാണ് തങ്ങളെന്ന് ഒരു കൂട്ടരെ വിശ്വസിപ്പിക്കാൻ കഴിയുമെങ്കിൽ ആ വിഭാഗങ്ങളെ–അത് ജാതിയുടെ പേരിലാകട്ടെ, മതത്തിന്റെ പേരിലാകട്ടെ വംശത്തിന്റെ പേരിലാകട്ടെ, വർണ്ണത്തിന്റെ പേരിലാകട്ടെ ദേശീയ വികാരത്തിന്റെപേരിലാകട്ടെ സംഘടിപ്പിച്ച് യുദ്ധോത്സുകരായി ഇളക്കിവിടുന്നതാണ് ഫാസിസത്തിന്റെ പരിപാടി. ദീർഘകാലാടിസ്ഥാനത്തിൽ നോക്കിയാൽ ബൂർഷ്വാ പരിവർത്തനം അതിന്റെ നിർണ്ണായകഘട്ടം പിന്നിട്ട ഒരു സമൂഹത്തിലും വികസിച്ചുവന്ന ബൂർഷ്വാബന്ധങ്ങളെ, സമ്മർദ്ദത്തിലാക്കാമെന്നല്ലാതെ, അവയെ വലിച്ചു പിറകോട്ടടുപ്പിക്കാൻ ചരിത്രപരമായി സാദ്ധ്യമല്ല. എന്നാൽ അതിനു കഴിയുമെന്ന വിശ്വാസം പകർന്ന്, അവരുടെ ഭൂതകാലത്തെ പാടിപ്പുകഴ്ത്തി സമൂഹത്തിലെ പരമ്പരാഗത പിന്തിരിപ്പൻ വിഭാഗങ്ങളെ കൂടെ നിർത്താൻ ഫാസിസം ശ്രമിക്കുന്നു. ദീർഘകാലാടിസ്ഥാനത്തിൽ, ഈ പ്രവണത പരാജയപ്പെടാതിരിക്കാൻ നിർവ്വാഹമില്ല. എന്നാൽ അത് തല്ക്കാലത്തേക്കു നേടുന്ന മുൻകൈ സംസ്കാരത്തിന്റെ ഏറക്കാലത്തെ നേട്ടങ്ങളെയൊന്നാകെ ഒറ്റയടിക്ക് നശിപ്പിച്ചുകളയും. തകരുമെന്നുറപ്പുള്ളതും എന്നാൽ സ്വയം തകരുന്നതിനുമുൻപ് നാഗരികതയെ തകർത്തുകളയുന്നതുമായ പ്രതിവിപ്ലവത്തിന്റെ ചാവേറുകളാണു ഫാസിസ്റ്റുകൾ.

ഫാസിസം മുന്നോട്ടുവയ്ക്കുന്ന സാംസ്കാരിക പരിപ്രേക്ഷ്യമോ ലോകവീക്ഷണമോ സമൂഹത്തിലെ എല്ലാ വിഭാഗങ്ങൾക്കും ഒരിക്കലും ഒരുകാലത്തും സ്വീകാര്യമാകുന്നില്ല. എന്നാൽ ഫാസിസത്തിന്റെ മേൽക്കൈ അതിന്റെ പ്രത്യയശാസ്ത്രത്തോടുള്ള "നിഷ്പക്ഷതയായി" ജനങ്ങളെ സ്വാധീനിക്കുന്നു. "നിഷ്പക്ഷരായിരിക്കുന്നതുകൊണ്ട് ഞങ്ങൾ അവരെ എതിർക്കുന്നില്ല" എന്നതാണ് ഫാസിസത്തോടുള്ള വിധേയത്വത്തിന്റെ ഒരു രൂപം. ഫാസിസത്തിന്റെ സാംസ്കാരിക മുദ്രാവാക്യങ്ങളോ അവരുടെ ഉന്മൂലനത്തിന്റെ അജണ്ടയോ സ്വീകാര്യമല്ലാത്തവരാണ് സമൂഹത്തിലെ ബഹുഭൂരിപക്ഷവുമെങ്കിൽ, അവർക്കു കൂടി സ്വീകാര്യമായ പ്രത്യയശാസ്ത്രത്തിന്റെ കൂട്ടുകൾ ഫാസിസ്റ്റുകളുടെ പക്കലുണ്ട്. ദിമി

ത്രോവ് പറയുന്നതുപോലെ, "ജനങ്ങളുടെ ഏറ്റവും അടിയന്തരമായ ആവശ്യങ്ങൾക്കും ആഗ്രഹങ്ങൾക്കും വേണ്ടി നടത്തുന്ന വാചകമടികളിലൂടെ ഫാസിസം ജനങ്ങളുടെ സ്വപ്നങ്ങളിൽ കുടിയേറുന്നു.

ഗാന്ധിയെ കൊന്നവരുടെ കൂട്ടർ ഗാന്ധിയൻ സോഷ്യലിസത്തെക്കുറിച്ചു പറഞ്ഞുകൊണ്ടാണ് ഇന്ത്യൻ രാഷ്ട്രീയത്തിൽ വലിയൊരു കുതിപ്പിന് തയ്യാറെടുത്തത്. തന്റെ ഫാസിസ്റ്റ് പ്രസ്ഥാനത്തെ "നാഷണൽ സോഷ്യലിസം" എന്നുവിളിച്ച ഹിറ്റ്ലറുടെ അതേ ഇരട്ടനാക്ക് ഇവിടെയും അവർ പുറത്തെടുത്തു.

2014 ലെ ലോകസഭാ തെരഞ്ഞെടുപ്പുവേളയിൽ "നല്ല നാളുകൾ വരാറായി" എന്ന നരേന്ദ്രമോദിയുടെ വാക്കുകൾ ഇന്ത്യൻ മനസ്സുകളിൽ അലയടിച്ചു. ഛത്രപതി ശിവജി മുതൽ മഹാറാണ പ്രതാപ് വരെയുള്ള ചരിത്രപുരുഷന്മാരുടെ പൊടിപ്പും തൊങ്ങലും വച്ച വീരകഥകൾ അതിന്റെ ചരിത്രസന്ദർഭത്തിൽനിന്ന് സമ്പൂർണ്ണമായി അടർത്തിയെടുത്ത് അതുമായി പുലബന്ധമില്ലാത്ത പുതിയ രാഷ്ട്രീയ പരിസരത്തിൽ ഉപയോഗിച്ചു. ഗംഗാമാതാവിനോടും വാരാണസിയുടെ പുണ്യഭൂമിയോടുമുള്ള ഭക്ത്യാദരങ്ങളിലൂടെ മതാത്മക ദേശീയതയുടെ പരിവേഷപ്രധാനമായ സന്ദേശം വോട്ടർമാരിലേക്കു കടത്തിവിട്ടു. നളന്ദയുടെയും തക്ഷശിലയുടെയും സുവർണ്ണകാലവും ചന്ദ്രഗുപ്തമൗര്യന്റെ പ്രതാപകാലവും ഓർമ്മപ്പെടുത്തിയുള്ള നരേന്ദ്രമോദിയുടെ പ്രസംഗങ്ങൾ സംഘപരിവാർ നിയന്ത്രിച്ച ബി ജെ പിയുടെ തെരഞ്ഞെടുപ്പു പ്രചാരണത്തിന് അതിന്റെ യഥാർത്ഥ മുഖം നല്കി. മൺമറഞ്ഞ സർദാർ പട്ടേലും അദ്ദേഹത്തെ ഒതുക്കാൻ ഗൂഢാലോചനനടത്തിയ പ്രതിയോഗികളുടെ ലക്ഷണങ്ങളോടെ ഗാന്ധിയും നെഹ്റുവും തെരഞ്ഞെടുപ്പിന്റെ ചൂടിലേക്ക് തിരികെ ആവാഹിക്കപ്പെട്ടു. നരേന്ദ്രമോദി ഏതു സർവ്വകലാശാലയിൽ നിന്നാണ് ചരിത്രം പഠിച്ചതെന്ന കോൺഗ്രസിന്റെ പരിഹാസത്തിന് താൻ അദ്ധ്വാനിച്ചു വളർന്നുവന്നവനാണെന്നും ഓക്സ്ഫോർഡിൽ പഠിച്ചിട്ടില്ലെന്നും ജനങ്ങളാണ് തന്നെ പഠിപ്പിച്ചതെന്നും മോദി മറുപടി നല്കി. താൻ ഡിഗ്രിയുടെ ബലത്തിൽ പ്രധാനമന്ത്രിയായ മൻമോഹൻസിങ്ങോ ഭർത്താവിന്റെ തണലിൽ നേതാവായ സോണിയാഗാന്ധിയോ അമ്മയുടെ കൈപിടിച്ച് രാഷ്ട്രീയത്തിലിറങ്ങിയ രാഹുൽ ഗാന്ധിയോ അല്ലെന്ന് പറയാതെ സൂചിപ്പിക്കുകയായിരുന്നു മോദി. ഇവരെ ആരെയും മോദി പേരെടുത്ത് കുത്തിനോവിച്ചില്ല. ഈ ജോലി മോദി തന്റെ സഹപ്രവർത്തകർക്കു വിട്ടുകൊടുത്തു. പകരം, കൊള്ളിവച്ച രൂപകങ്ങളും ശൈലികളുംകൊണ്ട് തന്റെ രാഷ്ട്രീയപ്രതിയോഗികളെ എപ്പോഴും പ്രതിരോധത്തിൽ നിർത്തി. കോൺഗ്രസിന്റെ ആഢ്യനായ നേതാവ് മോദിയെ ചായക്കടക്കാരൻ എന്നു വിളിച്ചു പരിഹസിച്ചു. അതിൽ താൻ അഭിമാനിക്കുന്നുവെന്നു തിരിച്ചടിച്ച മോദി താൻ സാധാരണക്കാർക്കിടയിൽനിന്ന് വന്നവനാണെന്നും അവരുടെ നല്ല നാളുകളാണു തന്റെ സ്വപ്നമെന്നും ആവർത്തിച്ചുകൊണ്ടിരുന്നു. ഒരു ബി ജെ പി നേതാവ് സംഘപരിവാറിന്റെ പടത്തലവനായി

അതിന്റെ വിശ്വരൂപത്തിൽ ആദ്യമായി പ്രത്യക്ഷപ്പെട്ടത് നരേന്ദ്രമോദിയുടെ രൂപത്തിലാണ്. ആവേശഭരിതരായ ലക്ഷക്കണക്കിന് രാഷ്ട്രീയ സ്വയം സേവകർ ഇന്ത്യയുടെ ഗ്രാമഗ്രാമാന്തരങ്ങളിൽ നരേന്ദ്രമോദിക്കുവേണ്ടി ഇളകിപ്രവർത്തിച്ചു. നരേന്ദ്രമോദി കുഞ്ഞുങ്ങളെ എടുത്ത് ഉമ്മ വച്ചില്ല, വൃദ്ധരെ കെട്ടിപ്പിടിച്ചില്ല, ദളിത് കുടിലുകളിൽ പോയി കണ്ണുനീർ വിറ്റില്ല. പകരം ഒരു കണ്ണിൽ അന്ധവിശ്വാസങ്ങളും മറ്റേ കണ്ണിൽ പട്ടിണിയുടെയും അരക്ഷിതത്വത്തിന്റെയും ദൈന്യവും കൊണ്ടുനടക്കുന്ന ശരാശരി ഇന്ത്യൻ ഹിന്ദുവിന് അയാൾ സ്വപ്നത്തിന്റെ വ്യാജച്ചരക്കുകൾ വിലകുറച്ചുവിറ്റു. ജാതിയുടെ മതിൽക്കെട്ടുകൾകൊണ്ട് രാഷ്ട്രീയമായി വേർതിരിക്കപ്പെട്ട വലിയൊരു വിഭാഗത്തെ ഹിന്ദുവെന്ന വികാരംകൊണ്ട് മോദിയും സംഘപരിവാറും പിടിച്ചെടുത്തപ്പോൾ പ്രധാനമന്ത്രി പദവി പോലും സ്വപ്നം കണ്ടിട്ടുള്ള "ഒരു മാതിരി" ജാതിപ്പാർട്ടികളുടെ നേതാക്കൾക്ക് സ്വന്തം കാൽക്കീഴിൽ നിന്ന് മണ്ണ് ഒലിച്ചുപോകുന്നതു കണ്ടുനില്ക്കേണ്ടി വന്നു.

"ഉത്തർപ്രദേശിൽ ജയിച്ചാൽ ഇന്ത്യ ഭരിക്കാം" എന്നതാണ് ഇന്ത്യൻ രാഷ്ട്രീയത്തിലെ പഴയ സൂത്രവാക്യം. ഇന്ത്യൻ രാഷ്ട്രീയം കണ്ട ഏറ്റവും വലിയ ക്രിമിനലായ അമിത്ഷാ ഉത്തർപ്രദേശിലെ പാർട്ടിയുടെ തെരഞ്ഞെടുപ്പു പ്രചാരണം നേരിട്ട് നിയന്ത്രിച്ചു. വർഗ്ഗീയത ഇളക്കിവിടുന്ന വിഷലിപ്തമായ പ്രസംഗങ്ങൾ നടത്തി. വർഗ്ഗീയ ലഹള നേരിട്ട് ആസൂത്രണം ചെയ്തു. 2014 നു മുൻപ് ഇന്ത്യയിൽ നടന്ന ഒരു ദേശീയ തെരഞ്ഞെടുപ്പിലും ഒരു പാർട്ടിയും കോൺഗ്രസിനേക്കാൾ കൂടുതൽ വോട്ടു നേടിയിട്ടില്ല. കോൺഗ്രസിന്റെ വോട്ടുവിഹിതം 19 ശതമാനത്തിലൊതുങ്ങിയ ഈ തെരഞ്ഞെടുപ്പിലാകട്ടെ ബി ജെ പി 31 ശതമാനം വോട്ടോടെ ഒന്നാമതെത്തി. കോൺഗ്രസിനേക്കാൾ 10 കോടിയോളം വോട്ടാണ് ബി ജെ പി കൂടുതലായി നേടിയത്. നാളിതുവരെ ഒരു തെരഞ്ഞെടുപ്പിലും കോൺഗ്രസല്ലാതെ ഒരു പാർട്ടിയും ഒറ്റയ്ക്ക് ഭൂരിപക്ഷം നേടിയിട്ടില്ല. ഈ തെരഞ്ഞെടുപ്പിലാകട്ടെ മോദിയുടെ നേതൃത്വത്തിൽ ബി ജെ പി സ്പഷ്ടമായ കേവല ഭൂരിപക്ഷം പിടിച്ചെടുത്തു. അങ്ങനെ 1952 നു ശേഷം ഏറ്റവും കുറവ് മുസ്ലീം എം പിമാരുള്ള പുതിയ ലോകസഭ നിലവിൽ വന്നു. രാജാക്കന്മാരുടെ വീരകഥകൾ മുഴങ്ങിക്കേട്ട തെരഞ്ഞെടുപ്പുവേദികളിൽ നരേന്ദ്രമോദിക്ക് പ്രതാപശാലിയായ ഒരു രാജാവിന്റെ ഭാവമായിരുന്നു. ജനാധിപത്യത്തിലുള്ള വിശ്വാസം മോദി ആവർത്തിച്ചു പറഞ്ഞപ്പോഴും അയാളുടെ ഊന്നലുകളും വ്യംഗ്യമായ സൂചനകളും ജനാധിപത്യം വകയ്ക്കു കൊള്ളാത്തതാണെന്ന സന്ദേശം പരത്തിക്കൊണ്ടിരുന്നു. ചായക്കടക്കാരനായ തന്നെ "ഈ നിലയി"ലെത്തിച്ചതിലാണ് മോദി ജനാധിപത്യത്തിന്റെ ശക്തി ദർശിച്ചത്. (ജനാധിപത്യം പുതിയ കാലത്തിന്റെ രാജാക്കന്മാരെ കണ്ടെത്തുന്നു. അവർ രാജ്യഭരണം നടത്തുന്നു. രാജാവിനെ കണ്ടെത്തുന്നതോടെ ജനാധിപത്യം അതിന്റെ ദൗത്യം പൂർത്തിയാക്കി പിൻവാങ്ങുകയും വേണം).

ബൂർഷ്വാ പാർലമെന്ററി രാഷ്ട്രീയത്തിന്റെ അപചയത്തിൽനിന്ന് ഫാസിസം ഊർജ്ജം വലിച്ചെടുക്കുന്നുവെന്ന ദിമിത്രോവിന്റെ നിരീക്ഷണം ഹിന്ദുത്വഫാസിസത്തിന്റെ കാര്യത്തിലും അക്ഷരംപ്രതി ശരിയാണ്. ജർമ്മനിയിലും ഇറ്റലിയിലും ജപ്പാനിലും അമേരിക്കയിലും അന്ന് ജനങ്ങളെ ഇളക്കിമറിച്ചത് ജനകീയ ക്ഷേമത്തോടുള്ള പ്രതിബദ്ധത ആണയിടുന്ന ഫാസിസ്റ്റ് മുദ്രാവാക്യങ്ങളായിരുന്നു. രാഷ്ട്രീയത്തിലെ മിതത്വമാർന്ന ശൈലികൾക്ക് ആകർഷകത്വം നഷ്ടപ്പെട്ടപ്പോൾ കടുത്ത നടപടികളും കരുത്തുറ്റ നേതൃത്വവും ജനങ്ങൾ ആഗ്രഹിച്ചു. ജനാധിപത്യവും മതേതരത്വവും അത്ര വലിയ കാര്യങ്ങളല്ലെന്ന് അവർ കരുതി. വികസനം, പുരോഗതി, ലോകത്തിനുമുന്നിലുള്ള സ്വന്തം രാജ്യത്തിന്റെ അഭിമാനം, അതിനെ അംഗീകരിക്കാത്തവരെന്നു കരുതപ്പെടുന്ന ന്യൂനപക്ഷ, പാർശ്വധാരാ വിഭാഗങ്ങളെ ഒറ്റപ്പെടുത്തൽ തുടങ്ങിയവ പൊതുവിൽ സ്വീകാര്യമായിത്തീർന്നു. അവർ പറയുന്ന വികസനം സാധാരണ ജനങ്ങൾക്കുവേണ്ടിയല്ലെന്നും അവർ ഉയർത്തിപ്പിടിക്കുന്നത് കോർപ്പറേറ്റുകളും കുത്തകമുതലാളിമാരും അടങ്ങുന്ന ഒരു ചെറിയ വിഭാഗത്തിന്റെ നിക്ഷിപ്തതാല്പര്യങ്ങളാണെന്നും അന്നു തുറന്നുകാട്ടപ്പെട്ടില്ല. നരേന്ദ്ര മോദി ഗുജറാത്തിൽ പരീക്ഷിച്ചതും ഇന്ത്യക്കു മുഴുവൻ മാതൃകയായി സംഘപരിവാർ ഉയർത്തിക്കാണിക്കുന്നതുമായ വികസനം നഗ്നമായ കോർപ്പറേറ്റു സേവയല്ലാതെ മറ്റൊന്നുമായിരുന്നില്ല. എന്നാൽ ഈ വാസ്തവം ഒരിക്കലും ജനങ്ങളിലേക്കെത്തിയില്ല. ഇന്ത്യൻ നാഷണൽ കോൺഗ്രസിനെ അവിശ്വസിച്ച ജനങ്ങൾക്ക് ബി ജെ പിയെ വിശ്വസിക്കുകയേ നിർവാഹമുണ്ടായിരുന്നുള്ളൂ. ബി ജെ പി ഒരു മുഖ്യശക്തിയായി വരാത്ത സംസ്ഥാനങ്ങളിലെ തെരഞ്ഞെടുപ്പു ഫലങ്ങൾ പൊതുവെയുള്ളതിൽനിന്നും തീർത്തും വ്യത്യസ്തമായ ഫലപ്രവണതകൾ കാണിച്ചത് ഈ പശ്ചാത്തലത്തിലാണ്. മോഹഭംഗങ്ങളുടെയും വാഗ്ദാനലംഘനങ്ങളുടെയും അരനൂറ്റാണ്ടിനിപ്പുറം നിന്നുകൊണ്ടാണ് ഇന്ത്യയിലെ സാധാരണക്കാരൻ രാജ്യത്തെ മുഖ്യധാരാ രാഷ്ട്രീയപാർട്ടികളെ കാണുന്നത്. രാഷ്ട്രീയപാർട്ടിയിലുള്ള മോഹഭംഗം പാർലമെന്ററി ജനാധിപത്യത്തിന്റെ പഴയ ഊന്നലുകൾക്കെതിരായ ജനവികാരത്തിന് ഇന്ധനമാകുന്നു.

ലോകബാങ്കിന്റെ ഏറ്റവും പുതിയ കണക്കുകൾ പ്രകാരം ഇന്ത്യാരാജ്യത്തെ 68 ശതമാനം പേരും ദിവസം 2 ഡോളറിൽ താഴെ വരുമാനമുള്ളവരാണ്. രാജ്യത്തെ മൂന്നു കുട്ടികളിൽ ഒരാൾ വീതം പോഷണക്കുറവ് അനുഭവിക്കുന്നുവെന്ന് യൂണിസെഫ് പറയുന്നു. ലോകത്തിന്റെ പൊതുചിത്രമെടുത്താൽ അതിലെ പോഷണക്കുറവ് അനുഭവിക്കുന്ന മൂന്നുകുട്ടികളിൽ ഒരാൾ ഇന്ത്യയിലാണ്. രാജ്യത്തെ അഞ്ചു വയസ്സിൽ താഴെയുള്ള കുട്ടികളിൽ 42 ശതമാനം പേർക്കും ഭാരക്കുറവുണ്ട്. ലോകത്തിലെ പട്ടിണിക്കാരിൽ പകുതിയും ഇന്ത്യയിലാണ്. യു എൻ ഡി പി (Union Nations Development Programme) യുടെ കണക്കുകൾ പ്രകാരം

29.8 ശതമാനം ഇന്ത്യക്കാർ ദേശീയ ദാരിദ്ര്യരേഖയ്ക്കു താഴെയാണ്. 2013 ലെ ഐക്യരാഷ്ട്രസഭയുടെ കണക്കുകൾ പ്രകാരമാണെങ്കിൽ ലോകത്തിലെ ദരിദ്രരായ മൂന്നുപേരിൽ ഒരാൾ ഇന്ത്യയിലാണ് ജീവിക്കുന്നത്.

ഉണ്ണാനും ഉറങ്ങാനും ഭക്ഷണം പാചകം ചെയ്യാനും മലമൂത്രവിസർജ്ജനത്തിനുമായി ശരാശരി 10 X 10 അടി സ്ഥലംപോലും ഒരാൾക്ക് ലഭിക്കാത്ത വിധം ദയനീയമാണ് ഇന്ത്യയിലെ ഭൂരിപക്ഷത്തിന്റെയും പാർപ്പിടസ്ഥിതിയെന്ന് അന്തർദ്ദേശീയ നിലവാരത്തിലുള്ള ഫീൽഡ് പഠനങ്ങൾ വെളിപ്പെടുത്തിയിട്ടുണ്ട്. ലോകബാങ്കിന്റെ കണക്കുകൾ അനുസരിച്ച് ഇന്ത്യയിലെ 56 ശതമാനം ഗ്രാമീണ ഭവനങ്ങളിലും ഇനിയും വൈദ്യുതി എത്തിയിട്ടില്ല. 40 കോടി ഇന്ത്യക്കാർക്കും ഇപ്പോഴും കക്കൂസ് പോലുമില്ല. ആഫ്രിക്കയിലെ സഹാറൻ മേഖലയിലേതിനേക്കാൾ കൊടിയ ദാരിദ്ര്യം നടമാടുന്നത് ഇന്ത്യയിലാണെന്ന് പഠനങ്ങൾ കാണിക്കുന്നു. ഐ എഫ് പി ആർ ഐ (International Food Policy Reserach Institute) വിയറ്റ്നാമും കെനിയയും ഉഗാണ്ടയും ഉൾപ്പെടെയുള്ള 81 രാജ്യങ്ങളിലെ സ്ഥിതിവിവരങ്ങൾ പരിശോധിച്ച് പ്രസിദ്ധീകരിച്ച ജി എച്ച് ഐ (Global Hunger Index) റിപ്പോർട്ട് പ്രകാരം അതിൽ മൂന്നേ മൂന്നു രാജ്യങ്ങളിലാണ് 1996 നും 2011 നും ഇടയിലുള്ള കാലയളവിൽ ദാരിദ്ര്യം വർദ്ധിച്ചത്. അതിലൊന്ന് മൻമോഹൻസിങ്ങിന്റെ ഇന്ത്യയാണ്.

ആസൂത്രണ കമ്മീഷന്റെ കണക്കുകൾ പ്രകാരം രാജ്യത്തെ 33 ശതമാനം പേർ ദാരിദ്ര്യരേഖയ്ക്കു താഴെയാണ്. കഷ്ടിച്ച് ആഹാരം കഴിക്കാൻ വകയുള്ളവരെ മുഴുവൻ ദരിദ്രരുടെ പട്ടികയിൽനിന്ന് ഒഴിവാക്കുന്ന പ്രാകൃതമായ മാനദണ്ഡങ്ങൾ പാലിച്ച് തയ്യാറാക്കിയ കണക്കാണിതെന്ന് ഓർക്കണം. ഇലക്ട്രോണിക് മാദ്ധ്യമങ്ങളുടെയും വിവരസാങ്കേതിക വിദ്യയുടെയും അച്ചടിമാദ്ധ്യമങ്ങളുടെയും പ്രചാരം നാൾക്കുനാൾ വർദ്ധിച്ചു വരുന്ന പുതിയ കാലത്ത് എത്രയേറെ പ്രാകൃതമായ മാനദണ്ഡങ്ങളുടെ അടിസ്ഥാനത്തിൽ പരിശോധിച്ചാലും രാജ്യത്തെ മൂന്നിൽ ഒരാളെ പരമദരിദ്രനായി കാണേണ്ടിവരുന്ന ഗതികേടിന്റെ നടുവിൽ നിന്നുകൊണ്ടാണ് ഇന്ത്യയിലെ ജനങ്ങൾ രാഷ്ട്രീയപാർട്ടികളെ ഒന്നടങ്കം തള്ളിപ്പറയുന്നത്. തെരഞ്ഞെടുപ്പുകളിലെ പോളിങ്ങിന്റെ കണക്കുകൾ ജനങ്ങൾ തൃപ്തരാണെന്നതിന്റെ തെളിവായി കണക്കാക്കാനേ കഴിയില്ല. പലതിൽനിന്ന് ഒന്ന് തെരഞ്ഞെടുക്കുകയെന്ന കർമ്മം അനുഷ്ഠിക്കുക മാത്രമാണ് ഇന്ത്യയിലെ വോട്ടർമാരിൽ ബഹുഭൂരിപക്ഷവും ചെയ്യുന്നത്. ദാരിദ്ര്യരേഖാ മാനദണ്ഡങ്ങളുടെ അശാസ്ത്രീയത വ്യക്തമാക്കുന്ന നൂറുകണക്കിനു പഠനങ്ങൾ നമുക്കു മുന്നിലുണ്ട്. സർക്കാരിന്റെ അശാസ്ത്രീയമായി തട്ടിക്കൂട്ടിയ പൊള്ളക്കണക്കുകൾപോലും നമ്മെ ലജ്ജിപ്പിക്കുന്നുവെങ്കിൽ രാജ്യത്തെ ദരിദ്ര ജനവിഭാഗങ്ങളുടെ അസംതൃപ്തിയും മോഹഭംഗവും പ്രത്യേകം പറയേണ്ടതില്ല.

ഓക്സ്ഫോർഡ് പോവർട്ടി ആന്റ് ഹ്യൂമൻ ഡെവലപ്മെന്റ് ഇനിഷ്യേറ്റീവിന്റെ കുറച്ചുകൂടി യാഥാർത്ഥ്യബോധത്തോടുകൂടിയുള്ള പഠന

മനുസരിച്ച് (MPI-Multidimensional Poverty Index) ഇന്ത്യയിൽ 53.7 ശതമാനം പേർ (65 കോടി ജനങ്ങൾ) ദാരിദ്ര്യത്തിൽ കഴിയുന്നവരാണ്. ഇതിൽത്തന്നെ മൊത്തം ജനസംഖ്യയുടെ 34 ശതമാനം പേർ കൊടിയ ദാരിദ്ര്യം അനുഭവിക്കുന്നവരാണ്. ഇവർക്കു പുറമേ 16.4 ശതമാനം ദാരിദ്ര്യത്തിലേക്ക് വഴുതി വീഴാവുന്ന അവസ്ഥയിൽ അരക്ഷിതരായി കഴിയുന്നു.

സ്വാതന്ത്ര്യത്തിന്റെ ആറു പതിറ്റാണ്ടിനുശേഷം രാജ്യത്തെ സാമ്പത്തികമായി സുരക്ഷിതരായവരുടെ എണ്ണം 30 ശതമാനത്തിൽ താഴെയാണ്. ബീഹാർ, ഛത്തീസ്ഗഡ്, ഝാർഖണ്ഡ്, ഒഡിഷ, രാജസ്ഥാൻ, ഉത്തർപ്രദേശ്, പശ്ചിമബംഗാൾ എന്നിവിടങ്ങളിലാണ് ദരിദ്ര ഇന്ത്യക്കാരിൽ 42 ശതമാനത്തിൽ ഏറെയും. ഗ്രാമങ്ങളിലെ സ്ഥിതി പ്രത്യേകം പരിശോധിച്ചാൽ ശതമാനക്കണക്കുകൾ ഇതിനെക്കാൾ ഭീതിപ്പെടുത്തുന്നതായിരിക്കുമെന്ന് പ്രത്യേകം പറയേണ്ടതില്ല.

ദളിത് സമുദായങ്ങളിൽപ്പെട്ട ബഹുഭൂരിപക്ഷവും ഇന്നും സുരക്ഷിതമായ തൊഴിലുകളില്ലാത്തവരോ പരമദരിദ്രരോ ആണ്. ലക്ഷക്കണക്കായ ഇന്ത്യൻ ഗ്രാമങ്ങളിൽ അവരിന്നും കൊടിയ ജാതി വിഭജനത്തിന്റെ ഇരകളാണ്.

1947 ൽ രാജ്യം സ്വതന്ത്രമാകുമ്പോൾ ഇന്ത്യയെക്കാൾ എത്രയോ പിന്നോക്കമായിരുന്ന രാജ്യങ്ങൾ ഏറെ മുൻപന്തിയിലെത്തിയിട്ടും നാം ദാരിദ്ര്യത്തിന്റെയും സാമ്പത്തിക അരക്ഷിതത്വത്തിന്റെയും പിടിയിലാണ്. ജനസംഖ്യയിലെ ഒരു ന്യൂനപക്ഷത്തിന്റെ ജീവിതനിലവാരത്തിലുണ്ടായിരിക്കുന്ന അതിവേഗത്തിലുള്ള പുരോഗതിയും അടിസ്ഥാന സൗകര്യ മേഖലയിലെ വിസ്മയകരമായ കുതിച്ചുചാട്ടവും ആർഭാടജീവിതത്തിനുള്ള ഉപാധികളുടെ അഭൂതപൂർവ്വമായ വികാസവും അതിൽനിന്നെല്ലാം മാറ്റി നിർത്തപ്പെടുന്ന ജനവിഭാഗങ്ങൾക്കിടയിൽ സൃഷ്ടിക്കുന്ന അസംതൃപ്തിയും അമർഷവും ഈ കണക്കുകൾ വ്യക്തമാക്കുന്നില്ല. ഇലക്ട്രോണിക് മാദ്ധ്യമങ്ങളുടെ വ്യാപനം മൂലധനതാല്പര്യങ്ങളുടെ ചേരുവയ്ക്കിണങ്ങുന്ന സ്വപ്നങ്ങളും പ്രതീക്ഷകളുമായി അവരിൽ ഒരു വിഭാഗത്തെ സ്വന്തം മിഥ്യകളുടെ തടവറയിലേക്ക് തള്ളുന്നു.

ദാരിദ്ര്യത്തിന്റെ വക്കിൽ അനിശ്ചിതത്വത്തിന്റെ നിഴലിൽ കഴിയുന്ന ഇടത്തരം വർഗ്ഗങ്ങൾ അവരുടെ പ്രതീക്ഷകൾക്കും യാഥാർത്ഥ്യത്തിനുമിടയിലെ വിടവിൽനിന്ന് പുഴുത്ത ആശയങ്ങളും ചോരയിറ്റുന്ന വ്യാമോഹങ്ങളും പുറത്തെടുക്കുന്നു. ശക്തമായ ഭരണനേതൃത്വത്തിനും കരുത്തനായ നേതാവിനും ഈ പ്രശ്നങ്ങൾ പരിഹരിക്കാനാകുമെന്ന പ്രതീക്ഷയിലേക്ക് ഈ ഇടത്തരം വർഗ്ഗങ്ങൾ അതിവേഗം എടുത്തെറിയപ്പെടുന്നു.

1950 കൾ മുതൽക്ക് സാമാന്യം ഭേദപ്പെട്ട നിരക്കുകൾ നിലനിർത്തിപ്പോന്ന ഇന്ത്യയുടെ സാമ്പത്തികവളർച്ച 1980കളുടെ അവസാനത്തിൽ ഏറക്കുറെ വഴിമുട്ടി. സാമ്പത്തിക മുരടിപ്പിനു കാരണം പൊതുമേഖലയും ക്ഷേമപദ്ധതികളും പാവപ്പെട്ടവർക്കു നല്കുന്ന ആനുകൂല്യങ്ങളും, സേവ

നരംഗത്തെ സർക്കാർ മുൻകൈയുമാണെന്ന വമ്പിച്ച പ്രചാരവേലയുടെ അകമ്പടിയോടെയാണ് രാജ്യം പുതിയ സാമ്പത്തികനയങ്ങളുടെ കാലത്തിലേക്കു കടന്നത്. എന്നാൽ ഈ നയങ്ങൾ രാജ്യത്തിന്റെ ഗ്രാമീണ സാമ്പത്തിക ജീവിതത്തിന്റെ താളംതെറ്റിച്ചു. ദരിദ്ര ഗ്രാമീണരെ അരക്ഷിതരാക്കി. അതേസമയം മെച്ചപ്പെട്ട ജീവിതത്തെക്കുറിച്ചുള്ള വ്യാമോഹങ്ങൾ അവരിൽ കുത്തിനിറച്ചു. ഈ ആഗ്രഹങ്ങൾ തൃപ്തിപ്പെടുത്തുന്നതിലാകട്ടെ ഭരണകൂടം അതിദയനീയമാംവിധം പരാജയപ്പെടുകയും ചെയ്തു. 1997 നും 2007 നുമിടയ്ക്ക് ഇന്ത്യയിൽ 2 ലക്ഷത്തോളം ഗ്രാമീണ കർഷകർ ആത്മഹത്യ ചെയ്തതായി സർക്കാരിന്റെ ഔദ്യോഗിക കണക്കുകൾ വ്യക്തമാക്കുന്നു. സർക്കാരിന്റെ ഈ കണക്കുകൾ യഥാർത്ഥ ചിത്രം പ്രതിഫലിപ്പിക്കുന്നതാണെന്ന് അത് തയ്യാറാക്കിയവർപോലും അംഗീകരിക്കാനിടയില്ല. ആഗോളവല്ക്കരണനയത്തിന്റെ ഫലമായ മാറിയ മുൻഗണനകൾ ഭക്ഷ്യധാന്യങ്ങൾക്കുപകരം നാണ്യവിളകളിലേക്കു തിരിയാൻ കർഷകരെ പ്രേരിപ്പിച്ചു. എന്നാൽ വിപണിയിലെ പ്രതിഭാസങ്ങളുടെ അനുരണനങ്ങൾ എന്ന നിലയിൽ നാണ്യവിളകളുടെ വിലയിൽ സംഭവിക്കുന്ന ചാഞ്ചാട്ടം കാർഷിക വൃത്തിയുടെ സന്തുലനം അടിമുടി താറുമാറാക്കി. യാതൊരു മുന്നൊരുക്കവുമില്ലാതെ വിളകൾ മാറ്റിമാറ്റി പരീക്ഷിക്കാൻ കർഷകർ പ്രേരിപ്പിക്കപ്പെട്ടു. ചില ഉല്പന്നങ്ങളുടെ വില, മറ്റുള്ളവയെ അപേക്ഷിച്ച് ക്രമാതീതമായി ഉയരുന്നതും അതിലേക്ക് കർഷകർ ഒന്നടങ്കം തിരിയുന്നതും രണ്ടോ മൂന്നോ വർഷത്തിനകം അതേ ഉല്പന്നത്തിന്റെ വില അവിശ്വസനീയമാം വിധം താഴുമ്പോൾ, പിടിച്ചുനില്ക്കാനാവാതെ, അതേ കർഷകൻ തന്നെ ആത്മഹത്യയുടെ വക്കിലെത്തുന്നതും ഇന്ത്യയുടെ കാർഷികരംഗത്ത് പതിവു സംഭവമായി. ഭക്ഷ്യവിളകൾ കൃഷിചെയ്തുപോന്ന നിലങ്ങൾ നാണ്യവിളകൾക്കു വേണ്ടി മാറ്റപ്പെട്ടത് ഭക്ഷ്യഅരക്ഷിതത്വംതന്നെ സൃഷ്ടിച്ചു. ആഗോളവല്ക്കരണത്തിനുശേഷം ഇന്ത്യയിലെ ദരിദ്രരുടെ ആളോഹരി ഭക്ഷ്യലഭ്യത കാര്യമായി ഇടിഞ്ഞതായി കാണിക്കുന്ന പഠനങ്ങൾ പുറത്തുവന്നിട്ടുണ്ട്. സൂചന ഉത്സാപട്നായിക്കിന്റെ പഠനങ്ങൾ). പരമ്പരാഗത ഭക്ഷ്യവിളകളേക്കാൾ കൂടുതൽ പണച്ചെലവുള്ള നാണ്യവിളകൾ കർഷകരിൽ വലിയൊരു വിഭാഗത്തെ കടക്കാരാക്കി മാറ്റി. ഈ കടക്കെണിയിൽനിന്നും അരക്ഷിതത്വത്തിൽനിന്നും തങ്ങളെ രക്ഷിക്കാൻ കഴിയുന്ന രാക്ഷസീയ ശക്തിയുള്ള ഒരു ഭരണകൂടത്തെക്കുറിച്ചുള്ള വ്യാമോഹങ്ങൾ ഉള്ളിന്റെയുള്ളിൽ താലോലിക്കുന്നവരോടാണ് നരേന്ദ്രമോദിയിലൂടെ സംഘപരിവാർ സംസാരിച്ചത്.

5 ശതമാനം പേർക്കുമാത്രം ഓഹരിവിപണിയിൽ പങ്കാളിത്തമുള്ള ഇന്ത്യയിൽ ഈ കാലയളവിൽ മൊത്തം ഓഹരി സമ്പത്ത് ലക്ഷക്കണക്കിന് കോടി അമേരിക്കൻ ഡോളറായി വളർന്നു. അതേസമയം കാർഷിക മേഖലയ്ക്കുള്ള സർക്കാർ വിഹിതം മൊത്തം ദേശീയ ഉല്പാദനത്തിന്റെ 1/2 ശതമാനത്തിനു താഴേക്കും വിദ്യാഭ്യാസത്തിനുള്ള വിഹിതം 3 ശതമാനത്തിലേക്കും ഒതുക്കപ്പെട്ടു. ദാരിദ്ര്യം മൂർച്ഛിച്ചതിനോടൊപ്പം, ദരിദ്ര

രായ രക്ഷിതാക്കളെ സംബന്ധിച്ചിടത്തോളം, കുട്ടികളുടെ വിദ്യാഭ്യാസം ഒരുകാലത്തും ഇല്ലാത്തതുപോലെ ചെലവേറിയതായിത്തീർന്നു.

യാഥാർത്ഥ്യത്തോടു നീതിപുലർത്താത്ത ദാരിദ്ര്യരേഖാ നിർണ്ണയത്തിന്റെ പേരിൽ ഐക്യരാഷ്ട്രസഭയുടെ വേൾഡ് ഫുഡ് ഫോറം ഇന്ത്യയെ രാജ്യത്തിന്റെ പേരെടുത്തു പറഞ്ഞു കുറ്റപ്പെടുത്തിയിട്ടുണ്ട്. രാജ്യത്ത് ആവശ്യത്തിനുള്ള കലോറിമൂല്യം അടങ്ങിയ ഭക്ഷണം ലഭിക്കാത്തവരുടെ ശതമാനം കൂടിക്കൂടിവരുമ്പോൾ ദാരിദ്ര്യരേഖയിൽ താഴെയുള്ളവരുടെ എണ്ണം അതിന്റെ വിപരീതാനുപാതത്തിൽ കുറഞ്ഞുവരുന്നത് സർക്കാരിന്റെ ദാരിദ്ര്യരേഖയും ഭക്ഷണം നേടാനുള്ള ജനങ്ങളുടെ സാമ്പത്തികശേഷിയും തമ്മിലുള്ള പൊരുത്തക്കേട് വ്യക്തമാക്കുന്നുവെന്ന് ഐക്യരാഷ്ട്രസഭ ഇന്ത്യയെ വിമർശിച്ചു. ഐക്യരാഷ്ട്രസഭയുടെ 2012 ലെ എച്ച് ഡി ഐ (Human Development Index) അനുസരിച്ച് മനുഷ്യവിഭവ വികാസനിലവാരത്തിൽ ഇന്ത്യയുടെ സ്ഥാനം ലോകത്തിൽ 136–ാമത്തേതാണ്. 1992 ൽ 122–ാം സ്ഥാനത്തുണ്ടായിരുന്ന ഇന്ത്യ ആഗോളവല്ക്കരണത്തിന്റെ രണ്ടുപതിറ്റാണ്ടു പിന്നിട്ട് 2012 ആയപ്പോഴേക്കും 136–ാം സ്ഥാനത്തേക്ക് കൂപ്പുകുത്തി.

10 കോടിയിലേറെ സ്വകാര്യകാറുകളുള്ള ഇന്ത്യയിലെ മെട്രോ നഗരങ്ങളിൽ കാളവണ്ടിയുടെ പ്രവേശനം നിയമംകൊണ്ട് നിരോധിക്കേണ്ടി വരുന്നത് ഈ രാജ്യം ചെന്നുപെട്ടിട്ടുള്ള പ്രതിസന്ധിയുടെ യഥാർത്ഥ സ്വഭാവം വ്യക്തമാക്കുന്നു. ആഗോളവല്ക്കരണനയങ്ങളുടെ ആദ്യ അഞ്ചു വർഷംകൊണ്ട് ഓഹരിവിപണിയിൽ 1 ലക്ഷം കോടി അമേരിക്കൻ ഡോളറിന്റെ മൂലധനം സ്വരൂപിക്കാൻ കഴിഞ്ഞ ഈ രാജ്യത്തെ ചില സംസ്ഥാനങ്ങളിലെങ്കിലും മനുഷ്യർ വലിക്കുന്ന റിക്ഷയുടെ ഉപയോഗം നിയമം മൂലം നിരോധിക്കേണ്ടി വന്നുവെന്നോർക്കുക. ഫ്യൂഡൽ ബന്ധങ്ങൾ പൂർണ്ണമായി മുറിക്കപ്പെട്ടിട്ടില്ലാത്ത ഇന്ത്യൻ സമൂഹത്തിൽ അതേസമയം തന്നെ മുതലാളിത്ത ബന്ധങ്ങൾ അവയുടെ പരിമിതി നഗ്നമായി വെളിപ്പെടുത്തിക്കഴിഞ്ഞിരിക്കുന്നു. ഈ സന്ദിഗ്ദ്ധാവസ്ഥ വിശകലനത്തിനുള്ള അടിത്തറയായി സ്വീകരിച്ചുകൊണ്ടല്ലാതെ ഇന്ത്യയിൽ സ്വീകാര്യത ശക്തിപ്പെടുത്തുന്ന ഫാസിസത്തിന്റെ യഥാർത്ഥ സ്വഭാവം മനസ്സിലാക്കാനാവില്ല. ഭക്ഷ്യ അരക്ഷിതത്വം നടമാടുമ്പോഴും നാണ്യവിളകളുടെ വിലയിലെ പ്രവചിക്കാനാവാത്ത ചാഞ്ചാട്ടം കർഷകരെ ആത്മഹത്യയിലേക്ക് തള്ളിവിടുമ്പോഴും ദാരിദ്ര്യം തീവ്രമാകുമ്പോഴും ആധുനിക തൊഴിൽ മേഖലകളിൽ തൊഴിൽസുരക്ഷിതത്വം അടിക്കടി ഇല്ലതാവുമ്പോഴും, അതിന്റെ മറുഭാഗം പരിശോധിച്ചാൽ, ലോകത്തിൽ ഏറ്റവും കൂടുതൽ പേർ മൊബൈൽഫോൺ ഉപയോഗിക്കുന്ന രണ്ടാമത്തെ രാജ്യമായി ഇന്ത്യ മാറിക്കഴിഞ്ഞുവെന്ന് പ്രസ് ഇൻഫർമേഷൻ ബ്യൂറോ ഓഫ് ഇന്ത്യ പറയുന്നു. രാജ്യത്ത് 90 കോടിയിലേറെ മൊബൈൽ കണക്ഷനുകൾ നിലവിലുണ്ടെന്ന് കണക്കുകൾ കാണിക്കുന്നു (ഉപഭോക്താക്കളിൽ വലിയൊരു വിഭാഗത്തിന് ഒന്നിലേറെ കണക്ഷനുകൾ ഉള്ളതിനാൽ അത്രയും ആളു

കൾ മൊബൈൽ ഫോണുകൾ ഉപയോഗിക്കുന്നുവെന്ന് ഇതിനർത്ഥമില്ല). ലോകത്തിൽ ഏറ്റവും കൂടുതൽ ഇന്റർനെറ്റ് കണഷനുകളുള്ള രണ്ടാമത്തെ രാജ്യവും ഇന്ത്യ തന്നെയാണ്. മൊബൈൽ ഫോണുകളിലടക്കം ഇന്റർനെറ്റ് ഉപയോഗം സാദ്ധ്യമായതോടെ ഇന്ത്യയിലെ ഇന്റർനെറ്റ് കണക്ഷനുകൾ 25 കോടി കവിഞ്ഞിരിക്കുന്നു. അസന്തുലിതത്വങ്ങളുടെയും അനിശ്ചിതത്വങ്ങളുടെയും കൂമ്പാരമായി ഇന്ത്യൻ ജീവിതം മാറിയിരിക്കുന്നു. ഈ ദരിദ്രരാജ്യത്ത് 10 കോടിയിലധികം അക്കൗണ്ടുകളുള്ളതായി ഫെയ്സ് ബുക്ക് കമ്പനി പറയുന്നു.

ദാരിദ്ര്യം ഫാസിസത്തിലേക്കു നയിക്കണമെന്നില്ല. എന്നാൽ ദാരിദ്ര്യവും അരക്ഷിതത്വവും മൂർച്ഛിക്കുകയും അതിനു സമാന്തരമായി ജനങ്ങൾ അപകടകരമായ വ്യാമോഹങ്ങളുടെ വലയത്തിലേക്ക് എടുത്തെറിയപ്പെടുന്ന സാഹചര്യം രൂപപ്പെടുകയും ചെയ്താൽ അവിടെ ഫാസിസത്തിന്റെ ചേരുവകൾ പ്രസക്തമായിത്തീരുന്നു. യഥാർത്ഥപ്രശ്നങ്ങളുടെ അയഥാർത്ഥമായ പരിഹാരമാണത്. എല്ലാ പ്രതിലോമ ശക്തികളുടെയും പിന്തുണയും പുരോഗമനശക്തികളുടെ മൗനവും ഇടത്തരം വർഗ്ഗങ്ങൾ സംഭാവന ചെയ്യുന്ന ജനകീയ മുഖവും ഫാസിസ്റ്റു പ്രസ്ഥാനങ്ങളുടെ നേതാക്കളെ അവരുടെ പരിപാടികൾ ആസൂത്രണം ചെയ്യാൻ സഹായിക്കുന്നു.

അരപ്പട്ടിണി കിടക്കുകയും വഴിയരികിൽ വിസർജ്ജിക്കുകയും ഫെയ്സ്ബുക്ക് ഉപയോഗിക്കുകയും നരേന്ദ്രമോദിയുടെ വ്യക്തിപ്രഭാവത്തെ ആദരിക്കുകയും ബുള്ളറ്റ് ട്രെയിൻ വരുന്നു എന്നു കേൾക്കുമ്പോൾ കോരിത്തരിക്കുകയും ചെയ്യുന്ന അസാധാരണമാംവിധം സങ്കീർണ്ണമായ ഒരു വ്യക്തിത്വനിർമ്മിതി ഇന്ത്യയിലെ ദരിദ്ര കോടികളെ സ്വാധീനിക്കാൻ തുടങ്ങിയിരിക്കുന്നു. ഇതൊരു താൽക്കാലിക പ്രതിഭാസമാണെന്ന വാദം ആശ്വാസം പകരുന്നതുതന്നെയാണ്. എന്നാൽ രാജ്യത്തിന്റെ ഭാവി നിർണ്ണയിക്കുന്നത് പ്രവചനം നടത്തുന്നവരല്ലല്ലോ. ഫാസിസ്റ്റുകൾക്ക് സാധാരണക്കാരായ ജനങ്ങളോടോ അവരുടെ യഥാർത്ഥ പ്രശ്നങ്ങളോടോ യാതൊരു പ്രതിബദ്ധതയുമില്ല എന്നതാണ് സത്യം. "അപമാനങ്ങളേറ്റുവാങ്ങേണ്ടിവന്ന ഒരു രാജ്യത്തിന്റെ വീരനായകന്മാരാണെ"ന്ന് ജർമ്മനിയിലെ ഫാസിസ്റ്റുകൾ അവകാശപ്പെട്ടു. ജർമ്മനിയുടെ സാമ്രാജ്യത്വതാല്പര്യങ്ങൾ മറ്റു സാമ്രാജ്യത്വശക്തികൾക്കു മുന്നിൽ തകർന്നുവീണ ഒന്നാം ലോകമഹായുദ്ധത്തിന്റെ യഥാർത്ഥ ഇരകൾ ജയിച്ചവരെന്നോ തോറ്റവരെന്നോ ഭേദമില്ലാതെ ആ രാജ്യങ്ങളിലെ ഇടത്തരക്കാരും സാധാരണക്കാരുമായിരുന്നു. പരാജയപ്പെട്ട സാമ്രാജ്യത്വ രാജ്യങ്ങളെ സംബന്ധിച്ചിടത്തോളം അവർ ഏറ്റുവാങ്ങിയ നാശനഷ്ടങ്ങൾ കൂടുതൽ കടുത്തതായിരുന്നു. സാമ്രാജ്യത്വയുദ്ധത്തിലെ പരാജയവും തങ്ങൾക്കനുകൂലമല്ലാത്ത സാർവ്വദേശീയ ഒത്തുതീർപ്പുകളും രാജ്യത്തിന്റെ അഭിമാനത്തിനേറ്റ വ്രണമാണെന്നു വിശ്വസിച്ച ജനങ്ങളുടെ മുറിവേറ്റ ദേശാഭിമാനത്തെ കുത്തിയുണർത്തുന്നതിൽ ജർമ്മനിയിലെ ഫാസി

സ്റ്റുകൾ വിജയിച്ചു. യുദ്ധത്തിൽ തകർന്ന പാലങ്ങളും റോഡുകളും ആതുരാലയങ്ങളും വിദ്യാലയങ്ങളും പാർപ്പിടസമുച്ചയങ്ങളും മുറിഞ്ഞുപോയ വാർത്താ വിനിമയ ബന്ധങ്ങളും ഒഴിഞ്ഞ വിപണികളും അടച്ചുപൂട്ടപ്പെട്ട വ്യവസായശാലകളും തരിശ്ശിടപ്പെട്ടുപോയ കൃഷിയിടങ്ങളും പട്ടിണിയും തൊഴിലില്ലായ്മയും സർവ്വോപരി, ആ പ്രശ്നങ്ങൾ പരിഹരിക്കാൻ നിലവിലുള്ള രാഷ്ട്രീയസംവിധാനം അപര്യാപ്തമാണെന്ന തോന്നലും നാസി പാർട്ടിക്കും ഫാസിസ്റ്റു പാർട്ടിക്കും അവരുടെ വളർച്ചയ്ക്ക് ഇന്ധനമായി. ഇതുമായി താരതമ്യം ചെയ്താൽ ഇന്ത്യക്കു മുന്നിൽ രാജ്യം തകർന്നുപോയ ഒരു യുദ്ധത്തിന്റെ ഓർമ്മകളില്ല. സമൃദ്ധിയുടേതായ ഒരു നല്ല കാലവും രാജ്യത്തിന്റെ സമീപകാല ചരിത്രത്തിലില്ല. എന്നാൽ വിഭജിക്കപ്പെട്ട പുണ്യഭൂമിക്കുവേണ്ടിയാണ് സംഘപരിവാർ അമ്പും വില്ലുമെടുക്കുന്നത്. ജർമ്മനിയുടേത് മുറിവേറ്റ് ചോരവാർന്ന സാമ്രാജ്യത്വ സ്വപ്നങ്ങളുടെ വീണ്ടെടുപ്പായിരുന്നുവെങ്കിൽ, സംഘപരിവാർ കഥകളും യാഥാർത്ഥ്യവും വ്യാമോഹവും കൂട്ടിക്കലർത്തി പുതിയ സാമ്രാജ്യത്വ സ്വപ്നങ്ങൾ ഊട്ടിയുണ്ടാക്കുകയാണു ചെയ്യുന്നത്. അഖണ്ഡഭാരതത്തിന്റെ ഭാഗമായ പാകിസ്ഥാനും ബംഗ്ലാദേശും ഇന്ത്യയിൽനിന്ന് വിഭജിച്ചുപോയത് മുസ്ലീങ്ങൾ കാരണമാണെന്നും മുസ്ലീങ്ങൾ രാജ്യത്തിന്റെ അഖണ്ഡതയ്ക്കും സുരക്ഷിതത്വത്തിനും ഭീഷണിയാണെന്നും സംഘപരിവാർ പ്രചരിപ്പിക്കുന്നു. ജർമ്മനിയിൽ നാസികൾ ജൂതവിരോധം ഊട്ടിയുണ്ടാക്കിയ അതേ മാതൃകയിൽ ഇന്ത്യയിലെ ഹിന്ദുത്വവാദികൾ രാജ്യത്ത് മുസ്ലീം വിരോധം പ്രചരിപ്പിക്കുന്നു. സാമ്രാജ്യത്വ അമേരിക്കയുടെ നേതൃത്വത്തിൽ ലോകവ്യാപകമായി നടക്കുന്ന ഇസ്ലാംവിരുദ്ധ പ്രചാരവേലയുടെ പശ്ചാത്തലത്തിൽ ദൃശ്യശ്രാവ്യമാദ്ധ്യമങ്ങളുടെ ഉത്തരവാദിത്വമില്ലായ്മയും അവരിൽ വലിയൊരു വിഭാഗത്തിന്റെ പക്ഷപാതിത്വവും കുറച്ചുപേരുടെയെങ്കിലും ദുഷ്ടബുദ്ധിയും ഉപയോഗപ്പെടുത്തി ഇസ്ലാമിക വിരുദ്ധമായ ഒരു സാമാന്യബോധം കെട്ടിപ്പൊക്കുകയെന്നതാണ് പതിറ്റാണ്ടുകളായി സംഘപരിവാർ ഇന്ത്യാരാജ്യത്തു നടത്തിക്കൊണ്ടിരിക്കുന്ന പ്രചാരവേലയുടെ മർമ്മം. അയോധ്യയിലെ മുസ്ലീംപള്ളി നില്ക്കുന്ന സ്ഥലം രാമന്റെ ജന്മഭൂമിയാണെന്ന് കഥയുണ്ടാക്കി അത് പ്രചരിപ്പിച്ച് ഹിന്ദുക്കളിൽ ചെറിയൊരു വിഭാഗത്തെ വർഗ്ഗീയമായി സംഘടിപ്പിച്ച് അത്ര ചെറുതല്ലാത്ത ഒരു വിഭാഗത്തെ വൈകാരികമായി സ്വാധീനിച്ച് വർഗ്ഗീയ ലഹളകൾ ബോധപൂർവ്വം സൃഷ്ടിച്ച്, പടിപടിയായി വളർത്തിക്കൊണ്ടുവന്ന പ്രചാരവേലയ്ക്കൊടുവിലാണ് അവർ ബാബറി മസ്ജിദ് അടിച്ചുതകർത്തത്. വർഗ്ഗീയ പ്രചാരണത്തിലൂടെ ബാബറി പള്ളി പൊളിക്കുന്നതിന് ഒരു വിഭാഗത്തെ ഒപ്പം നിർത്തിയ സംഘപരിവാർ പള്ളി തകർന്നതിനു ശേഷമുണ്ടായ വർഗ്ഗീയ അസ്വസ്ഥതകൾ മുതലെടുത്ത് പിന്നെയും നേട്ടമുണ്ടാക്കി. ഏകീകൃത സിവിൽകോഡ്, കാശ്മീരിന്റെ പ്രത്യേക പദവി തുടങ്ങിയ പ്രശ്നങ്ങളെ അവർ ആകാവുന്നത്ര വികാരവല്ക്കരിച്ചു. എന്നാൽ സംഘപരിവാറിന്റെ ഈ വർഗ്ഗീയഭാവമോ അതിന്റെ

യുദ്ധോത്സുകമായ സംഘടനാരൂപമോ ഫാസിസത്തിന്റെ പരിസരമല്ല, അതിന്റെ യഥാർത്ഥ ശരീരമാണ്. രാജ്യത്തെ എല്ലാ പ്രതിലോമ ശക്തികളുടെയും ഉത്തമതാല്പര്യങ്ങളെയാണ് രാഷ്ട്രീയസ്വയം സേവകസംഘം പ്രതിനിധീകരിക്കുന്നത്. ഗോൾവാൾക്കർ അതിന്റെ പ്രത്യയശാസ്ത്രകാരനായിരുന്നു. ഒരു ഹിന്ദുത്വ ഫാസിസ്റ്റു പ്രസ്ഥാനം രൂപംകൊള്ളുന്നതിനു അനുയോജ്യമായ ചരിത്രപശ്ചാത്തലവും സാമൂഹ്യ സാഹചര്യവും അതിനും മുൻപേ രൂപംകൊണ്ടിരുന്നു. വി ഡി സവർക്കർ അതിന്റെ പ്രതിനിധിയും വക്താവുമായിരുന്നു. എന്നാൽ ഇന്ത്യയിൽ ഫാസിസത്തിന്റെ വികാസത്തിനുള്ള മണ്ണൊരുക്കപ്പെട്ടത് പിന്നീടാണ്. ഗാന്ധിവധവും അസംഖ്യം വർഗ്ഗീയ കലാപങ്ങളും ബാബറിമസ്ജിദ് ധ്വംസനവും ഗുജറാത്ത് വംശഹത്യയുമെല്ലാം ഇതിനിടയിൽ അവർ സമാഹരിച്ച അനുഭവങ്ങളാണ്. ഫാസിസത്തിന്റെ വർഗ്ഗീയ വിഭാഗീയ ഉള്ളടക്കത്തിൽ വിശ്വാസമില്ലാത്തവരാണെങ്കിലും അതിനോട് എതിരില്ലാത്ത വലിയൊരു വിഭാഗത്തിന്റെ അനുഭാവം ആർജ്ജിക്കുന്നതിൽ ഈ കാലയളവിനുള്ളിൽ അവർ വിജയിച്ചു. രാജ്യത്തിന്റെ ഒട്ടും ആശാവഹമല്ലാത്ത വികസനകാലാവസ്ഥ സംഘപരിവാറിന്റെ വിഭാഗീയ മുദ്രാവാക്യങ്ങളിൽ താല്പര്യമില്ലാത്ത വലിയൊരു വിഭാഗത്തെ "മറ്റു കാരണങ്ങളുടെ" പേരിൽ ഭാരതീയ ജനതാപാർട്ടിയെ അനുകൂലിക്കാൻ പ്രേരിപ്പിച്ചു. വേറിട്ട പാർട്ടിയെന്ന പരിവേഷമാണ് 80 കളുടെ അവസാനത്തിലും തൊണ്ണൂറുകളിലും ബി ജെ പിക്കു മദ്ധ്യവർഗ്ഗങ്ങളുടെ അനുഭാവം നേടിക്കൊടുത്തത്.

ഭാരതീയ ജനതാപാർട്ടിയുടെ അതിവേഗത്തിലുള്ള വളർച്ചയും ഇന്ത്യൻ രാഷ്ട്രീയത്തിന് ഏറെക്കാലമായി പരിചയമില്ലാതിരുന്ന പ്രക്ഷുബ്ധമായ സാമുദായിക കാലാവസ്ഥയും ബി ജെ പി അപകടകാരിയാണെന്ന ധാരണ പരക്കാൻ ഇടയാക്കി. ഇന്ത്യൻ രാഷ്ട്രീയത്തിലെ ബദ്ധവൈരികളായി കണക്കാക്കപ്പെട്ടുപോന്ന മതേതരകക്ഷികൾപോലും ബി ജെ പിയുടെ വർഗ്ഗീയ രാഷ്ട്രീയത്തെ നേരിടാൻ ഒരുമിച്ചു. ബി ജെ പിക്കെതിരെ പൊതുജനാഭിപ്രായം സ്വരൂപിക്കുന്നതിലും ദേശീയാടിസ്ഥാനത്തിൽ മതേതര കക്ഷികളെ ഒരുമിച്ചണിനിരത്തുന്നതിലും സി പി ഐ (എം) ചരിത്രപരമായ പങ്കുവഹിച്ചു.

വികസനനയങ്ങളുടെ കാര്യത്തിലും രാഷ്ട്രീയ സദാചാരത്തിന്റെ കാര്യത്തിലും മറ്റുകക്ഷികളിൽനിന്ന്, പ്രത്യേകിച്ചെടുത്തുപറഞ്ഞാൽ കോൺഗ്രസിൽനിന്ന്, തങ്ങളുടെ പാർട്ടിയും ഒട്ടും വ്യത്യസ്തമല്ലെന്ന് ബി ജെ പി യുടെ നേതാക്കൾ സ്വന്തം പ്രവൃത്തികൾകൊണ്ട് തെളിയിച്ചതോടെ, മദ്ധ്യവർഗ്ഗങ്ങളിൽനിന്ന് ബി ജെ പിയിലേക്കുള്ള ഒഴുക്കു നിലച്ചു. എന്നാൽ പ്രത്യയശാസ്ത്രപരമായ നിശ്ചയങ്ങളുടെ പേരിൽ ബി ജെ പിയോടു ചേർന്നവരെ ഇത് ഒട്ടുംതന്നെ സ്വാധീനിച്ചില്ലെന്ന് പില്ക്കാല അനുഭവങ്ങൾ തെളിയിച്ചു. മതേതര കക്ഷികളുടെ ജാഗ്രതക്കുറവ് പുതിയൊരു കുതിപ്പിന് തക്കംപാർത്തിരുന്ന സംഘപരിവാർ ഫലപ്രദമായി ഉപയോഗിച്ചു. അഴിമതിക്കാരും സാമ്രാജ്യത്വാനുകൂലികളുമായ കോൺഗ്ര

സുമായി ഒരുതരത്തിലുള്ള ബന്ധത്തിനും തങ്ങൾ തയ്യാറല്ലെന്ന് ഇടതുപക്ഷം അസന്ദിഗ്ദ്ധമായി പ്രഖ്യാപിച്ചു. ഇടതുപക്ഷ മതേതര പാർട്ടികളുടെ പ്രചാരവേലയുടെ കുന്തമുന തെരഞ്ഞെടുപ്പിനു മുമ്പെന്നപോലെ തെരഞ്ഞെടുപ്പു കാലത്തും കോൺഗ്രസിനും ഐക്യപുരോഗമന മുന്നണിക്കും നേരെയായിരുന്നു. ബി ജെ പിയും കൂട്ടരും അധികാരത്തിൽ തിരിച്ചെത്തുകയെന്നത് അസംഭവ്യമാണെന്ന വിലയിരുത്തൽ നേതാക്കൾ കൂടെക്കൂടെ ആവർത്തിച്ചുകൊണ്ടിരുന്നു.

ഗോർഗി ദിമിത്രോവ് പറയുന്നു:

> ഫാസിസം എന്തെല്ലാം മുഖംമൂടികൾ എടുത്തണിഞ്ഞാലും എന്തെല്ലാം രൂപഭാവങ്ങളിൽ സ്വയം അവതരിപ്പിച്ചാലും എന്തെന്തു വഴികളിലൂടെ അധികാരത്തിലെത്തിയാലും ശരി അത് തൊഴിലെടുക്കുന്ന ജനങ്ങൾക്കെതിരായ മൂലധനത്തിന്റെ ഏറ്റവും രൂക്ഷമായ കടന്നാക്രമണമാണ്. തുടലൂരി വിട്ട ദേശീയ സങ്കുചിതവാദവും വെട്ടിപ്പിടുത്തയുദ്ധവുമാണ്. ഭ്രാന്തമായ പിന്തിരിപ്പത്തവും പ്രതിവിപ്ലവവുമാണ്; തൊഴിലാളിവർഗ്ഗത്തിന്റെയും മറ്റെല്ലാ അദ്ധ്വാനിക്കുന്ന ജനവിഭാഗങ്ങളുടെയും ഏറ്റവും കടുത്ത ശത്രുവാണ്.

ഫാസിസം എന്താണെന്നു വ്യക്തമാക്കുന്ന ദിമിത്രോവിന്റെ ഈ വാക്കുകൾ അന്നത്തെ ജർമ്മനിക്കും ഇറ്റലിക്കുമെന്നപോലെ ഇന്നത്തെ ഇന്ത്യക്കും ബാധകമാണ്. "വെട്ടിപ്പിടുത്തയുദ്ധ"മെന്ന വിശേഷണത്തിന്റെ കാര്യത്തിൽ മാത്രമേ രണ്ടഭിപ്രായത്തിന് എന്തെങ്കിലും സാദ്ധ്യതയുള്ളൂ. എന്നാൽ, അത് ഭാവിയിലെ കാര്യമാണ്. സംഘപരിവാറിന്റെ പ്രത്യയശാസ്ത്രവും കർമ്മപരിപാടിയും വെട്ടിപ്പിടുത്തയുദ്ധത്തിന്റെ ബീജങ്ങൾ പേറുന്നുണ്ടെന്ന കാര്യം നിസ്തർക്കവുമാണ്. ഫാസിസം, ജർമ്മനിയിലായാലും ഇറ്റലിയിലായാലും മറ്റേതു രാജ്യത്തായാലും, അവിടുത്തെ പത്തിൽ ഒമ്പതുപേരുടെ കൊടിയശത്രുവാണെന്ന് ദിമിത്രോവ് പറയുന്നു. സംഘപരിവാറിന്റെ വർഗ്ഗതാല്പര്യങ്ങൾ നോക്കിയാലും ഈ പ്രസ്താവം വള്ളിപുള്ളി ശരിയാണ്. എന്നിട്ടും ജർമ്മനിയിലും ഇറ്റലിയിലും സംഭവിച്ചതുപോലെ ഇന്ത്യയിലും ഫാസിസ്റ്റ് രാഷ്ട്രീയം അതിന്റെ നിർണ്ണായകമായ തെരഞ്ഞെടുപ്പു വിജയം നേടിയിരിക്കുന്നു. ഇന്ത്യയെ ഫാസിസ്റ്റുവല്ക്കരിക്കുന്നതിലേക്കുള്ള ഏറ്റവും ചുവടുറപ്പാർന്ന കാൽവയ്പ്പാണ് ബി ജെ പിയുടെ ഈ വിജയത്തിലൂടെ സംഘപരിവാർ നടത്തിയിരിക്കുന്നത്. നരേന്ദ്രമോദിയുടെ നേതൃത്വത്തിൽ ബി ജെ പിയും ദേശീയജനാധിപത്യസഖ്യവും അധികാരത്തിൽ വന്നതോടെ ഇന്ത്യൻ ഭരണകൂടം ഫാസിസമായി മാറിക്കഴിഞ്ഞുവെന്ന് ഇതിനർത്ഥമില്ല. എന്നാൽ നാസികൾ നേടിയ തെരഞ്ഞെടുപ്പു വിജയത്തിലൂടെ ജർമ്മനിയിലും ഫാസിസ്റ്റുകൾ നേടിയ വിജയത്തിലൂടെ ഇറ്റലിയിലും സംഭവിച്ചതിന് സമാനമായ ഒന്ന് 2014 ലെ ബി ജെ പിയുടെ തെരഞ്ഞെടുപ്പുവിജയത്തിലൂടെ ഇന്ത്യയിലും സംഭവിച്ചിരിക്കുന്നു എന്ന വാസ്തവം ചൂണ്ടിക്കാണിക്കാ

തിരിക്കാനാവില്ല. ഈ വിജയം നിലനിർത്തുകയെന്നതാണ് സംഘപരിവാർ നേരിടാൻ തയ്യാറെടുക്കുന്ന അടുത്ത വെല്ലുവിളി. അതിലവർക്ക് വിജയിക്കാനായാൽ, രാജ്യത്തെ ലജ്ജിപ്പിക്കുന്ന രാഷ്ട്രീയ ഭാവിയാണ് ഇന്ത്യയെ കാത്തിരിക്കുന്നത് എന്നു പറയേണ്ടിവരും.

ജർമ്മനിയിലെ സോഷ്യൽ ഡെമോക്രാറ്റുകളുടെ തെറ്റായ രാഷ്ട്രീയ സമീപനം ജർമ്മൻ ഫാസിസത്തിന്റെ അധികാരാരോഹണം സുഗമമാക്കിയതായി ദിമിത്രോവ് ചൂണ്ടിക്കാട്ടുന്നു. ഇന്ത്യൻ പശ്ചാത്തലത്തിൽ നോക്കിയാൽ സംഘപരിവാർ ഫാസിസത്തിന്റെ പാർട്ടിയായ ബി ജെ പിയെയും രാജ്യത്തെ ഏറ്റവും പഴയതും ജനങ്ങൾക്കിടയിൽ ഏറ്റവും കൂടുതൽ വേരോട്ടമുള്ളതുമായ മുഖ്യ രാഷ്ട്രീയ കക്ഷിയായ കോൺഗ്രസിനെയും തൊഴിലാളിവർഗ്ഗ പാർട്ടികളായ കമ്യൂണിസ്റ്റുകളെയും മാറ്റി നിർത്തിയാൽ ബാക്കിയുള്ള കക്ഷികൾ എന്തു ചെയ്യുന്നു എന്നതിലാണ്, ഇന്ത്യൻ ഫാസിസത്തിന്റെ ജയപരാജയങ്ങളുടെ മർമ്മം. വരും നാളുകളിൽ ഈ കക്ഷികൾ എന്തു ചെയ്യുന്നുവെന്നത്, ഭാരതീയ ജനതാപാർട്ടി എന്തു ചെയ്യുന്നുവെന്നതിനേക്കാൾ പ്രധാനമാണെന്നു പറഞ്ഞാൽ പോലും അതിശയോക്തിയാവില്ല. ഈ പാർട്ടികൾക്കു പിന്നിൽ അണിനിരന്നിട്ടുള്ള അദ്ധ്വാനവർഗ്ഗങ്ങളെ അവിടെനിന്നും വേർപെടുത്തി ഫാസിസത്തിനെതിരായ സമരത്തിൽ ഒപ്പം നിർത്താനുള്ള ശക്തി ഇന്ത്യയിലെ കമ്യൂണിസ്റ്റു പാർട്ടികൾക്ക് ഇല്ലതന്നെ. നിലവിൽ കോൺഗ്രസിന്റെ ജനകീയാടിത്തറയ്ക്കു ബലം പകരുന്ന വിഭാഗങ്ങളെ അവിടെനിന്ന് ഇളക്കിമാറ്റാൻ കമ്യൂണിസ്റ്റുപാർട്ടികൾക്കു കഴിയില്ലെന്നു മാത്രമല്ല അവരിലെ ഹൈന്ദവരിൽ ചെറുതല്ലാത്ത ഒരു വിഭാഗത്തെ സ്വാധീനിക്കാൻ ബി ജെ പിക്ക് എളുപ്പത്തിൽ കഴിയുകയും ചെയ്യും.

ജർമ്മനിയിലെ തൊഴിലാളിവർഗ്ഗത്തിനു തടയാൻ കഴിയേണ്ടിയിരുന്നതും എന്നാൽ കഴിയാതെ പോയതുമായ ഒന്നായാണ് ജർമ്മൻ ഫാസിസത്തിന്റെ അധികാരാരോഹണത്തെ ദിമിത്രോവ് വിലയിരുത്തുന്നത്. ഫലപ്രദമായ ഒരു ഫാസിസ്റ്റുവിരുദ്ധ ഐക്യമുന്നണി കെട്ടിപ്പടുക്കേണ്ടിയിരുന്ന തൊഴിലാളിവർഗ്ഗം അതിൽ പരാജയപ്പെട്ടു. "ഫാസിസം അതിക്രമിച്ചു മുന്നേറുകയും ബൂർഷ്വാസി ബൂർഷ്വാ ജനാധിപത്യ സ്വാതന്ത്ര്യങ്ങൾ ഓരോന്നായി എടുത്തുകളയുകയും ചെയ്തുകൊണ്ടിരുന്നപ്പോൾ അതിനെ സോഷ്യൽ ഡെമോക്രാറ്റുകളുടെ വാക്കാലുള്ള പ്രമേയങ്ങൾ കൊണ്ടായിരുന്നില്ല നേരിടേണ്ടിയിരുന്നത്. നേരേമറിച്ച് ശരിയായ ജനകീയ സമരങ്ങൾകൊണ്ടായിരുന്നു. അങ്ങനെയൊന്ന് നടന്നിരുന്നുവെങ്കിൽ, ജർമ്മൻ ബൂർഷ്വാസിക്ക് അതിന്റെ ഫാസിസ്റ്റു പദ്ധതികൾ നടപ്പിലാക്കുന്നത് കൂടുതൽ ബുദ്ധിമുട്ടുള്ള കാര്യമായിത്തീർന്നേനെ." ദിമിത്രോവ് പറയുന്നു.

ജർമ്മൻ ഫാസിസത്തെ ചെറുക്കുന്നതിൽ കമ്യൂണിസ്റ്റുപാർട്ടികൾക്ക് സംഭവിച്ച പിശകുകൾ ദിമിത്രോവ് എണ്ണിപ്പറയുകയുണ്ടായി. ഫാസിസത്തെ പലരും വിലകുറച്ചു കണ്ടുവെന്നതാണ് ഫാസിസത്തിന്റെ അധി

കാരാരോഹണഘട്ടത്തിൽ കമ്യൂണിസ്റ്റുകാർ വരുത്തിക്കൂട്ടിയ ഏറ്റവും ഗുരുതരമായ പിശക്. ഫാസിസ്റ്റുകൾ അധികാരത്തിലേറിയതിനുശേഷവും ഈ പ്രവണത അവസാനിച്ചില്ല എന്നു ദിമിത്രോവ് വ്യക്തമാക്കുന്നു (ഈ കൃതിയിലെ അധ്യായം 2 കാണുക).

സംഘപരിവാർ രാഷ്ട്രീയം അതിന്റെ ആദ്യത്തെ നിർണ്ണായക കുതിപ്പു നടത്തിയ 1980 കളിൽ ഓരോ കക്ഷിയും അതിനോടു സ്വീകരിച്ച നിലപാട് നാളെ സൂക്ഷ്മമായി വിചാരണ ചെയ്യപ്പെടും എന്നതിൽ സംശയം വേണ്ട. ബാബറി മസ്ജിദ് നിലനിന്ന സ്ഥലത്താണ് രാമൻ ജനിച്ചതെന്ന കഥ ഇന്ത്യയിലെ ഹിന്ദുവർഗ്ഗീയവാദികൾ ബോധപൂർവ്വം മെനഞ്ഞുണ്ടാക്കിയതാണ്. എന്നാലിന്ന് ഇന്ത്യയിലെ സാധാരണ ഹിന്ദുക്കളിൽ ഭൂരിപക്ഷവും അതു വിശ്വസിക്കുന്നു. ബാബറി മസ്ജിദ് തകർത്ത കർസേവകരെ അനുകൂലിക്കാത്തവർപോലും അതു രാമജന്മഭൂമിയാണെന്ന സംഘപരിവാറിന്റെ പ്രചാരവേലയിൽ വീണുകഴിഞ്ഞിട്ടുണ്ട്. പിന്നോക്ക ഹിന്ദുക്കളെ സഹായിക്കുന്ന മണ്ഡൽ കമ്മീഷൻ റിപ്പോർട്ട് ഹിന്ദുമതത്തെ അപകടത്തിലാക്കുമെന്ന വമ്പിച്ച പ്രചാരവേലയുടെ പശ്ചാത്തലത്തിലാണ് രാമന്റെ കിടപ്പാടത്തിനുവേണ്ടി അദ്വാനിയുടെ നേതൃത്വത്തിൽ ബി ജെ പി നടത്തിയ രഥയാത്ര രാജ്യത്താകമാനം വർഗ്ഗീയ അസ്വാരസ്യങ്ങൾ ഇളക്കിവിട്ടത്. അതേസമയത്തുതന്നെ മീനാക്ഷിപുരത്തും ഗുജറാത്തിലും ദളിതരെ കടന്നാക്രമിച്ചുകൊണ്ട് സംഘപരിവാർ അവരുടെ യഥാർത്ഥ കൂറ് വെളിപ്പെടുത്തി. ദളിതരുടെ പിന്നോക്കാവസ്ഥ ഇല്ലാതായാൽ ഹിന്ദുമതം തകരുമെന്നാണ് അവർ സ്ഥാപിക്കാൻ ശ്രമിച്ചത്. അദ്വാനിയുടെ നേതൃത്വത്തിൽ സോമനാഥിൽനിന്ന് ആരംഭിച്ച രഥയാത്ര വിഭജനകാലത്തെ സാമുദായിക അന്തരീക്ഷത്തിലേക്ക് രാജ്യത്തെ മടക്കിക്കൊണ്ടുപോയി. 1990 കളിൽ സംഘപരിവാറിന്റെ രാഷ്ട്രീയ അധികാരാരോഹണം തടയുന്നതിനുവേണ്ടി ജനാധിപത്യ മതേതരപാർട്ടികളെ ഒരുമിച്ചു നിർത്തുന്നതിൽ ഇന്ത്യയിലെ കമ്യൂണിസ്റ്റുപാർട്ടികൾ നിർവ്വഹിച്ച ചരിത്രപരമായ പങ്ക് ലോകകമ്യൂണിസ്റ്റു പ്രസ്ഥാനത്തിന്റെ ചരിത്രത്തിലെ തിളക്കമുള്ള ഒരേടായി നിലനില്ക്കും. എന്നാൽ ഈ ജാഗ്രത ചെറിയൊരു ഇടവേളയ്ക്കപ്പുറം നീണ്ടുനിന്നില്ല. വ്യവസായവല്ക്കരണം ഏറെ മുന്നേറിയ ജർമ്മനിയിൽ ഫ്യൂഡൽ ബന്ധങ്ങൾ ശക്തമായിരുന്ന ഇറ്റലിയിൽ സംഭവിച്ചതുപോലെ, ഫാസിസം വിജയിക്കുകയില്ല എന്ന വിലയിരുത്തലിലാണ് ജർമ്മനിയിലെ കമ്യൂണിസ്റ്റുകാരിൽ ഒരു വിഭാഗത്തെ അവർ പഠിച്ച 'മാർക്സിസം' എത്തിച്ചത്. "ക്ലാസിക്കൽ ബൂർഷ്വാ സമൂഹങ്ങളിൽ ഫാസിസത്തിനു വേരിറക്കാവുന്ന മണ്ണില്ല" എന്നതായിരുന്നു അവരുടെ വാദം. എന്നാൽ ഈ യാന്ത്രികവാദം പോലും ഇവിടെ സാദ്ധ്യമാകാത്ത വിധത്തിൽ ഇന്ത്യൻ സമൂഹത്തിൽ ഫ്യൂഡൽ ബന്ധങ്ങളുടെയും ഫ്യൂഡൽ മൂല്യങ്ങളുടെയും സ്വാധീനം ശക്തമാണെന്നോർക്കുക. ഫാസിസത്തിനെതിരെ ബഹുജനങ്ങളെ അണിനിരത്തുന്ന കാര്യത്തിൽ ഇതേ ജാഗ്രതക്കുറവാണ് ഇന്ത്യയിലും കാണുന്നതെന്ന് പറ

യാതിരിക്കാനാവില്ല. ഫാസിസ്റ്റുകളുടെ മുന്നേറ്റം യഥാസമയം പ്രതിരോധിക്കാൻ കഴിയാത്തതിന് ബൾഗേറിയയിലെയും ഇറ്റലിയിലെയും കമ്യൂണിസ്റ്റുകാരെ ദിമിത്രോവ് പേരെടുത്തു വിമർശിക്കുകയുണ്ടായി. ഫാസിസ്റ്റു പ്രസ്ഥാനങ്ങൾ ശക്തിപ്പെട്ട കാലത്ത് അവിടങ്ങളിലെ കമ്യൂണിസ്റ്റുകാർ അവ ജനാധിപത്യപ്രസ്ഥാനങ്ങളാണെന്നു തെറ്റിദ്ധരിച്ചു. ഭാരതീയ ജനതാപാർട്ടി ഒരു ജനാധിപത്യ പ്രസ്ഥാനമാണെന്ന് ഇനിയും വിശ്വസിക്കുന്നവരുണ്ടെങ്കിൽ അവർ ജനാധിപത്യമെന്താണെന്നോ ഫാസിസമെന്താണെന്നോ ഭാരതീയ ജനതാപാർട്ടിതന്നെ എന്താണെന്നോ അറിയാത്തവരാകാനേ തരമുള്ളൂ. രാജ്യത്തെ പെറ്റിബൂർഷ്വാ വിഭാഗങ്ങളെ ആകർഷിച്ച് അതിലൂടെ സമാഹരിച്ച ജനപിന്തുണയുടെ ബലത്തിൽ ഭാരതീയ ജനതാപാർട്ടി ജനകീയ മുഖം നേടുന്നത് യഥാസമയം കണ്ടറിയാൻ ഇവിടുത്തെ പുരോഗമനവാദികളിൽ ഒരു വിഭാഗത്തിനായില്ല.

മതപരവും സാംസ്കാരികവുമായ ചേരിതിരിവുകൾ രൂക്ഷമായപ്പോൾ ഫാസിസത്തിനു മണ്ണൊരുങ്ങുകയാണെന്ന് അവർ മനസ്സിലാക്കിയില്ല. ഫാസിസത്തെ വർഗ്ഗീയതയായി ലഘൂകരിച്ചും ഭൂരിപക്ഷവർഗ്ഗീയതയെ ന്യൂനപക്ഷവർഗ്ഗീയതയുമായി സമീകരിച്ചും അവർ സ്വന്തം സൈദ്ധാന്തിക കന്യകാത്വത്തിൽ അഭിരമിച്ചു. ബൂർഷ്വാസമൂഹം വികസിച്ച ജർമ്മനിയിൽ ഫാസിസം സാദ്ധ്യമല്ലെന്നു വാദിച്ചുകൊണ്ടിരുന്നവർ ഫാസിസം രാജ്യത്തെ വിഴുങ്ങിക്കഴിഞ്ഞപ്പോൾ അതു ഫിനാൻസ് മൂലധനത്തിന്റെ ആധിപത്യമാണെന്നു വാദിച്ചു. ഫിനാൻസ് മൂലധനം സംഹാരാത്മകമായ അളവിൽ വികസിച്ചതിനുശേഷം നിലവിലിരിക്കുന്ന ബൂർഷ്വാ ഭരണകൂടത്തിന്റെ ഏതുരൂപവും ഫിനാൻസ് മൂലധനത്തിന്റെ താല്പര്യങ്ങൾ സംരക്ഷിക്കുമെന്ന അറിവ് ഒട്ടും പുതിയതല്ല. മൂലധനയുഗത്തിലെ ബൂർഷ്വാ ജനാധിപത്യ ഭരണകൂടം മൂലധനാധിപത്യത്തിന്റെ ബൂർഷ്വാ ജനാധിപത്യരൂപമാണ്. ഫാസിസ്റ്റു സമഗ്രാധിപത്യമാകട്ടെ, അതേ മൂലധനാധിപത്യത്തിന്റെ സമഗ്രാധിപത്യ രൂപവും. ഫിനാൻസ് മൂലധനത്തിന്റെ കാലത്ത് അത് ഫിനാൻസ് മൂലധനാധിപത്യമല്ലാതെ മറ്റെന്താകാനാണ്! വിശ്വനാഗരികതയുടെ, അഥവാ മാനവസംസ്കാരത്തിന്റെ, വികാസഘട്ടങ്ങളുമായി ബന്ധപ്പെടുത്തി ഫാസിസത്തെ മനസ്സിലാക്കാൻ ഗ്രാംഷി നിർദ്ദേശിക്കുന്നതിൽ ഒട്ടുംതന്നെ അവ്യക്തതയ്ക്കു സ്ഥാനമില്ല. “ഒരു ബൂർഷ്വാ ജനാധിപത്യസർക്കാരിന്റെ തുടർച്ചയായി മറ്റൊരു ബൂർഷ്വാ ജനാധിപത്യ സർക്കാർ വരുന്നതല്ല ഫാസിസം” എന്ന് ദിമിത്രോവ് ഉറപ്പിച്ചുപറയുന്നത് ഈ ലളിതവല്ക്കരണം തന്റെ സഖാക്കൾക്കിടയിൽ ഉണ്ടായിരുന്നതുകൊണ്ടുതന്നെയാണ്. “ഏതെങ്കിലും ഫിനാൻസ് മൂലധനത്തിന്റെ കമ്മിറ്റി ഒരു നിശ്ചിത ദിവസം ഒരു ഫാസിസ്റ്റ് സർവ്വാധിപത്യം സ്ഥാപിക്കാൻ നിശ്ചയിച്ചതല്ല” എന്ന ദിമിത്രോവിന്റെ വാക്കുകളിൽ ഫാസിസത്തെ ഫിനാൻസ് മൂലധനത്തിന്റെ കാര്യമായി ലളിതവല്ക്കരിച്ചുകാണുന്നവരോട് അതിലദ്ദേഹത്തിനുള്ള അമർഷവും അവരുടെ വികല വിശകലനത്തോടുള്ള പരിഹാസവും കാണുന്നതിൽ തെറ്റില്ല.

“അന്നം” വാഗ്ദാനം ചെയ്തുകൊണ്ട് ജനങ്ങളിൽനിന്ന് അവരുടെ സ്വാതന്ത്ര്യം കവരുന്ന ഫാസിസം അതോടൊപ്പം അന്നം ചോദിക്കാനുള്ള സ്വാതന്ത്ര്യം കൂടി അവർക്കു നിഷേധിക്കുന്നു. രാജ്യത്തിന്റെ ശത്രുക്കളെ ഇളക്കിവിട്ട് അധികാരത്തിലേക്കുള്ള ചവിട്ടുപടിയായി അവരെ ഉപയോഗിച്ചതിനുശേഷം മൂലധനത്തിന്റെ താല്പര്യങ്ങൾക്കുവേണ്ടി അവരുടെ നേർക്കുതന്നെ തിരിയുന്നു. സംഘപരിവാർ ഫാസിസത്തിന് ഹിന്ദുമതവുമായുള്ള ഒരേയൊരു ബന്ധം അത് ജനസ്വാധീനം ശക്തിപ്പെടുത്തുന്നതിനുവേണ്ടി ഹിന്ദുവിന്റെ മതവികാരത്തെ കരുവാക്കുന്നു എന്നതു മാത്രമാണ്. ഹിന്ദുത്വഫാസിസം ഇന്ത്യയിലെ 100 കോടിയോളം വരുന്ന ഹിന്ദുക്കളുടെ ശരിയായ ആത്മീയതാല്പര്യങ്ങൾക്കും എതിരാണ്. അത് ഹിന്ദുമത വിശ്വാസത്തെ അന്യമതവിദ്വേഷമായി അധഃപതിപ്പിക്കുന്നു.

ഫാസിസത്തിനെതിരായ ചെറുത്തുനില്പിനെ ദുർബ്ബലപ്പെടുത്തുന്ന ഏതു വിതണ്ഡവാദവും അപകടകരമാണ്. ഫാസിസത്തെ ഒരു പാർട്ടിക്ക് സ്വന്തം നിലയ്ക്കോ ഒരു ജനവിഭാഗത്തിന് ഒറ്റയ്ക്കോ ചെറുത്തു തോല്പിക്കാനാവുകയില്ല. വിശാലമായ ജനകീയ ഐക്യമാണ് അതിന്റെ മുന്നുപാധി. ഫാസിസത്തെ ഫാസിസമെന്നു വിളിക്കാനുള്ള ആശയവ്യക്തത ഉണ്ടായിരുന്നാൽ മാത്രമേ അതിനു മുന്നിട്ടിറങ്ങാനാവൂ. സമൂഹം ദീർഘകാലം കൊണ്ട് നേടിയെടുത്ത സാംസ്കാരിക ഈടുവയ്പുകളും അതിന്റെ നാഗരികതയുടെ അസ്തിവാരം തന്നെയും നശിപ്പിച്ചു കളയുന്ന സംഹാരശക്തിയായി ഫാസിസം വളരുമ്പോൾ കുറ്റകരമായ മൗനത്തെക്കാൾ ലജ്ജാകരമാണ് സ്വന്തം നിഷ്ക്രിയത്വത്തെ പരോക്ഷമായി ന്യായീകരിക്കുന്ന സൈദ്ധാന്തികമായ വളച്ചൊടിക്കലുകൾ.

അതിന്റെ ഫാസിസ്റ്റ് ലക്ഷ്യങ്ങളിലേക്കുള്ള സംഘപരിവാറിന്റെ നിർണ്ണായകമായ ചുവടുവയ്പ് തടയാൻ ഇന്ത്യയിലെ ജനാധിപത്യ പാർട്ടികൾക്കോ പുരോഗമനപ്രസ്ഥാനങ്ങൾക്കോ കഴിഞ്ഞില്ല. നരേന്ദ്രമോദി അധികാരമേറ്റ നാൾമുതൽക്കുള്ള പത്തുവർഷങ്ങൾ ഈ മഹത്തായ രാജ്യത്തെ സംബന്ധിച്ചിടത്തോളം നിർണ്ണായകമായിരിക്കും. കേന്ദ്രഭരണം ഉപയോഗപ്പെടുത്തിയും അല്ലാതെയും സംഘപരിവാർ നടത്തുന്ന നീക്കങ്ങളെ ചെറുക്കുന്നതിൽ രാജ്യത്തെ ബൂർഷ്വാ ജനാധിപത്യ പാർട്ടികൾക്കും പുരോഗമനപ്രസ്ഥാനങ്ങൾക്കും കക്ഷിയുള്ളവരോ ഇല്ലാത്തവരോ ആയ ജനാധിപത്യ വാദികൾക്കും എന്തു ചെയ്യാൻ കഴിയുന്നു എന്നതിനെ ആശ്രയിച്ചായിരിക്കും ഫാസിസത്തിന്റെ പടിവാതിൽക്കൽ നില്ക്കുന്ന ഈ രാജ്യത്തിന്റെ ചരിത്രം അവിടെനിന്ന് എങ്ങോട്ട് തിരിയുന്നു എന്നത് തീരുമാനിക്കപ്പെടുക.

ആരാണ് ദേശീയതയുടെ പ്രതീകം

ഗുജറാത്ത് സംസ്ഥാനത്തെ ബാറൂച്ചിൽ "182 മീറ്റർ" ഉയരമുള്ള പ്രതിമ നിർമ്മിച്ച് സർദാർ വല്ലഭായ് പട്ടേലിനെ "ആദരിക്കാ"ൻ സംഘപരിവാറിന്റെ തീരുമാനപ്രകാരം അവിടുത്തെ സംസ്ഥാന സർക്കാർ ഒരുങ്ങുകയാണ്. ഇന്ത്യൻ ദേശീയതയുടെ പ്രതീകമായി ഈ പ്രതിമ മാറുമെന്നാണ് നരേന്ദ്രമോദിയും ബി ജെ പിയുടെ മറ്റു നേതാക്കളും പറയുന്നത്. 2,500/- കോടി രൂപ ചെലവഴിച്ച് ഒരു കൂറ്റൻ പ്രതിമ സ്ഥാപിക്കുന്നതിലൂടെ ഈ ദരിദ്രരാജ്യത്തെ ഏതു ദിശയിലേക്കാണ് തങ്ങൾ നയിക്കാൻ പോകുന്നതെന്ന വ്യക്തമായ സൂചനയാണ് സംഘപരിവാർ നല്കുന്നത്.

ഇന്ത്യൻ ദേശീയതയ്ക്ക് ഒരൊറ്റ പ്രതീകമേയുള്ളൂവെങ്കിൽ അത് സർദാർ പട്ടേൽ ആകാൻ തരമില്ല. ഒരായിരം ദേശീയ പ്രതീകങ്ങളുള്ള ഈ രാജ്യത്തിന്റെ ശക്തി അതിന്റെ നാനാത്വം തന്നെയാണ്. പട്ടേൽ എന്ന നേതാവിനെ "നെഹ്റുവും മറ്റു കപട മതേതരവാദിക"ളും ചേർന്ന് ഒതുക്കിയെന്ന കഥ ബോധപൂർവ്വം ഉണ്ടാക്കി പ്രചരിപ്പിക്കുകയും പട്ടേലിന്റെ പ്രതാപം വീണ്ടെടുത്തവരെന്ന പേരിൽ ദേശീയവാദികളെന്ന നിലയ്ക്കുള്ള സ്വന്തം പ്രതിച്ഛായയുടെ തിളക്കംകൂട്ടുകയുമാണ് സംഘപരിവാർ ബുദ്ധികേന്ദ്രങ്ങളുടെ ഉദ്ദേശ്യം. പട്ടേലിനെ ആദരിക്കുകയല്ല അതിന്റെ മറവിൽ മറ്റു ചിലരെ ഇകഴ്ത്തുന്നതിന് ഈ സാഹചര്യം മറയാക്കുകയാണ് ആർ എസ് എസിന്റെ യഥാർത്ഥ ഉദ്ദേശ്യം.

സംഘപരിവാർ ഉയർത്തിക്കാണിക്കാൻ ആഗ്രഹിക്കുന്ന പ്രതീകം സർദാർ പട്ടേൽ ആണെങ്കിൽ, അതിന്റെ മറവിൽ അവർ ഇകഴ്ത്താൻ ആഗ്രഹിക്കുന്നതിൽ ആദ്യം എടുത്തു പറയേണ്ട പേരുകൾ ഗാന്ധി, നെഹ്റു, അംബേദ്കർ എന്നിവരുടേതാണ്.

സംഘപരിവാർ കുഴിച്ചുമൂടാനാഗ്രഹിക്കുന്ന ഒന്നാമത്തെ ദേശീയ പ്രതീകം സാക്ഷാൽ മഹാത്മാഗാന്ധിയാണ്. ഗാന്ധിയെ കായികമായി

ഉന്മൂലനം ചെയ്ത ഹിന്ദുത്വശക്തികൾക്ക് ഗാന്ധിയുടെ സ്വാധീനവും ഇല്ലാതാക്കേണ്ടതുണ്ട്. ഗാന്ധിയെക്കാൾ വലിയ നേതാക്കൾ ആധുനിക ഇന്ത്യക്കുണ്ടായിരുന്നു എന്നു സ്ഥാപിക്കുകയാണ് അതിന് അവർ കണ്ടെത്തിയിരിക്കുന്ന മാർഗ്ഗം. ഗാന്ധി ഹിന്ദുക്കളുടെ താല്പര്യത്തിന് എതിരായിരുന്നു എന്ന് ഹിന്ദുവർഗീയവാദികൾ വാദിക്കുന്നു. ഹിന്ദുമുസ്ലീം മൈത്രിക്കുവേണ്ടി നിലകൊണ്ട ഗാന്ധിയുടെ സ്വാധീനം ഹിന്ദുത്വ വർഗ്ഗീയതയുടെ വളർച്ചയ്ക്ക് തടസ്സമാണെന്ന് സംഘപരിവാർ മനസ്സിലാക്കുന്നു.

ജവഹർലാൽ നെഹ്റുവാണ് സംഘ് ഏറ്റവുമധികം വെറുക്കുന്ന മറ്റൊരു ദേശീയപ്രതീകം.

നെഹ്റു ഉയർത്തിപ്പിടിച്ച ലിബറൽ ജനാധിപത്യമൂല്യങ്ങളും ഉറച്ച മതേതരനിലപാടുമാണ് അദ്ദേഹത്തെ അവമതിക്കാൻ സംഘപരിവാർ ശക്തികളെ പ്രേരിപ്പിക്കുന്നത്. സംഘപരിവാറിന്റെയും വർഗ്ഗീയതയുടെയും കടുത്ത വിമർശകനായിരുന്നു നെഹ്റു. അദ്ദേഹം പ്രതിനിധീകരിച്ച ആധുനിക ആശയങ്ങളെ ദുർബ്ബലമാക്കേണ്ടത് ഹിന്ദുത്വ ഫാസിസത്തിന്റെ ആവശ്യമാണ്. സർവ്വോപരി ഇന്ത്യൻ സംസ്കാരത്തിന്റെ ബഹുസ്വര പാരമ്പര്യം ഉയർത്തിപ്പിടിക്കുന്നതിൽ നെഹ്റു ആരെക്കാളും മുൻപന്തിയിലായിരുന്നു. നെഹ്റു ഇല്ലാതായി അരനൂറ്റാണ്ടു കഴിഞ്ഞിട്ടും നെഹ്റുവിന്റെ സ്വാധീനം ഇല്ലാതായിട്ടില്ല. ഇന്ത്യൻ മതേതരത്വത്തിന്റെയും സംസ്കാരത്തിന്റെയും പ്രതീകമാണ് ഇന്നും ആ സ്വാധീനം. അതിനെ ദുർബ്ബലമാക്കുന്നതിലൂടെ ഇന്ത്യൻ രാഷ്ട്രീയത്തിന്റെ വർഗ്ഗീയവല്ക്കരണം സുഗമമാക്കാമെന്ന് സംഘപരിവാർ കണക്കുകൂട്ടുന്നു.

ലോകത്തിനു മുന്നിൽ രാജ്യത്തിന്റെ അഭിമാനമുയർത്തിയ ഇന്ത്യൻ ഭരണഘടനയുടെ പ്രധാനശില്പികളിലൊരാളായ അംബേദ്കറാണ് സംഘിനെ ചൊടിപ്പിക്കുന്ന മറ്റൊരു ദേശീയ പ്രതീകം. ജാതിപരമായ ചൂഷണം ഇല്ലാതാക്കുന്നതിനുള്ള നടപടികളിൽനിന്ന് ഭരണാധികാരികൾക്ക് ഒളിച്ചോടാനാവാത്ത വിധം അത് ഭരണഘടനയിൽ എഴുതിച്ചേർത്തത് മറ്റാരുമല്ല.

രാമരാജ്യമാകണമെന്ന് ഹിന്ദുത്വദേശീയവാദികൾ സങ്കല്പിച്ച ഇന്ത്യയെ ഒരു മതേതര ജനാധിപത്യ രാജ്യമാക്കി ഒരുക്കുന്നതിൽ അംബേദ്കർ നേതൃത്വപരമായ പങ്കുവഹിച്ചു. സവർക്കറുടെ ഭരണഘടനാസങ്കല്പത്തെ അംബേദ്കർ വിമർശിക്കുന്നതു നോക്കുക:

> ദ്വിരാഷ്ട്രവും ഏകരാഷ്ട്രവും എന്ന പ്രശ്നത്തിനുമേൽ മിസ്റ്റർ സവർക്കറും മിസ്റ്റർ ജിന്നയും പരസ്പരം വിയോജിക്കുന്നതിനു പകരം അവർ പൂർണ്ണയോജിപ്പിലായിരുന്നു എന്നത് വിചിത്രമായി തോന്നിയേക്കാം. അവർ യോജിക്കുക മാത്രമല്ല, ഇന്ത്യയിൽ രണ്ട് രാഷ്ട്രങ്ങളുണ്ട് – ഒന്ന് മുസ്ലിം രാഷ്ട്രവും മറ്റേത് ഹിന്ദുരാഷ്ട്രവും – എന്ന് അവർ വാശിയോടെ പ്രസ്താവിച്ചു. രണ്ട് രാഷ്ട്രങ്ങളെ സംബന്ധിച്ച വ്യവസ്ഥകളെച്ചൊല്ലി മാത്രമാണ് അവർ വിയോജി

ച്ചത്. ഇന്ത്യയെ പാകിസ്ഥാൻ, ഹിന്ദുസ്ഥാൻ എന്നിങ്ങനെ രണ്ടായി വിഭജിക്കണമെന്നും മുസ്ലിങ്ങൾ പാകിസ്ഥാനിൽ വസിക്കണമെന്നും ഹിന്ദുക്കൾ ഹിന്ദുസ്ഥാനിൽ വസിക്കണമെന്നും ജിന്ന പറയുന്നു. മറിച്ച്, സവർക്കർ വാശിപിടിക്കുന്നത് ഇന്ത്യയിൽ രണ്ട് രാഷ്ട്രങ്ങളുണ്ടെങ്കിലും മുസ്ലിങ്ങൾക്കായി ഒരു രാഷ്ട്രവും ഹിന്ദുക്കൾക്കായി മറ്റൊരു രാഷ്ട്രവും എന്നിങ്ങനെ ഇന്ത്യയെ രണ്ടായി വിഭജിക്കരുത് എന്നാണ്; രണ്ട് രാഷ്ട്രങ്ങളും ഒരു രാജ്യത്തിനുള്ളിൽ വസിക്കണമെന്നും ഒരേയൊരു ഭരണഘടനയ്ക്കു കീഴിൽ ജീവിക്കണമെന്നുമാണ്; ഹിന്ദുരാഷ്ട്രത്തിന് പ്രാമാണികമായ സ്ഥാനം നല്കുകയും മുസ്ലീങ്ങൾ അതിനോട് സഹകരിച്ച് അതിന്റെ കീഴിൽ ജീവിക്കുകയും ചെയ്യുന്ന തരത്തിലുള്ള ഭരണഘടനയായിരിക്കണം അതെന്നാണ് സവർക്കർ പറയുന്നത്.*

സവർണ്ണ ഹിന്ദു വിഭാഗങ്ങളുടെ നിക്ഷിപ്തതാല്പര്യങ്ങൾക്കുവേണ്ടി, നിലകൊള്ളുന്ന സംഘപരിവാർ ഇന്ത്യൻ രാഷ്ട്രീയത്തിൽ അംബേദ്കറുടെ സ്വാധീനം വർദ്ധിച്ചുവരുന്നതിൽ അസംതൃപ്തരാണ്. ഈ ദേശീയ പ്രതീകങ്ങളെ അവമതിക്കുന്നതിനുള്ള മറയായി മറ്റൊരു പ്രതീകത്തെ ഇവർക്കും മുകളിൽ പ്രതിഷ്ഠിക്കുകയെന്നത് സംഘപരിവാറിന്റെ കർമ്മപരിപാടിയിലെ പല ഇനങ്ങളിൽ ഒന്നാണ്. സംഘപരിവാറിന് പട്ടേലിനോട് എന്തെങ്കിലും പ്രത്യേക മമതയുണ്ടായിരുന്നു എന്നു കരുതാൻ യാതൊരു കാരണവുമില്ല. പട്ടേലിനെ അവർ തെരഞ്ഞെടുക്കുകയായിരുന്നു എന്നതാണ് വാസ്തവം.

എന്നാൽ, സർദാർ വല്ലഭായ് പട്ടേൽ എന്ന ദേശീയനേതാവിനെ ഹിന്ദുത്വ അനുകൂലിയോ പാരമ്പര്യവാദിയോ സവർണ്ണ പക്ഷപാതിയോ ആയി ചിത്രീകരിക്കാനുള്ള ശ്രമം വിജയിപ്പിക്കാൻ സംഘപരിവാറിന് വിമർശകരുടെ മൗനം എന്ന ആനുകൂല്യം തല്ക്കാലത്തേക്കെങ്കിലും കൂടിയേ തീരൂ. സർദാർ പട്ടേലിനെ ഇന്ത്യൻ ദേശീയതയുടെ പ്രതീകമാക്കി ഉയർത്തിക്കാണിക്കാൻ ശ്രമിക്കുന്ന സംഘപരിവാറിന് രാഷ്ട്രീയ സ്വയം സേവക് സംഘത്തെക്കുറിച്ച് അതേ സർദാർ പട്ടേൽ പറഞ്ഞതിനൊന്നും മറുപടിയില്ല.

എം എസ് ഗോൾവാൾക്കർക്കും ശ്യാമപ്രസാദ മുഖർജിക്കും നേരിട്ടെഴുതിയ കത്തുകളിൽ പട്ടേൽ ആർ എസ് എസിനെക്കുറിച്ചുള്ള തന്റെ അഭിപ്രായങ്ങൾ വെട്ടിത്തുറന്നു പറഞ്ഞിട്ടുണ്ട്. ഇരട്ടത്താപ്പോ കാപട്യമോ സർദാർ പട്ടേലിന്റെ വ്യക്തിത്വത്തിനു ചേരുകയില്ല. ഇരട്ടനാവുകൊണ്ട് സംസാരിക്കുന്നത് ശീലമാക്കിയ സംഘപരിവാറാകട്ടെ സർദാർ പട്ടേലിന്റെ കാര്യത്തിലും ഒരു കഥ പടച്ചുണ്ടാക്കുകയും അതിന്റെ ഉപകഥകൾ ആവർത്തിച്ചുപറഞ്ഞ് ജനങ്ങളെ വിശ്വസിപ്പിക്കുകയുമെന്ന പതിവ് ഫാസിസ്റ്റ് രീതിയാണ് പ്രയോഗിക്കുന്നത്. സർദാർ പട്ടേൽ എന്തല്ലായി

* Ambedkar, *Thoughts on Pakistan, Part III.*

രുന്നുവോ അതിലേ, അതിൽ മാത്രമേ, സംഘിനു താല്പര്യമുള്ളൂ. വാസ്തവത്തിൽ പട്ടേലിന് ആർ എസ് എസിനോട് യാതൊരുവിധ സഹാനുഭൂതിയും ഉണ്ടായിരുന്നില്ല. ആർ എസ് എസ് നേതാക്കളെ വർഗ്ഗീയ വിഷം വമിപ്പിക്കുന്ന പ്രസംഗങ്ങൾ നടത്തുന്നവരെന്നാണ് പട്ടേൽ വിളിച്ചത്. ഗാന്ധിജി കൊല്ലപ്പെട്ടപ്പോൾ ആർ എസ് എസുകാർ മധുരം വിതരണം ചെയ്തത് പട്ടേൽ ഒന്നിലധികം സ്ഥലത്ത് രേഖപ്പെടുത്തിയിട്ടുണ്ട്. 1948 ജൂലായ് 18 ന് ശ്യാമപ്രസാദിന് അയച്ച കത്തിൽ പട്ടേൽ പറയുന്നു:

> ഈ രണ്ടു സംഘടനകളുടെ (ആർ എസ് എസിന്റെയും ഹിന്ദുമഹാസഭയുടെയും), പ്രത്യേകിച്ചും ഇവയിൽ ആദ്യത്തേതിന്റെ, പ്രവർത്തനങ്ങളുടെ ഫലമായാണ്, ഈ ഭയാനകമായ ദുരന്തത്തിനുപറ്റിയ അന്തരീക്ഷം, രാജ്യത്തു സൃഷ്ടിക്കപ്പെട്ടത്. ഹിന്ദു മഹാസഭയിലെ തീവ്രചിന്താഗതിക്കാരായ വിഭാഗം ഈ ഗൂഢാലോചനയിൽ ഉൾപ്പെട്ടിട്ടുണ്ട് എന്ന കാര്യത്തിൽ എന്റെ മനസ്സിൽ ഒട്ടും സംശയമില്ല. ആർ എസ് എസിന്റെ പ്രവർത്തനങ്ങൾ രാജ്യത്തെ സർക്കാരിന്റെയും രാജ്യത്തിന്റെ തന്നെയും നിലനില്പിന് വ്യക്തമായും ഭീഷണിയാണ്.

1948 സെപ്തംബർ 11 ന് പട്ടേൽ ഗോൾവാൾക്കർക്കെഴുതിയ കത്ത് ആർ എസ് എസിനെക്കുറിച്ചുള്ള അദ്ദേഹത്തിന്റെ കാഴ്ചപ്പാട് കൂടുതൽ വ്യക്തമാക്കുന്ന രേഖയാണ്.

പട്ടേൽ പറയുന്നു

> അവരുടെ (ആർ എസ് എസ് നേതാക്കളുടെ) പ്രസംഗങ്ങൾ വർഗ്ഗീയവിഷം നിറഞ്ഞതായിരുന്നു. ഇങ്ങനെ വർഗ്ഗീയവിഷം പരത്തുകയോ ഹിന്ദുക്കളെ വികാരംകൊള്ളിക്കുകയോ അവരുടെ തന്നെ സംരക്ഷണത്തിനെന്നപേരിൽ അവരെ സംഘടിപ്പിക്കുകയോ ചെയ്യേണ്ട ആവശ്യം ഉണ്ടായിരുന്നില്ല. ഈ വിഷലിപ്തമായ പ്രചാരണത്തിന്റെ അവസാനഫലമെന്ന നിലയിൽ ഗാന്ധിയുടെ വിലപ്പെട്ട ജീവൻ കവർന്നെടുക്കപ്പെടുന്നത് രാജ്യത്തിന് സഹിക്കേണ്ടിവന്നു. ഇക്കാര്യത്തിൽ സർക്കാരിനോ ജനങ്ങൾക്കോ ആർ എസ് എസിനോട് ഒരു കഴഞ്ചുപോലും സഹതാപമില്ല. മാത്രമല്ല ആർ എസ് എസിനോടുള്ള അവരുടെ എതിർപ്പു കൂടുതൽ ശക്തമായിട്ടുമുണ്ട്. ഗാന്ധിജിയുടെ മരണത്തിൽ ആഹ്ലാദിച്ച ആർ എസ് എസുകാർ അതിന്റെ പേരിൽ മധുരം വിതരണം ചെയ്തത് ഈ എതിർപ്പ് പിന്നെയും തീവ്രമാക്കി.

ആർ എസ് എസിന്റെ അന്നത്തെ പരമാചാര്യനും എന്നത്തെയും കൊണ്ടാടപ്പെടുന്ന സൈദ്ധാന്തികനുമായ എം എസ് ഗോൾവാൾക്കറിന് നേരിട്ടെഴുതിയ കത്തിലാണ്, സർദാർ വല്ലഭായ് പട്ടേൽ, തന്റെ സ്വതസ്സി

ദ്ധമായ ശൈലിയിൽ വെട്ടിത്തുറന്നു സംസാരിക്കുന്നത്. ഹിന്ദുത്വവാദികൾക്ക് പറ്റിയ അബദ്ധമായിരുന്നില്ല ഗാന്ധിവധം. അതവരുടെ ആസൂത്രിതമായ കർമ്മപരിപാടിയിലെ ഒരിനം തന്നെയായിരുന്നു. അതുകൊണ്ടുതന്നെ, ഇന്ത്യയുടെ മനസ്സാക്ഷിയെ നടുക്കിയ ഗാന്ധിവധത്തെത്തുടർന്ന് ആർ എസ് എസിനെതിരെ ഉയർന്ന ജനരോഷത്തിന്റെ പശ്ചാത്തലത്തിൽപ്പോലും ആർ എസ് ആത്മവിമർശനത്തിനു തയ്യാറായില്ല. അതേ കത്തിൽ സർദാർ പട്ടേൽ ഇക്കാര്യം പറയുന്നതു നോക്കുക:

> ആറു മാസം കടന്നുപോയി. ഈ സമയംകൊണ്ട് ആർ എസ് എസുകാർ ശരിയായ മാർഗ്ഗത്തിലേക്ക് വന്നുകഴിഞ്ഞിരിക്കുമെന്ന് ഞങ്ങൾ പ്രതീക്ഷിച്ചു. എന്നാൽ തങ്ങളുടെ പഴയ പ്രവർത്തനങ്ങൾ അവർ വീണ്ടും ശക്തമാക്കുന്നതായാണ് എനിക്കു കിട്ടുന്ന റിപ്പോർട്ടുകൾ കാണിക്കുന്നത്.

ദേശാഭിമാനപരമായ പ്രവർത്തനം തുടരണമെങ്കിൽ കോൺഗ്രസുമായി യോജിക്കുകയാണു വേണ്ടതെന്ന ഉപദേശവും പട്ടേൽ ആർ എസ് എസിനു നല്കുന്നുണ്ട്. 1950 ആഗസ്ത് 2 ന് ലോകസഭയിൽ നടത്തിയ പ്രസ്താവനയിലും സർദാർ പട്ടേൽ ഈ വിവരങ്ങൾ ആവർത്തിക്കുകയുണ്ടായി. എന്നാൽ ഇവിടംകൊണ്ട് കാര്യങ്ങൾ അവസാനിക്കുന്നില്ല. ആയിരക്കണക്കിനു കോടി രൂപ മുടക്കി സർദാർ പട്ടേലിന്റെ പ്രതിമ നിർമ്മിച്ചതിനുശേഷം അതിൽ ആർ എസ് എസിനെക്കുറിച്ചുള്ള അദ്ദേഹത്തിന്റെ അഭിപ്രായം കൂടി കൊത്തിവയ്ക്കുമെന്ന് ആരും കരുതേണ്ടതില്ല. കാരണം, പട്ടേൽ എന്തായിരുന്നുവോ അത് ജനങ്ങളിലെത്തിക്കുകയെന്നത് സംഘപരിവാറിന്റെ ലക്ഷ്യമേയല്ല. പട്ടേലിന്റെ ഒരു വ്യാജപരിവേഷം നിർമ്മിച്ച് അത് ഉപയോഗിച്ച് തങ്ങൾക്ക് പലതും നേടാൻ കഴിയുമെന്ന് അവർ കണക്കുകൂട്ടുകയും ചെയ്യുന്നു.

സർദാർപട്ടേൽ ആർ എസ് എസിനെ പ്രതിക്കൂട്ടിലാക്കിയത് അവരുടെ വർഗ്ഗീയനിലപാടുകളുടെയും ഗാന്ധിവധത്തിലെ പങ്കാളിത്തത്തിന്റെയും പേരിലാണ്. എന്നാൽ ഖണ്ഡിക്കാൻ സാദ്ധ്യമല്ലാത്ത ഈ പരമാർത്ഥങ്ങൾ തങ്ങൾക്കനുകൂലമാക്കി മാറ്റാൻ കഴിയുന്ന ഒരു രാഷ്ട്രീയ-സാമൂഹികകാലാവസ്ഥയാണ് സംഘ് ഒരുക്കൂട്ടാൻ ശ്രമിക്കുന്നത്. "ഗാന്ധി ഹിന്ദുതാല്പര്യങ്ങൾക്കെതിരായിരുന്നു, അദ്ദേഹം ന്യൂനപക്ഷങ്ങളെ പ്രീണിപ്പിച്ചു, ഗാന്ധിയുടെ നിലപാടുകൾ രാജ്യത്തെ അപകടത്തിലാക്കി, ഗാന്ധിയെ വകയിരുത്തിയവർ ദേശസ്നേഹികളെന്ന നിലയിൽ സഹതാപം അർഹിക്കുന്നു, എന്നാലും മനുഷ്യസ്നേഹിയായ ഗാന്ധിയെ കൊന്നത് തെറ്റായിപ്പോയി, ആ പ്രവൃത്തിയിൽ ആർ എസ് എസിന് പങ്കില്ല" എന്നതാണ് ഗാന്ധിയെയും ഗാന്ധിവധത്തെയും സംബന്ധിച്ച ആർ എസ് എസ് നിലപാടിന്റെ രത്നച്ചുരുക്കം. ഗാന്ധിവധത്തെ ധാർമ്മികമായി അംഗീകരിക്കുകയും സാങ്കേതികമായി തള്ളിപ്പറയുകയുമാണ് സംഘപരിവാർ ചെയ്തുപോരുന്നത്. ഗാന്ധിവധത്തിന്റെ പേരിൽ

സംഘപരിവാറിനെ തുറന്നുകാട്ടി ജനങ്ങളിൽനിന്ന് ഒറ്റപ്പെടുത്താനാണ് മതേതരവാദികൾ ശ്രമിക്കുന്നത്. എന്നാൽ ഗാന്ധിവധത്തിന്റെ ഉത്തരവാദിത്വത്തിൽ നിന്ന് രക്ഷപ്പെട്ടുനിന്നുകൊണ്ടുതന്നെ, “വധത്തിന് അനുയോജ്യമായ” സാഹചര്യം സൃഷ്ടിച്ചവരെന്ന ആക്ഷേപം സ്വന്തം വളർച്ചയ്ക്കുള്ള ഇന്ധനമാക്കി മാറ്റാൻ കഴിയുന്ന ഹിന്ദുത്വദേശീയതയുടെ യുക്തിയാണ് ഇന്ന് സംഘപരിവാർ പരീക്ഷിച്ചുകൊണ്ടിരിക്കുന്നത്. “ഗാന്ധി പലരിൽ ഒരാളായിരുന്നു. പട്ടേലായിരുന്നു യഥാർത്ഥ നേതാവ്” എന്നുകൂടി സ്ഥാപിക്കുന്നതോടെ സ്വയം സംസാരിക്കുന്ന തെളിവുകൾ നോക്കുകുത്തിയായി മാറും. “ഇന്ത്യയുടെ ഉരുക്കുമനുഷ്യൻ” എന്ന പട്ടേലിന്റെ പ്രതിച്ഛായയിൽനിന്ന് ശക്തമായ നേതൃത്വം, കരുത്തനായ നേതാവ്” എന്ന ഫാസിസ്റ്റ് മുദ്രാവാക്യത്തിന് ഊർജ്ജം സമാഹരിക്കുകയും ചെയ്യാം. ഇതാണ് ഫാസിസം ബോധത്തിൽ ഇടപെടുന്ന രീതി.

സംഘ് സ്വയം പറയട്ടെ

രാഷ്ട്രീയ സ്വയം സേവക സംഘം ഇന്ത്യയിൽ പ്രവർത്തനം തുടങ്ങിയ കാലത്തും തുടർന്ന്, ഗോൾവാൾക്കറുടെ കാലം വരെയും അതിന്റെ നേതാക്കൾ അർത്ഥശങ്കയ്ക്കിടയില്ലാതെ പറഞ്ഞ കാര്യങ്ങൾ തന്നെയാണ് അവരുടെ രാഷ്ട്രീയപദ്ധതി മനസ്സിലാക്കുന്നതിനുള്ള ശരിയായ മാർഗ്ഗം. ഇരട്ടത്താപ്പ്, മറ്റേത് ഫാസിസ്റ്റു പ്രസ്ഥാനത്തെയും പോലെ രാഷ്ട്രീയ സ്വയം സേവക് സംഘത്തിന്റെയും മുഖമുദ്രയാണ്. എന്നാൽ അവർ തുറന്നു പറഞ്ഞിട്ടുള്ളതുതന്നെ അവരുടെ ഫാസിസ്റ്റു സ്വഭാവം തെളിയിക്കാൻ ആവശ്യത്തിലധികമാണ്.

ഫാസിസത്തിന്റെയും നാസിസത്തിന്റെയും സ്വാധീനത്തിൽ

ഹിറ്റ്ലറുടെ നാസി ജർമ്മനിയും മുസോളിനിയുടെ ഫാസിസ്റ്റ് ഇറ്റലിയും സംഘപരിവാറിനെ സംബന്ധിച്ചിടത്തോളം, അവർ സങ്കല്പിച്ച ഹിന്ദുരാഷ്ട്രത്തിന്റെ മാതൃകകളായിരുന്നു. ഈ രാഷ്ട്രങ്ങൾ സ്വന്തം സംസ്കാരത്തോടും പാരമ്പര്യത്തോടും സ്വീകരിച്ച സമീപനം അനുകരണീയമാണെന്ന് സംഘിന്റെ നേതാക്കൾ കരുതി. ബി എസ് മുൻജേയ്ക്ക് മുസോളിനിയുമായി ഉറ്റബന്ധമുണ്ടായിരുന്നു. മുൻജേയുടെ ഡയറിയിൽ നിന്നുള്ള ഒരു ഭാഗം കാണുക:

> ഇറ്റലിയുടെ സൈനിക പുനഃസൃഷ്ടിക്കു വേണ്ടി അതിന്റെ മുഴുവൻ ആശയവും രൂപീകരിച്ചത് മുസോളിനിയാണ്. പൊതുവിൽ ഇന്ത്യക്കാരെപ്പോലെ തന്നെ, പ്രകൃതിദത്തമായി, ഇറ്റലിക്കാരും ആയാസരാഹിത്യം ഇഷ്ടപ്പെടുന്നവരും സമരോത്സുകതയില്ലാത്തവ

രുമായിട്ടാണ് കാണപ്പെടുന്നത്. ഇന്ത്യക്കാരെപ്പോലെ സമാധാനത്തിന്റെ പ്രവർത്തനങ്ങൾ പരിപോഷിപ്പിച്ച ഇറ്റലിക്കാർ യുദ്ധകലയുടെ പരിപോഷണത്തെ അവഗണിച്ചു. തന്റെ രാജ്യത്തിന്റെ കണിശമായ ദൗർബ്ബല്യം കണ്ടറിഞ്ഞ മുസോളിനി ബലില്ല ഓർഗനൈസേഷന്റെ ആശയത്തിന് ജന്മം നല്കി. ഇറ്റലിയുടെ സൈനിക സംഘടനയ്ക്ക് വേണ്ടി ഇതിലും മെച്ചപ്പെട്ട യാതൊന്നിനും രൂപം നല്കാനാവുമായിരുന്നില്ല. ഫാസിസത്തിന്റെ ആശയം ജനങ്ങൾക്കിടയിലെ ഐക്യത്തെക്കുറിച്ചുള്ള ആശയത്തെ പ്രകടമായി വെളിപ്പെടുത്തുന്നു. ഇന്ത്യക്ക്, പ്രത്യേകിച്ചും ഹിന്ദു ഇന്ത്യക്ക്, ഹിന്ദുക്കളുടെ സൈനിക പുനഃസൃഷ്ടിക്കുവേണ്ടി ഇത്തരം ചില സ്ഥാപനങ്ങൾ ആവശ്യമാണ്. അതിലൂടെ, ബ്രിട്ടീഷുകാർ വളരെയധികം ഊന്നൽ നല്കുന്ന, ഹിന്ദുക്കളിലെ സമരോത്സുകരും സമരോത്സുകതയില്ലാത്തവരുമായ വർഗ്ഗങ്ങൾക്കിടയിലെ കൃത്രിമമായ വേർതിരിവ് അപ്രത്യക്ഷമാവും.... തികച്ചും സ്വതന്ത്രമായി ജന്മം നല്കിയിട്ടുള്ളതാണെങ്കിലും, ഹെഡ്ഗേവർക്ക് കീഴിലുള്ള നാഗ്പൂരിലെ രാഷ്ട്രീയ സ്വയം സേവക് സംഘ് അത്തരത്തിലുള്ള നമ്മുടെ ഒരു സംഘടനയാണ്. മഹാരാഷ്ട്രയിലും മറ്റെല്ലാ പ്രവിശ്യകളിലും ഹെഡ്ഗേവറുടെ ഈ സ്ഥാപനത്തെ വികസിപ്പിക്കാനും വ്യാപിപ്പിക്കാനും ഞാനെന്റെ ജീവിതത്തിലെ അവശേഷിച്ച കാലം ചെലവഴിക്കും.

(ബി എസ് മുൻജേ, *ഡയറിക്കുറിപ്പുകൾ*)

മുസോളിനിയുമായുള്ള കൂടിക്കാഴ്ചയെക്കുറിച്ച് മുൻജേ പറയുന്നു:

എന്നെക്കുറിച്ച് എല്ലാമറിയാമായിരുന്ന അദ്ദേഹം ഇന്ത്യൻ സ്വാതന്ത്ര്യസമരവുമായി ബന്ധപ്പെട്ട സംഭവവികാസങ്ങൾ ശ്രദ്ധിക്കുന്നതായി തോന്നി. ഞാൻ യൂണിവേഴ്സിറ്റി സന്ദർശിച്ചുവോ എന്ന് സിനോർ മുസോളിനി ആരാഞ്ഞു. യുവാക്കൾക്ക് സൈനിക പരിശീലനം നല്കുന്നതിലാണ് എനിക്ക് താല്പര്യമെന്നും ഇംഗ്ലണ്ട്, ഫ്രാൻസ്, ജർമ്മനി എന്നിവിടങ്ങളിലെ സൈനിക സ്കൂളുകൾ സന്ദർശിക്കുകയാണെന്നും ഞാൻ പറഞ്ഞു. അതേ ആവശ്യത്തിനായി ഇറ്റലിയിലെത്തിയ എനിക്ക് ഈ സ്കൂളുകൾ സന്ദർശിക്കാൻ അവസരമുണ്ടാക്കിത്തന്ന വിദേശകാര്യ ഓഫീസിനോടും യുദ്ധകാര്യ ഓഫീസിനോടും ഞാൻ വളരെ കൃതജ്ഞനാണ്. രാവിലെയും ഉച്ചയ്ക്കു ശേഷവുമുള്ള എന്റെ ബലില്ല, ഫാസിസ്റ്റ് ഓർഗനൈസേഷനുകളിലെ സന്ദർശനം എന്നെ വളരെ ആവേശഭരിതനാക്കി. ഇറ്റലിക്ക് അതിന്റെ വികസനത്തിനും സമ്പൽസമൃദ്ധിക്കും അവ ആവശ്യമാണ്. അവയെക്കുറിച്ചും മുസോളിനിയെക്കുറിച്ചും അത്ര അനുഭാവമില്ലാത്ത വിമർശനങ്ങൾ ഇടയ്ക്കിടെ വർത്തമാന പത്രങ്ങളിൽ വായിക്കാറുണ്ടെങ്കിലും അവയിൽ പരാതിപ്പെടാവുന്ന തരത്തിലുള്ള യാതൊന്നും ഞാൻ കാണുന്നില്ല.

ഞങ്ങളുടെ സംഭാഷണത്തിൽനിന്ന്:

> സിനോർ മുസോളിനി : അവയെക്കുറിച്ചുള്ള നിങ്ങളുടെ അഭിപ്രായമെന്താണ്?
>
> ഡോ.മുൻജേ: യുവർ എക്സലൻസി, അവ എന്നെ വളരെ ആകർഷിച്ചു. ഔന്നിത്യകാംക്ഷയുള്ളതും വളർച്ച പ്രാപിച്ചുകൊണ്ടിരിക്കുന്നതുമായ ഓരോ രാജ്യത്തിനും ഇത്തരം സംഘടനകൾ ആവശ്യമാണ്.
>
> സിനോർ മുസോളിനി: (അതിൽ വളരെ സന്തുഷ്ടനായി): നന്ദി. എന്നാൽ നിങ്ങളുടേത് ശ്രമകരമായൊരു ദൗത്യമാണ്. എന്തായാലും തിരിച്ച് നിങ്ങൾക്ക് ഞാൻ എല്ലാ വിജയവും ആശംസിക്കുന്നു.
>
> അങ്ങനെ പറഞ്ഞുകൊണ്ട് അദ്ദേഹവും അവിടെനിന്നും മടങ്ങുന്നതിനായി ഞാനും എഴുന്നേറ്റു.
>
> (ബി എസ് മുൻജേ, *ഡയറിക്കുറിപ്പുകൾ*)

1934 മാർച്ച് 31 ന് ഹെഡ്ഗേവർ, ലാലു ഗോഖലേ, ബി എസ് മുൻജേ എന്നിവർക്കിടയിൽ നടന്ന ഒരു കൂടിക്കാഴ്ചയെക്കുറിച്ച് മുൻജെയുടെ ഡയറിയിൽ ഇങ്ങനെ പറഞ്ഞിരിക്കുന്നു:

> ഇന്ത്യയിലുടനീളം ഹിന്ദുമതത്തെ ക്രമീകരിക്കാവുന്ന തരത്തിൽ ഹിന്ദുധർമ്മ ശാസ്ത്രത്തെ അടിസ്ഥാനമാക്കിയ പദ്ധതിയെക്കുറിച്ച് ഞാൻ ചിന്തിക്കുന്നു.... എന്നാൽ, പഴയ ശിവജിയെയോ വർത്തമാനകാലത്തെ ഇറ്റലിയിലെ മുസോളിനിയെയോ ജർമ്മനിയിലെ ഹിറ്റ്ലറെയോ പോലുള്ള ഒരു ഹിന്ദു ഏകാധിപതിയുള്ള നമ്മുടെ സ്വന്തം സ്വരാജ് ഉണ്ടാവാത്തിടത്തോളം ആ ആശയം സഫലീകരിക്കാനാവില്ല.... എന്നാൽ, അത്തരമൊരു ഏകാധിപതി ഇന്ത്യയിൽ ഉയർന്നുവരുന്നതു വരെ നാം കയ്യും കെട്ടിയിരിക്കണമെന്ന് അതിനർത്ഥമില്ല. നാം ശാസ്ത്രീയമായ ഒരു പദ്ധതി ആവിഷ്കരിക്കുകയും അതിനായി പ്രചരണം നടത്തുകയും വേണം....
>
> (ബി എസ് മുൻജേ, *ഡയറിക്കുറിപ്പുകൾ*)

രക്തദാഹിയായ ഈ മനുഷ്യവിദ്വേഷി ആളുകളെ കൊന്നൊടുക്കുന്ന ഒരു സംഘടിത ക്രിമിനൽ സംഘമായാണ് രാഷ്ട്രീയ സ്വയം സേവക സംഘത്തിന്റെ സംഘടനയെ വിഭാവനം ചെയ്യുന്നത്.

മുൻജെ പറയുന്നു:

> ശത്രുവിനുമേൽ സാദ്ധ്യമായ ഏറ്റവും കനത്ത നാശം വിതയ്ക്കുമ്പോൾ തന്നെ മരിച്ചവരും പരിക്കേറ്റവരുമായി പരമാവധി ക്ഷതമേല്പിച്ചുകൊണ്ട് വിജയം നേടുകയെന്ന വാഞ്ഛയോടെ ആൾക്കൂട്ടത്തെ കൊന്നൊടുക്കുന്ന കളിക്കുവേണ്ടി നമ്മുടെ കുട്ടികളെ

കഴിവും യോഗ്യതയുമുള്ളവരാക്കാൻ ഉദ്ദേശിച്ചുള്ളതാണ് ഈ പരിശീലനം.*

നാസിസം ജർമ്മനിയുടെ രക്ഷകനാണെന്ന അഭിപ്രായമാണ് സവർക്കർക്കുണ്ടായിരുന്നത്. ആ മാതൃകയിൽ ഇന്ത്യയിൽ ഒരു ഹിന്ദു രാഷ്ട്രം കെട്ടിപ്പടുക്കാനാണ് സവർക്കറും അദ്ദേഹത്തെ പിൻതുടർന്നു വന്ന മറ്റ് ഹിന്ദുത്വദേശീയവാദികളും ആഗ്രഹിച്ചത്.

സവർക്കർ പറയുന്നു:

> നാസി എന്നതിനാൽ ഹിറ്റ്ലർ ഒരു നരാധമനാണെന്നോ സ്വയം ജനാധിപത്യവാദിയെന്ന് വിളിക്കുന്നതിനാൽ ചർച്ചിൽ ഒരു അർദ്ധദൈവമാണെന്നോ കരുതാൻ ന്യായമൊന്നുമില്ല. ജർമ്മനിയുടെ പ്രത്യേക സാഹചര്യത്തിൽ നാസിസം ജർമ്മനിയുടെ രക്ഷകനാണെന്ന് നിഷേധിക്കാനാവാത്ത തരത്തിൽ തെളിയിച്ചിട്ടുണ്ട്.
>
> (വി ഡി സവർക്കർ, *ഹിന്ദുരാഷ്ട്ര ദർശകൻ*)

സവർക്കറുടെ കാഴ്ചപ്പാടിൽ ജർമ്മനിയിലെ നാസിസവും ഇറ്റലിയിലെ ഫാസിസവും ആ രാജ്യങ്ങളുടെ സ്വതന്ത്രവും സ്വാഭാവികവുമായ തെരഞ്ഞെടുപ്പായിരുന്നു.

> തീർച്ചയായും ജർമ്മനിക്ക് ഏറ്റവും ഇണങ്ങുന്നതെന്താണെന്ന് പണ്ഡിറ്റ് നെഹ്റുവിനെക്കാൾ നന്നായി ഹിറ്റ്ലർക്കറിയാം. നാസി അല്ലെങ്കിൽ ഫാസിസ്റ്റ് മാന്ത്രികവടിയുടെ സ്പർശനത്താൽ ജർമ്മനിയും ഇറ്റലിയും മുമ്പെന്നത്തേക്കാളും വളർച്ച പ്രാപിക്കുകയും പ്രബലരായിത്തീരുകയും ചെയ്തു എന്നത് മാത്രം മതി, ആ രാഷ്ട്രീയ 'ഇസ'ങ്ങളുടെ മികവ് തെളിയിക്കാൻ. അവരുടെ ആരോഗ്യം ആവശ്യപ്പെടുന്ന ഏറ്റവും കാര്യക്ഷമമായ ടോണിക് അവ തന്നെയാണ്.

മിതഭാഷിയായ ഗോൾവാൾക്കറാകട്ടെ, ഏറ്റവും വാചാലനാകുന്നത് നാസിജർമ്മനിയെ പുകഴ്ത്തുമ്പോഴാണ്.

ഗോൾവാൾക്കർ പറയുന്നു:

> ജർമ്മനിക്കാർ പിതൃരാജ്യത്തിന് മേലുള്ള ജർമ്മൻ അഭിമാനത്തിൽ, സുനിശ്ചിതമായ ഒരു സ്വരാജ്യത്തിന് വേണ്ടി, യഥാർത്ഥ രാഷ്ട്രത്തിന് ആവശ്യമായ സഹജഗുണമെന്ന നിലയിൽ, പരമ്പരാഗതമായ വംശീയ ബന്ധങ്ങൾക്ക് പ്രാമുഖ്യം നല്കി ഉണർന്നെണീക്കുകയും, 'പൈതൃകമായ ഭൂപ്രദേശ'ത്തെങ്ങും സമാനതയില്ലാത്തതും ചോദ്യം ചെയ്യാനാവാത്തതുമായ ജർമ്മൻ സാമ്രാജ്യം

* B S Munje, preface to the scheme of the central Hindu Military Society and its Military School.

> സ്ഥാപിക്കുകയെന്ന ഉദ്ദേശ്യത്തോടെ പുതിയൊരു ആഗോളസംഘർഷം ആരംഭിക്കുകയെന്ന അപകടകരമായ ദൗത്യം ഏറ്റെടുക്കുകയും ചെയ്തു. സ്വാഭാവികവും യുക്തിസഹവുമായ ജർമ്മനിയുടെ ആ ലക്ഷ്യം ഏറക്കുറെ സാക്ഷാൽക്കരിക്കപ്പെട്ടിരിക്കുന്നു. ദേശീയമായ ഘടകത്തിന്റെ ശ്രേഷ്ഠമായ പ്രാധാന്യം ശരിയാണെന്ന് വീണ്ടും തെളിയിക്കപ്പെടുകയുമാണ്. മതത്തിന് സകലതും ഉൾക്കൊള്ളാനാവാത്ത, സംസ്കാരവും ഭാഷയും അഭേദ്യമായി ബന്ധപ്പെട്ടിരിക്കുന്ന, വംശീയതയാണ് രാഷ്ട്രത്തെക്കുറിച്ചുള്ള ആശയത്തിലെ അടുത്ത പ്രമുഖ ഘടകം. ജർമ്മൻ വംശാഭിമാനം ഇന്നത്തെ സംസാരവിഷയമായിത്തീർന്നിരിക്കുന്നു. വംശീയമായ സംശുദ്ധിയും സംസ്കാരവും കാത്തുസൂക്ഷിക്കാൻ സെമിറ്റിക് വംശങ്ങളെ-യഹൂദന്മാരെ-ഉന്മൂലനം ചെയ്തുകൊണ്ട് ജർമ്മനി ലോകത്തെ ഞെട്ടിച്ചിരിക്കുന്നു. അത്യുന്നതമായ വംശാഭിമാനം ഇവിടെ പ്രകടമാക്കപ്പെട്ടിരിക്കുന്നു. വേരുകളോളം വ്യത്യസ്തതകളുള്ള വംശങ്ങളെയും സംസ്കാരങ്ങളെയും ഒന്നായി ഇണക്കിച്ചേർക്കുന്നത് എത്രമാത്രം അസാദ്ധ്യമാണെന്നും ജർമ്മനി കാണിച്ചു തന്നിരിക്കുന്നു. ഹിന്ദുസ്ഥാനിൽ നമുക്ക് പഠിക്കാനും നേട്ടമുണ്ടാക്കാനുമുള്ള നല്ലൊരു പാഠമാണത്.
>
> (ഗോൾവാൾക്കർ)*

ഹിറ്റ്ലറിൽനിന്നും പഠിക്കാനുണ്ടെന്നാണ് ഗോൾവാൾക്കറുടെ പക്ഷം. ജർമ്മനിക്ക് ലോകത്തിനു മുന്നിൽ അപമാനം മാത്രം വരുത്തിവച്ച ഹിറ്റ്ലറുടെ പേര് ചരിത്രത്തിന്റെ കുപ്പത്തൊട്ടിയിലേക്ക് വലിച്ചെറിയപ്പെട്ടിട്ടും സംഘ് മാത്രം സ്വയം തിരുത്തിയില്ല.

ആർ എസ് എസും രാഷ്ട്രീയവും

രാഷ്ട്രീയ പ്രവർത്തനത്തോടുള്ള പുച്ഛവും നിസ്സംഗതയും സംഘിന്റെ മുഖമുദ്രയാണ്. വർഗ്ഗീയത കുത്തിയിളക്കാൻ അവസരമുള്ളപ്പോൾ രാഷ്ട്രീയ പ്രവർത്തനം അതിനു സഹായിക്കുമെന്നു കണ്ടാൽ അവർ രാഷ്ട്രീയത്തിലിറങ്ങും. അല്ലാത്തപ്പോഴൊന്നും രാഷ്ട്രീയം അവരുടെ വിഷയമേയല്ല. ഗോൾവാൾക്കർ ഒരിടത്തു പറയുന്നു:

> നാം സംഘടനയുടെ ഭാഗമാവുകയും അതിന്റെ അച്ചടക്കം സ്വീകരിക്കുകയും ചെയ്താൽ തെരഞ്ഞെടുപ്പിന് ജീവിതത്തിൽ സ്ഥാനമൊന്നുമില്ല. പറയുന്നത് ചെയ്യുക. കബഡി കളിക്കാൻ പറഞ്ഞാൽ കബഡി കളിക്കുക. യോഗങ്ങൾ സംഘടിപ്പിക്കാൻ പറഞ്ഞാൽ യോഗം സംഘടിപ്പിക്കുക....... ഉദാഹരണമായി, വളരെയൊന്നും താല്പര്യവും പ്രചോദവുമുണ്ടെന്ന് അർത്ഥമില്ലെങ്കിലും ചില

* *We or Our Nationhood Defined*

> സുഹൃത്തുക്കളോട് രാഷ്ട്രീയത്തിന് വേണ്ടി പ്രവർത്തിക്കാൻ നാം ആവശ്യപ്പെട്ടു. ജലമില്ലാതെ മത്സ്യമെന്നതുപോലെ, അവർ രാഷ്ട്രീയത്തിന് വേണ്ടി മരിക്കുന്നവരൊന്നുമല്ല. രാഷ്ട്രീയത്തിൽ നിന്നും പിന്മാറാൻ പറഞ്ഞാലും അവിടെ പരാതിയൊന്നുമുണ്ടാവുകയില്ല. അവരുടെ തെരഞ്ഞെടുപ്പ് ആവശ്യമേയില്ല.
> (ഗോൾവാൾക്കർ, *ശ്രീ ഗുരുജി സമാഗർ ദർശൻ, വാല്യം 1*)

രാഷ്ട്രീയത്തിലുള്ള അമിതമായ ശ്രദ്ധ മതത്തെയും സംസ്കാരത്തെയും രക്ഷിക്കാനുള്ള പ്രവർത്തനത്തിൽനിന്ന് ശ്രദ്ധതിരിയാനിടയാക്കുമെന്ന സന്ദേശമാണ് സംഘ് എല്ലാ കാലത്തും നല്കിയിട്ടുള്ളത്. മതവും സംസ്കാരവുമായി ബന്ധപ്പെട്ടതാണെങ്കിൽ മാത്രമേ സ്വയം സേവകർക്ക് രാഷ്ട്രീയം പറഞ്ഞിട്ടുള്ളൂ.

> നമ്മുടെ ചില സ്വയം സേവകർ രാഷ്ട്രീയത്തിൽ പ്രവർത്തിക്കുന്നതായും നമുക്കറിയാം. അവിടെ യോഗങ്ങളും ഘോഷയാത്രകളും മറ്റും സംഘടിപ്പിക്കുന്നതോടൊപ്പം മുദ്രാവാക്യങ്ങളുയർത്താനും അവർ ബാദ്ധ്യസ്ഥരാണ്. ഇക്കാര്യങ്ങൾക്ക് നമ്മുടെ പ്രവർത്തനത്തിൽ സ്ഥാനമൊന്നുമില്ല. ഇതൊക്കെയാണെങ്കിലും, ഒരു നാടകത്തിലെ അഭിനേതാവിനെപ്പോലെ തന്നിൽ ഭരമേല്പിച്ചിട്ടുള്ള ചുമതലകൾ കഴിവിന്റെ പരമാവധി നിർവ്വഹിക്കാൻ അയാൾ ബാദ്ധ്യസ്ഥനാണ്. എന്നാൽ, ചിലപ്പോഴെല്ലാം എടുത്തുചാട്ടം മൂലം സ്വയം സേവകർ അവരെ ഏല്പിച്ച ചുമതലകളുടെ പരിധിക്കപ്പുറത്തേയ്ക്ക് പോവുകയും അതിലൂടെ ആ പ്രവർത്തനത്തിന് കൊള്ളാത്തവരായിതീരുകയും ചെയ്യുന്നു. അത് നല്ലതല്ല.
> (ഗോൾവാൾക്കർ, *ശ്രീ ഗുരുജി സമാഗർ ദർശൻ, വാല്യം 3*)

മതത്തിന്റെയും സംസ്കാരത്തിന്റെയും കാര്യമല്ലാത്ത രാഷ്ട്രീയം സംഘിനു താല്പര്യമില്ലാത്തതാണ്. ചുരുക്കിപ്പറഞ്ഞാൽ വർഗ്ഗീയത കുത്തിയിളക്കുന്നതിനും കശാപ്പിനു കളമൊരുക്കുന്നതിനും മാത്രമേ രാഷ്ട്രീയ പ്രവർത്തനം പാടുള്ളൂ എന്ന് സംഘ് അംഗത്തിന്റെ സ്വയംസേവകരെ പഠിപ്പിക്കുന്നു. സംഘിന്റെ ഭാഷയിൽ പറഞ്ഞാൽ "കബഡി കളിക്കാൻ പറഞ്ഞാൽ കബഡി കളിക്കുക, രാഷ്ട്രീയത്തിൽ പ്രവർത്തിക്കാൻ പറഞ്ഞാൽ അതു ചെയ്യുക."

സംഘപരിവാറും സ്വാതന്ത്ര്യസമരവും

ഇന്ത്യൻ സ്വാതന്ത്ര്യസമരത്തോടുള്ള സംഘിന്റെ നിലപാട് പരിഹാസ്യമാംവിധം നിഷേധാത്മകമായിരുന്നു. സംഘിന്റെ സ്ഥാപകനായ ഹെഡ്ഗേവാറിനെ സംബന്ധിച്ചിടത്തോളം ഉപ്പുസത്യഗ്രഹവും ക്വിറ്റിന്ത്യാ സമരവുമെല്ലാം സംഘിന്റെ സ്വസ്ഥമായ പ്രവർത്തനങ്ങൾക്കു മുന്നിൽ

ഒരു ശല്യമായിരുന്നു. സാക്ഷാൽ ഗോൾവാൾക്കർ ഇതു സാക്ഷ്യപ്പെടുത്തിയിട്ടുണ്ട്.

> കാലാകാലങ്ങളിൽ രാജ്യത്ത് ഉരുത്തിരിഞ്ഞു വരുന്ന സംഭവവികാസങ്ങൾമൂലം മനസ്സിന് ചില അസ്വസ്ഥതകളുണ്ടാവും. അത്തരമൊരു അസ്വസ്ഥത 1942 ൽ ഉണ്ടായി. അതിനുമുമ്പ് 1930-31 ലെ പ്രസ്ഥാനമുണ്ടായി. ആ സമയത്ത് മറ്റ് നിരവധി പേർ ഡോക്ടർജിക്കടുത്ത് പോയി. ആ പ്രസ്ഥാനം സ്വാതന്ത്ര്യം ലഭ്യമാക്കിത്തരുമെന്നും സംഘ് പിന്നിലായിക്കൂടെന്നും ആ പ്രതിനിധിസംഘം ഡോക്ടർജിയോടപേക്ഷിച്ചു. അപ്പോൾ താൻ ജയിലിൽ പോകാൻ സന്നദ്ധനാണെന്ന് ഒരു മാന്യൻ ഡോക്ടർജിയോട് പറഞ്ഞു. ഡോക്ടർജി പറഞ്ഞു: "തീർച്ചയായും പോകൂ. എന്നാൽ, അപ്പോൾ നിന്റെ കുടുംബത്തെ ആര് സംരക്ഷിക്കും?" ആ മാന്യൻ അറിയിച്ചു: "രണ്ട് വർഷക്കാലത്തേക്ക് കുടുംബത്തിന്റെ ചെലവുകൾക്ക് മാത്രമല്ല, ആവശ്യാനുസരണം പിഴകളടയ്ക്കാനും മതിയായ വിഭവങ്ങൾ ഞാൻ കരുതിയിട്ടുണ്ട്." അപ്പോൾ ഡോക്ടർജി അയാളോട് പറഞ്ഞു: "എങ്കിൽ ആ രണ്ട് വർഷക്കാലം സംഘിന്റെ പ്രവർത്തനങ്ങളിലേക്ക് കടന്നു വരൂ." സ്വഗൃഹത്തിലേക്ക് മടങ്ങിപ്പോയ ശേഷം ആ മാന്യൻ ജയിലിൽ പോവുകയോ സംഘിന്റെ പ്രവർത്തനങ്ങളിലേക്ക് കടന്നു വരികയോ ചെയ്തില്ല.
>
> (ഗോൾവാൾക്കർ, *ശ്രീ ഗുരുജി സമാഗർ ദർശൻ*, വാള്യം 4)

ബ്രിട്ടീഷുകാർ അവരുടെ ആധിപത്യം പ്രയോഗിക്കാൻ അന്ന് ഉപയോഗപ്പെടുത്തിയിരുന്ന നിയമങ്ങളെ വേദവാക്യമായി കാണണമെന്നായിരുന്നു സംഘിന്റെ പക്ഷം. ക്വിറ്റിന്ത്യാസമരത്തെപ്പോലും ഒരു വിധ്വംസക പ്രവർത്തനമായാണ് അവർ വിലയിരുത്തിയത്.

> തീർച്ചയായും സമരം മോശമായ ഫലങ്ങളുളവാക്കും. 21 ലെ സമരത്തിനുശേഷം കുട്ടികൾ നിയന്ത്രണ വിധേയരല്ലാതായിത്തീർന്നു. ഇത് നേതാക്കന്മാർക്ക് മേൽ ചെളിവാരിയെറിയാനുള്ള ഒരു ശ്രമമല്ല. എന്നാൽ, സമരത്തിനുശേഷം പ്രതീക്ഷിക്കാവുന്ന ഉല്പന്നങ്ങളാണിവ. ഈ ഫലങ്ങളെ വേണ്ടരീതിയിൽ നിയന്ത്രിക്കാൻ നമുക്ക് സാധിച്ചില്ല എന്നതാണ് കാര്യം. 1942-നുശേഷം നിയമത്തെക്കുറിച്ച് ചിന്തിക്കേണ്ട ആവശ്യമില്ലെന്ന് പലപ്പോഴും ആളുകൾ കരുതിത്തുടങ്ങി.
>
> (ഗോൾവാൾക്കർ, *ശ്രീ ഗുരുജി സമാഗർ ദർശൻ*, വാള്യം 4)

രാജ്യം സമരത്തിന്റെ ചൂളയിൽ തിളച്ചുമറിയുമ്പോഴും ബ്രിട്ടീഷാധിപത്യത്തിനെതിരായ വൈകാരികത സംഘിന് അസ്വീകാര്യമായിരുന്നു.

> ഒരിക്കൽ ബഹുമാന്യനായ മുതിർന്ന ഒരു മാന്യൻ നമ്മുടെ ശാഖയിലേക്ക് വന്നു. അദ്ദേഹം ആർ എസ് എസ് വളണ്ടിയർമാർക്കായി ഒരു പുതിയ സന്ദേശവും കൊണ്ടുവന്നു. ശാഖയിലെ വളണ്ടിയർമാരോട് സംസാരിക്കാൻ ഒരവസരം നല്കിയപ്പോൾ വളരെ ആകർഷകമായ ശബ്ദത്തിൽ അദ്ദേഹം പറഞ്ഞു: 'ഇപ്പോൾ ഒരൊറ്റ കാര്യം മാത്രം ചെയ്യൂ. ബ്രിട്ടീഷുകാരെ പിടികൂടി, പ്രഹരിച്ച് പുറത്തേയ്ക്ക് വലിച്ചെറിയൂ. എന്തുതന്നെ സംഭവിച്ചാലും അത് നമുക്ക് പിന്നീട് നോക്കാം' ഇത്രയും പറഞ്ഞ ശേഷം അയാൾ ഇരുന്നു. ഈ ആശയത്തിന് പിന്നിലുള്ളത് സ്റ്റേറ്റിന്റെ അധികാരത്തിനു നേരെയുള്ള ദുഃഖവും കോപവും വിദ്വേഷത്തിൽ അധിഷ്ഠിതമായ പ്രതിലോമകരമായ പ്രവണതയുമാണ്. പ്രതിലോമപരത, കോപം, ദുഃഖം എന്നിവയും നമുക്ക് മേൽ വിജയം നേടിയവരോടുള്ള സൗഹൃദം വിസ്മരിച്ചുകൊണ്ടുള്ള എതിർപ്പുമാണ് ഇന്നത്തെ രാഷ്ട്രീയ വൈകാരികതയെന്ന തിന്മയുടെ അടിസ്ഥാനം.
>
> (ഗോൾവാൾക്കർ, *ശ്രീ ഗുരുജി സമാഗർ ദർശൻ,* വാല്യം 1)

സംഘിന്റെ കാഴ്ചപ്പാടനുസരിച്ച് മതത്തെയും സംസ്കാരത്തെയും പ്രതിരോധിക്കുന്നതിലൂടെയാണ് രാജ്യത്തെ ശക്തിപ്പെടുത്തേണ്ടത്. രാഷ്ട്രീയസമരങ്ങൾ അനാവശ്യമാണെന്ന് അവർ കരുതി.

> ബ്രിട്ടീഷുകാരെ പുറത്തേക്ക് വലിച്ചെറിഞ്ഞുകൊണ്ട് രാജ്യത്തെ സ്വതന്ത്രമാക്കാനുള്ള പ്രചോദനമുൾക്കൊണ്ട് അനേകം പേർ പ്രവർത്തിച്ചു. ബ്രിട്ടീഷുകാർ ഔപചാരികമായി പിൻവാങ്ങിക്കഴിഞ്ഞപ്പോൾ ആ പ്രചോദനത്തിന് അയവുണ്ടായി. യഥാർത്ഥത്തിൽ അത്രയധികം പ്രചോദമുണ്ടാകേണ്ട ആവശ്യമൊന്നുമില്ല. നമ്മുടെ സത്യപ്രതിജ്ഞയിൽ മതത്തെയും സംസ്കാരത്തെയും പ്രതിരോധിക്കുന്നതിലൂടെ രാജ്യത്തിന്റെ മോചനത്തെക്കുറിച്ച് നാം പറഞ്ഞിട്ടുണ്ട് എന്ന കാര്യം നാം ഓർമ്മിക്കേണ്ടതാണ്. ബ്രിട്ടീഷുകാർ പിൻവാങ്ങുന്നതിനെക്കുറിച്ച് അതിൽ പരാമർശിച്ചിട്ടില്ല.
>
> (ഗോൾവാൾക്കർ, *ശ്രീ ഗുരുജി സമാഗർ ദർശൻ*, വാല്യം 1)

ഇന്ത്യയുടെ ദുഃസ്ഥിതിക്ക് ബ്രിട്ടീഷ് സാമ്രാജ്യത്വമാണ് ഉത്തരവാദികളെന്നു തുറന്നുപറയാൻപോലും സംഘപരിവാർ തയ്യാറായിരുന്നില്ല. വലിയ മത്സ്യം ചെറിയ മത്സ്യത്തെ വിഴുങ്ങുന്നത് പ്രകൃതിയുടെ നിയമമാണെന്ന് അവർ കരുതി.

> സമൂഹത്തിന്റെ ഇന്നത്തെ തരംതാണ സ്ഥിതിയിൽ ആരെയും കുറ്റപ്പെടുത്തേണ്ട ആവശ്യം ആർ എസ് എസിനില്ല. ആളുകൾ മറ്റുള്ളവരെ കുറ്റപ്പെടുത്താൻ തുടങ്ങുമ്പോൾ അവരിൽ അടിസ്ഥാ

> നപരമായ ദൗർബ്ബല്യമുണ്ട്. ദുർബ്ബലരോടുള്ള അനീതിക്ക് പ്രബലരെ കുറ്റപ്പെടുത്തി സംഘ് അതിന്റെ വിലപ്പെട്ട സമയം പാഴാക്കിക്കളയാൻ ആഗ്രഹിക്കുന്നില്ല. വൻമത്സ്യം ചെറുമത്സ്യത്തെ കുറ്റപ്പെടുത്തുന്നത് തികഞ്ഞ ഭ്രാന്താണ്. നല്ലതാണെങ്കിലും ചീത്തയാണെങ്കിലും പ്രകൃതി നിയമം എല്ലായ്പ്പോഴും നിലനില്ക്കും. അന്യായമെന്ന് വിളിക്കുന്നതിലൂടെ ആ നിയമം മാറുകയില്ല.
>
> (ഗോൾവാൾക്കർ, *ശ്രീ ഗുരുജി സമാഗർ ദർശൻ,* വാള്യം 1)

ബ്രിട്ടീഷാധിപത്യത്തോടുള്ള എതിർപ്പിനു ദേശസ്നേഹവുമായി ഏതെങ്കിലും ബന്ധമുണ്ടെന്ന് അംഗീകരിക്കാൻ ഗോൾവാൾക്കർ തയ്യാറായിരുന്നില്ല. ബ്രിട്ടീഷ് വിരുദ്ധ സമരങ്ങൾ രാജ്യത്തെ ശിഥിലമാക്കും എന്നുപോലും അയാൾ വാദിച്ചു.

> രാഷ്ട്രത്തെക്കുറിച്ചുള്ള നമ്മുടെ ധാരണയുടെ അടിസ്ഥാനമായ ഭൂമിശാസ്ത്രപരമായ ദേശീയതാവാദം നമ്മുടെ ഹിന്ദുരാഷ്ട്രത്വത്തിന്റെ ഗുണപരവും പ്രചോദനാത്മകവുമായ ധാരണയെ തകർക്കുന്നതും നിരവധി 'സ്വാതന്ത്ര്യ പ്രക്ഷോഭങ്ങൾ'ക്ക് വളർന്നുവരാൻ അവസരമൊരുക്കുന്നവയുമാണ്. അവ പൂർണ്ണമായും ബ്രിട്ടീഷ് വിരുദ്ധ പ്രസ്ഥാനങ്ങളുമാണ്. ബ്രിട്ടീഷ് വിരുദ്ധതയെ ദേശസ്നേഹത്തോടും ദേശീയതാവാദത്തോടും സമീകരിക്കപ്പെട്ടു. പ്രതിലോമപരമായ ഈ വീക്ഷണം സ്വാതന്ത്ര്യ പ്രസ്ഥാനത്തിന്റെ മുഴുവൻ ഗതിയിലും അതിലെ നേതാക്കളിലും സാധാരണക്കാരിലും വിനാശകരമായ ഫലങ്ങളുളവാക്കി.
>
> (ഗോൾവാൾക്കർ, *വിചാരധാര*)

ന്യൂനപക്ഷ വിരോധം

യുദ്ധോത്സുകമായ മുസ്ലീംവിരുദ്ധവികാരത്തിന്റെ ഏറ്റവും വിഷലിപ്തമായ ആഖ്യാനം ബങ്കിം ചന്ദ്രന്റ *ആനന്ദമഠം* എന്ന നോവലിൽ കാണാം. ബങ്കിം ചന്ദ്ര, വ്യക്തിപരമായി മതേതരത്വത്തിലോ മതസഹിഷ്ണുതയിലോ വിശ്വസിച്ചിരുന്നുവോ എന്നത് വ്യത്യസ്തമായ മറ്റൊരു കാര്യമാണ്. എന്നാൽ സംഘപരിവാർ പ്രതിനിധീകരിച്ച ഭ്രാന്തമായ മുസ്ലീം വിരുദ്ധ മതവികാരത്തിന്റെ പ്രകോപനപരമായ ചിത്രം *ആനന്ദമഠ*ത്തിൽ കാണാം. സംഘിന്റെ ഭടന്മാരെ സംബന്ധിച്ചിടത്തോളം, ബങ്കിം ചന്ദ്രയുടെ ആഖ്യാനങ്ങൾ വർഗ്ഗീയമായ പ്രചോദനത്തിന്റെ ഉറവവറ്റാത്ത സ്രോതസ്സായിരുന്നു. അവരത് വർഗ്ഗീയവികാരം കുത്തിയിളക്കുന്നതിനുവേണ്ടി കാര്യമായി ഉപയോഗിക്കുകയും ചെയ്തു.

ഒരു സർഗ്ഗാത്മകസാഹിത്യകൃതിയിലെ വിവരണങ്ങളുടെ ഔചിത്യവും അനൗചിത്യവും തീരുമാനിക്കുന്നത് അതിൽ അവതരിപ്പിക്കപ്പെടുന്ന പശ്ചാത്തലവും അതിന്റെ സന്ദർഭവുമാണ്. എന്നാൽ സംഘ പരി

വാറിന് *വന്ദേമാതരം* ഒരു യുദ്ധകാഹളമാണ്. അവർക്ക് അതിന്റെ സന്ദർഭമോ സാംഗത്യമോ പ്രശ്നമല്ല. ആനന്ദമഠത്തിലെ ഒരുഭാഗം നോക്കുക.

> രാത്രിയിൽ 'ഹരേ' എന്ന പേരിന്റെ ആക്രോശത്താൽ രാജ്യം മുഴുവനും മുഖരിതമായിരുന്നു. സാന്താളുകൾ സംഘം ചേർന്ന് എവിടെയും അലഞ്ഞുതിരിഞ്ഞു. ഭ്രാന്തെടുത്ത ചിലർ ഗ്രാമങ്ങൾക്ക് നേരെയും മറ്റു ചിലർ പട്ടണങ്ങൾക്ക് നേരെയും ഓടി. അവർ സഞ്ചാരികളെയും ഗൃഹസ്ഥരായ മറ്റുള്ളവരെയും പിടികൂടി 'ഞാൻ മാതാവിനെ വന്ദിക്കുന്നു...' എന്നാലപിക്കാൻ ആവശ്യപ്പെടുകയും അല്ലാത്തപക്ഷം കൊല്ലുമെന്ന് ഭീഷണിപ്പെടുത്തുകയും ചെയ്തു. ചിലർ മധുരപലഹാരമുണ്ടാക്കുന്നവന്റെ പീടിക കൊള്ളയടിക്കുന്നു. മറ്റ് ചിലർ പശുപാലകരുടെ പാർപ്പിടങ്ങളിലേക്ക് കടന്നുചെന്ന് തൈര് മോന്തിക്കുടിച്ച ശേഷം അത് സൂക്ഷിച്ചിരുന്ന പാത്രങ്ങളുടയ്ക്കുന്നു. ഇനി ചിലർ, തങ്ങൾ ബ്രാജയിൽനിന്നും വരുന്ന പാൽക്കാരാണെന്ന് പറഞ്ഞുകൊണ്ട് കറവക്കാരെവിടെയെന്ന് അന്വേഷിക്കുന്നു. ഒറ്റരാത്രിക്കുള്ളിൽ ഗ്രാമാന്തരങ്ങൾ തോറും, പട്ടണത്തിൽനിന്നും പട്ടണത്തിലേക്ക്, അസ്വാസ്ഥ്യം പടർന്നുപിടിക്കുന്നു. മുസ്ലീങ്ങളെ പരാജയപ്പെടുത്തിയെന്നും, വീണ്ടും രാജ്യം ഹിന്ദുക്കൾക്ക് സ്വന്തമായെന്നും എല്ലാവരും പറഞ്ഞ് ഉച്ചത്തിൽ 'ഹരി' 'ഹരി' എന്ന് പറയാൻ അവർ എല്ലാവരോടും ആവശ്യപ്പെടുന്നു. തങ്ങൾ കണ്ടുമുട്ടുന്ന മുസ്ലീങ്ങളെ കൊല്ലാനായി ഗ്രാമീണർ പുറത്തേയ്ക്കോടി. ആ രാത്രിയിൽ മുസ്ലിം പ്രദേശങ്ങളിലേക്ക് പോവാനും അവരുടെ ഭവനങ്ങൾ കൊള്ളയടിച്ച് കൊള്ളിവയ്പു നടത്താനുമുള്ള സംഘങ്ങൾക്ക് ചിലർ രൂപംകൊടുക്കുന്നു. നിരവധി മുസ്ലീങ്ങൾ കൊല്ലപ്പെട്ടു. നിരവധി പേരുടെ ഉടലിൽ ചെളിവാരിത്തേച്ചു. അവർ ഹരിയുടെ നാമം പിന്നെയും ആലപിക്കാൻ തുടങ്ങി. മറ്റുള്ളവർ ചോദിച്ചപ്പോൾ, 'തങ്ങൾ ഹിന്ദുക്കളാണെ'ന്ന് അവർ ഉത്തരം പറഞ്ഞു, ഭയവിഹ്വലരായ മുസ്ലീങ്ങൾ സംഘങ്ങളായിത്തിരിഞ്ഞ് പട്ടണങ്ങളിലേക്കോടി.... മുസ്ലീങ്ങൾ 'അള്ളാ അള്ളാ' എന്ന് വിളിച്ചുകൊണ്ടിരുന്നു. 'വിശുദ്ധമായി ഗണിക്കപ്പെടുന്ന ഖുറാൻ പൂർണ്ണമായും തെറ്റാണെന്നാണോ ഇതിനർത്ഥം? ദിവസവും അഞ്ച് നേരം നമാസ് പ്രാർത്ഥന നടത്തിയിട്ടും ചന്ദനം പൂശിയ ഹിന്ദുക്കളെ ഒഴിവാക്കി വിടാൻ കഴിഞ്ഞിട്ടില്ല. പ്രപഞ്ചം മുഴുവനായും തെറ്റാണ്.
>
> (ബങ്കിംചന്ദ്ര, *ആനന്ദമഠം*)

മഹത്തായ ഈ സാഹിത്യകൃതിയെ തങ്ങളുടെ വർഗ്ഗീയ പ്രവർത്തനത്തിനുള്ള ഉപകരണമാക്കി സംഘ് ഉപയോഗിച്ചു.

ജൂതപ്രശ്നം പരിഹരിക്കാൻ ഹിറ്റ്ലർ അവലംബിച്ച മാർഗ്ഗം ഇന്ത്യയിലെ ന്യൂനപക്ഷപ്രശ്നം പരിഹരിക്കുന്നതിൽ മാതൃകയാക്കാവുന്നതാണെന്ന് യുവാവായിരിക്കെത്തന്നെ ഗോൾവാൾക്കർ വിലയിരുത്തി.

> പഴക്കമേറിയ ഈ രാജ്യങ്ങൾ അവയുടെ ന്യൂനപക്ഷ പ്രശ്നം പരിഹരിക്കുന്നതെങ്ങനെയെന്ന് നാം എപ്പോഴും ഓർമ്മിക്കേണ്ടതാവശ്യമാണ്. തങ്ങളുടെ രാഷ്ട്രീയ സംഘടനയിൽ വേറിട്ടൊരു ഘടകത്തെ അംഗീകരിക്കാനവർ തയ്യാറല്ല. കുടിയേറ്റക്കാർ അവരുടെ വൈദേശികമായ ഉല്പത്തി മറന്നുകൊണ്ട്, നിലനില്പിലെ പ്രത്യേകതയെ കുറിച്ചുള്ള എല്ലാ ബോധവും നഷ്ടപ്പെടുത്തി, ദേശീയവംശത്തിന്റെ സംസ്കാരവും ഭാഷയും ആശയാഭിലാഷങ്ങളും കൈക്കൊണ്ട് ജനസംഖ്യയിലെ പ്രധാന വിഭാഗത്തിൽ സ്വയം ലയിച്ചുചേരേണ്ടതാണ്. അവരങ്ങനെ ചെയ്യാത്തപക്ഷം, രാഷ്ട്രത്തിന്റെ എല്ലാ നിയമങ്ങൾക്കും നാട്ടുനടപ്പുകൾക്കും വിധേയരായി, രാഷ്ട്രം അടിച്ചേല്പിക്കുന്ന കഷ്ടപ്പാടുകൾ സഹിച്ച്, പ്രത്യേകമായ പരിരക്ഷകൾക്കർഹതയില്ലാതെ, വളരെക്കുറച്ച് അവകാശങ്ങളുള്ള കേവലം വിദേശികളായി ജീവിക്കണം. വിദേശത്തുനിന്നും വന്നവർക്ക് അവലംബിക്കാവുന്ന രണ്ടുമാർഗ്ഗങ്ങളേയുള്ളൂ. ഒന്നുകിൽ അവർ ദേശീയവംശത്തിൽ സ്വയം ലയിച്ച് അതിന്റെ സംസ്കാരം സ്വീകരിക്കണം. അല്ലാത്ത പക്ഷം ദേശീയ വംശം അനുവദിക്കുന്നിടത്തോളം അതിന്റ ദയാദാക്ഷിണ്യത്തിൽ ജീവിക്കുകയും ദേശീയ വംശത്തിന്റെ മധുരതരമായ ആഗ്രഹമനുസരിച്ച് രാജ്യം വിട്ടുപോവുകയും വേണം. ന്യൂനപക്ഷപ്രശ്നം പരിഹരിക്കാനുള്ള ഏറ്റവും കാര്യക്ഷമമായ ഏകമാർഗ്ഗം ഇതുമാത്രമാണ്. ഇതുമാത്രമേ ദേശീയ ജീവിതത്തെ ആരോഗ്യകരവും അസ്വാസ്ഥ്യരഹിതവുമായി നിലനിർത്തൂ. രാഷ്ട്രീയാടിസ്ഥാനത്തിലുള്ള ഒരു ജനസമൂഹത്തിൽ ഒരു അർബുദം വികസിക്കുക എന്ന അപകടത്തിൽനിന്നും, ഒരു സ്റ്റേറ്റിൽനിന്നും മറ്റൊരു സ്റ്റേറ്റ് രൂപീകരിക്കുന്നതിൽനിന്നും, രാഷ്ട്രത്തെ സുരക്ഷിതമായി സംരക്ഷിക്കൂ. ഈ വീക്ഷണകോണിലൂടെ നോക്കുമ്പോൾ, പഴക്കമേറിയ രാഷ്ട്രങ്ങളുടെ അനുഭവത്തിന്റെ വെളിച്ചത്തിൽ, ഹിന്ദുസ്ഥാനിലെ വിദേശവംശങ്ങൾ ഒന്നുകിൽ ഹിന്ദുസംസ്കാരവും ഭാഷയും സ്വീകരിക്കണം. അവർ ഹിന്ദുമതത്തെ ബഹുമാനിക്കാനും ആരാധിക്കാനും പഠിക്കണം. ഹിന്ദുവംശത്തെയും സംസ്കാരത്തെയും, ഉദാഹരണമായി ഹിന്ദുരാഷ്ട്രയെ, മഹത്ത്വവല്ക്കരിക്കുകയല്ലാതെ മറ്റൊരു ആശയവും വച്ച് പുലർത്തിക്കൂടാ. അവർ വ്യത്യസ്തമായ തങ്ങളുടെ അനന്യത ഉപേക്ഷിച്ച് ഹിന്ദുവംശത്തിൽ ലയിക്കണം. അല്ലെങ്കിൽ, ഹിന്ദുരാഷ്ട്രയ്ക്ക് പൂർണ്ണമായും കീഴ്പ്പെട്ട്, യാതൊന്നും അവകാശപ്പെടാതെ, വിശേഷാവകാശങ്ങൾക്കൊന്നും അർഹതയില്ലാതെ, മുൻഗണനാ

> പരമായ പരിചരണമോ പൗരാവകാശം പോലുമോ ഇല്ലാതെ, രാജ്യത്ത് കഴിയണം. അവർക്ക് കൈക്കൊള്ളാവുന്ന മറ്റൊരു പോം വഴിയുമില്ല. നാം പഴക്കമേറിയൊരു രാഷ്ട്രമാണ്. പഴക്കമേറിയ രാഷ്ട്രങ്ങൾ ചെയ്യുന്നതുപോലെ ജീവിക്കാൻ വേണ്ടി നമ്മുടെ രാജ്യം തെരഞ്ഞെടുത്ത വിദേശവംശങ്ങളോട് നാം പെരുമാറണം.
>
> (ഗോൾവാൾക്കർ, *നാം അഥവാ നമ്മുടെ രാഷ്ട്രത്വം നിർവ്വചിക്കപ്പെടുന്നു*)

വിഭജനത്തിനുശേഷം ഇന്ത്യയിൽത്തന്നെ നിന്ന മുസ്ലീങ്ങളെ വിശ്വസിക്കാൻ സംഘ് തയ്യാറായില്ല. അവർ രാജ്യത്തിന് ഭീഷണിയാണെന്ന് സംഘ് പ്രചരിപ്പിച്ചു. ഗോൾവാൾക്കർ പറയുന്നു:

> ഇന്നും അനേകം പേർ ഇങ്ങനെ പറയുന്നു: 'ഇപ്പോൾ മുസ്ലിം പ്രശ്നമൊന്നുമില്ല. പാകിസ്ഥാനെ അനുകൂലിച്ച കുഴപ്പക്കാരെല്ലാം എന്നെന്നേക്കുമായി ഇവിടം വിട്ടുപോയി. അവശേഷിക്കുന്ന മുസ്ലീങ്ങൾ രാജ്യത്തോട് വിധേയത്വമുള്ളവരാണ്. എന്തൊക്കെയായാലും, പോകാൻ വേറെ ഇടങ്ങളൊന്നുമില്ലാത്ത അവർ വിധേയത്വമുള്ളവരായി കഴിയാൻ ബാദ്ധ്യസ്ഥരാണ്....' നമ്മെ സംബന്ധിച്ചിടത്തോളം, പാകിസ്ഥാൻ രൂപീകരിച്ചു കഴിഞ്ഞ് ഒറ്റ രാത്രി കൊണ്ട് അവർ ദേശസ്നേഹികളായി തീർന്നുവെന്ന് കരുതുന്നത് ആത്മഹത്യാപരമാണ്. നേരെ മറിച്ച്, നമ്മുടെ രാജ്യത്തിനുമേൽ ഭാവിയിൽ ആക്രമണമഴിച്ചുവിടാനുള്ള സങ്കേതമായി തീർന്ന പാകിസ്ഥാന്റെ രൂപീകരണത്തോടെ മുസ്ലിം ഭ്രാന്ത് നൂറു മടങ്ങ് വർദ്ധിച്ചിട്ടുണ്ട് എന്നതാണ് വസ്തുത.
>
> (ഗോൾവാൾക്കർ, *വിചാരധാര*)

രാജ്യത്തെ മുസ്ലിം സ്വാധീനപ്രദേശങ്ങളെ “പാകിസ്ഥാനുകൾ” എന്നാണ് ഗോൾവാൾക്കർ വിളിക്കുന്നത്.

> ചില പ്രത്യേകശ്രമം മാറ്റങ്ങൾ വരുത്തിയും ആത്യന്തികമായി തെമ്മാടികളുടെ അനുവാദത്തോടെയും മാത്രം രാജ്യത്തിലെ പൊതുനിയമം പ്രാവർത്തികമാക്കാവുന്ന കൊച്ചു പാകിസ്ഥാനുകളുള്ള നിരവധി മുസ്ലിം പോക്കറ്റുകൾ രാജ്യത്തിനകത്തുണ്ട്. നേരിട്ടല്ലെങ്കിൽ പോലും അത് അംഗീകരിക്കുന്നത് നമ്മുടെ ദേശീയ ജീവിതം തകർക്കാവുന്ന അപകടകരമായ സിദ്ധാന്തത്തെ അംഗീകരിക്കലാണ്. ഈ രാജ്യത്ത് പാകിസ്ഥാൻ അനുകൂല ഘടകങ്ങളുടെ വ്യാപകമായ ശൃംഖലകളായി ഈ പോക്കറ്റുകൾ പരിണമിച്ചിരിക്കുന്നു..... യഥാർത്ഥത്തിൽ, സകലയിടത്തും ട്രാൻസ്മിറ്ററിലൂടെ പാകിസ്ഥാനുമായി നിരന്തരം സമ്പർക്കം പുലർത്തുന്ന മുസ്ലീങ്ങളുമുണ്ട്....
>
> (ഗോൾവാൾക്കർ, *വിചാരധാര*)

ഇന്ത്യയിലെ ഹിന്ദുക്കളും മുസ്ലീങ്ങളും രണ്ടു രാഷ്ട്രങ്ങളാണെന്ന സിദ്ധാന്തം സവർക്കറുടേതാണ്. ജിന്നയും മുസ്ലീംലീഗും അതു കടമെടുക്കുകയായിരുന്നു. ഇന്ത്യയെ വിഭജിക്കാൻ ഹിന്ദുത്വവാദികൾ തുടങ്ങിവച്ച പദ്ധതി, പിന്നീട് മുസ്ലീംലീഗും ഉയർത്തിപ്പിടിച്ചു എന്നേ പറയേണ്ടൂ.

> തോളോട് തോൾ ചേർന്ന് ജീവിക്കുന്നതും അന്യോന്യ സ്പർദ്ധയുള്ളതുമായ രണ്ട് രാഷ്ട്രങ്ങൾ ഇന്ത്യയിലുണ്ട്. ഇന്ത്യ ഇതിനകം തന്നെ ഏകതാനതയുള്ള ഒരൊറ്റ രാഷ്ട്രമായി വിളക്കിച്ചേർക്കപ്പെട്ട് കഴിഞ്ഞുവെന്നോ കേവലമായി ആഗ്രഹിക്കുന്നതിലൂടെ അങ്ങനെ വിളക്കിച്ചേർക്കപ്പെടുമെന്നോ കരുതുന്ന രാഷ്ട്രീയക്കാർ ഗുരുതരമായ അബദ്ധമാണ് കാണിക്കുന്നത്....... എന്നാൽ, വർഗ്ഗീയ പ്രശ്നങ്ങൾ എന്ന് വിളിക്കപ്പെടുന്നവ നൂറ്റാണ്ടുകളിലൂടെ നമുക്ക് പകർന്നുകിട്ടിയിട്ടുള്ള, ഹിന്ദുക്കൾക്കും മുസ്ലീങ്ങൾക്കുമിടയിലെ സാംസ്കാരികവും മതപരവും ദേശീയവുമായ അന്യോന്യ സ്പർദ്ധയുടെ പാരമ്പര്യമാണ്.....ഇന്നത്തെ ഇന്ത്യയെ ഏകത്വമുള്ളതോ ഏകജാതീയമോ ആയ ഒരു രാജ്യമായി ഗണിക്കാനാവില്ല. മറിച്ച്, രണ്ട് പ്രധാന രാഷ്ട്രങ്ങൾ അതിലുണ്ട്: ഹിന്ദുക്കളും മുസ്ലീങ്ങളും.
>
> (സവർക്കർ*, Samagar Savarkar Wangmaya)

ഈ നിലപാട് ഗാന്ധി വധത്തെപ്പോലും ന്യായീകരിക്കുന്നതിലാണ് സവർക്കറെ എത്തിച്ചത്. അല്ലെങ്കിൽത്തന്നെ, ഗാന്ധിയെ കൊന്നകേസിലെ പ്രതി ഗാന്ധിവധത്തെ ന്യായീകരിക്കുന്നതിൽ അത്ഭുതപ്പെടാൻ എന്തിരിക്കുന്നു!

> ഒരു എളിയ ദേശസ്നേഹിപോലും അദ്ദേഹത്തിന്റെ നിലപാടിനെ എതിർക്കേണ്ടിയിരുന്നു. നേരെ തിരിച്ചും. ജമ്മുകാശ്മീരിൽ ആക്രമണം നടത്തിക്കൊണ്ടിരുന്നിട്ടും പാകിസ്ഥാന് 55 കോടി പ്രതിഫലവും .... ഗാന്ധിജിക്കെതിരായ അദ്ദേഹത്തിന്റെ വികാരത്തിന്റെ ഫലമാണ് വധം.
>
> (വി ഡി സവർക്കർ)

ഗാന്ധിവധത്തെ ധാർമ്മികമായി അനുകൂലിക്കുകയും സാങ്കേതികമായി എതിർക്കുകയും ചെയ്യുന്ന നിലപാടാണ് സംഘ് എല്ലാകാലവും സ്വീകരിച്ചത്. രാജേന്ദ്രസിങ് പറയുന്നതു നോക്കുക.

> ഗോഡ്സെയെ പ്രചോദിതനാക്കിയത് അഖണ്ഡഭാരതത്തിന്റെ സിദ്ധാന്തമാണ്. അദ്ദേഹത്തിന്റെ ഉദ്ദേശ്യം നല്ലതായിരുന്നെങ്കിലും ഉപയോഗിച്ച രീതി തെറ്റായിരുന്നു.
>
> (രാജേന്ദ്രസിങ്, സർസംഘചാലക്)

* *Communalism Combat* Feb, 1998

ദളിതരും സ്ത്രീകളും

പൂജിക്കാനുള്ള വിഗ്രഹങ്ങളും പ്രസവിക്കാനുള്ള ഉപകരണങ്ങളുമായാണ് സംഘ് സ്ത്രീകളെ കാണുന്നത്. പ്രാചീനകാലത്ത് രചിക്കപ്പെട്ട *മനുസ്മൃതി*യെ അതിന്റെ രചനാകാലമോ അതു കാലഹരണപ്പെട്ടുവെന്ന വസ്തുതയോ കണക്കിലെടുക്കാതെ, എല്ലാ പിന്തിരിപ്പൻ പ്രവണതകളെയും ന്യായീകരിക്കുന്നതിനുവേണ്ടി സംഘ് ഉപയോഗിക്കുന്നു. *മനുസ്മൃതി*യിലെ സ്ത്രീസങ്കല്പത്തെ വാഴ്ത്തിക്കൊണ്ട് സവർക്കർ പറയുന്നു:

> വേദങ്ങൾ കഴിഞ്ഞാൽ നമ്മുടെ ഹിന്ദുരാഷ്ട്രത്തിന് ഏറ്റവും ആരാധ്യമായ *മനുസ്മൃതി* പ്രാചീനകാലം മുതൽ നമ്മുടെ സംസ്കാരത്തിന്റെയും ആചാരങ്ങളുടെയും ചിന്തകളുടെയും പ്രയോഗങ്ങളുടെയും അടിസ്ഥാനമായിത്തീർന്നു. നൂറ്റാണ്ടുകളായി നമ്മുടെ രാഷ്ട്രത്തിന്റെ ആത്മീയവും ദിവ്യവുമായ മുന്നേറ്റത്തിന്റെ നടപടിക്രമമായി ഈ പുസ്തകം നിലനിന്നു. ഇന്നും കോടിക്കണക്കിന് ഹിന്ദുക്കൾ അവരുടെ ജീവിതത്തിലും പ്രയോഗങ്ങളിലും *മനുസ്മൃതി*യിൽ അധിഷ്ഠിതമായ നിയമങ്ങൾ പിന്തുടരുന്നു. ഇന്ന് *മനുസ്മൃതി* ഹിന്ദുനിയമമാണ്.
>
> (വി ഡി സവർക്കർ)*

ഇന്ത്യൻ ഭരണഘടനയ്ക്ക് അടിത്തറയാകേണ്ടിയിരുന്നത് *മനുസ്മൃതി*യാണെന്നാണ് സംഘിന്റെ പക്ഷം. ഭരണഘടനയിലെ ആധുനിക ആശയങ്ങൾ അവരെ അസ്വസ്ഥപ്പെടുത്തുന്നു.

> നമ്മുടെ ഭരണഘടനയിൽ പ്രാചീനഭാരതത്തിലെ അതുല്യമായ ഭരണഘടനാ വികാസത്തെക്കുറിച്ച് ഒരു പരാമർശവുമില്ല. സ്പാർട്ടയിലെ ലിക്കർഹസിനും പേർഷ്യയിലെ സോളോനും വളരെ മുമ്പാണ് മനുവിന്റെ നിയമങ്ങൾ എഴുതപ്പെട്ടത്. ഇന്നും ലോകത്തിന്റെ ആദരവ് ഉദ്ദീപിപ്പിക്കുന്ന *മനുസ്മൃതി,* സ്വതഃസിദ്ധമായി അനുസരണയും വിധേയത്വവും പിടിച്ചുപറ്റുന്നു. എന്നാൽ, നമ്മുടെ ഭരണഘടനാപണ്ഡിതന്മാർക്ക് അത് തികച്ചും നിരർത്ഥകമാണ്.
>
> (*ഓർഗനൈസർ,* ഡൽഹി, നവംബർ 30, 1949)

ശൂദ്രരെയും ചണ്ഡാളരെയും അടിമസമാനരായി കാണുന്ന ജാതിയുടെ നീതിശാസ്ത്രം രേഖപ്പെടുത്തപ്പെട്ടിട്ടുള്ളത് *മനുസ്മൃതി*യിലാണ്. *മനുസ്മൃതി*യെ അംഗീകരിക്കാത്ത ഇന്ത്യൻ ഭരണഘടന ദളിതരെ സ്വതന്ത്രരാക്കും എന്ന ചിന്ത അവരെ പരിഭ്രാന്തരാക്കുന്നു. സ്ത്രീവിരുദ്ധതയും

* *Women in Manusmrithi*

ദളിത വിരുദ്ധതയും സംഘിന്റെ പ്രത്യയശാസ്ത്രത്തിലെ ഒഴിവാക്കാനാവാത്ത ഘടകങ്ങളാണ്.

ഇതു പറയാൻ മാത്രമല്ല പ്രവർത്തിക്കാനും സംഘിനു മടിയില്ല. ഒരു ഉദാഹരണം നോക്കുക:

> തലസ്ഥാനത്തുനിന്ന് രണ്ട് മണിക്കൂറിന് താഴെ മാത്രം അകലെയുള്ള ഹജ്ജാർ ജില്ലയിലെ ദുലേന പൊലീസ് ഔട്ട് പോസ്റ്റിന് പുറത്തുണ്ടായ രംഗമാണിത്: റോഡിൽ രക്തച്ചാലുകളും പുകയുന്ന ചാരത്തിന്റെ കൂമ്പാരവും. കഴിഞ്ഞ രാത്രി ഇരുപതിനും മുപ്പതിനും മദ്ധ്യേ പ്രായമുള്ള അഞ്ച് ദളിതരെ അടിച്ചു കൊല്ലുകയും അവരിൽ രണ്ടുപേരെ ദഹിപ്പിക്കുകയും ചെയ്ത ഇടമാണിത്. നിരവധി വർഷങ്ങളായി ചെയ്തുകൊണ്ടിരുന്നതാണ് അവർ ചെയ്തത്. വില്ക്കാൻ വേണ്ടി ചത്ത പശുക്കളുടെ തൊലിയുരിയുന്ന പണിയാണിത്. ഇപ്രാവശ്യം, അത് ജീവനുള്ളതാണെന്ന് ആരോ കിംവദന്തി പരത്തി. അങ്ങനെ ദസറ ആഘോഷം കഴിഞ്ഞ് മടങ്ങുകയായിരുന്ന ഒരാൾക്കൂട്ടം ആ ദളിതരെ അവർ അഭയം തേടിയ പൊലീസ് ഔട്ട് പോസ്റ്റിൽ നിന്നും വലിച്ചിറക്കി, 'ഗോമാതാ കീ ജയ്' എന്നാക്രോശിച്ചുകൊണ്ട് അവരെ അടിച്ചുകൊന്നു. സിറ്റി മജിസ്ട്രേട്ടും കൗൺസിലറുടെ ഭർത്താവും ബ്ലോക്ക് ഡെവലപ്മെന്റ് ഓഫീസറും കുറഞ്ഞത് 50 പൊലീസുകാരും കണ്ടുനില്ക്കെയാണ് ഇതുണ്ടായത്. അജ്ഞാതരായ ആളുകൾക്കെതിരെ ഒരു പ്രഥമ റിപ്പോർട്ടും ഫയൽ ചെയ്തു. കുറ്റവാളികൾക്കെതിരെ ഒരു നടപടിയുമെടുക്കരുതെന്നാവശ്യപ്പെട്ടുകൊണ്ട് വി എച്ച് പിയുടെയും ശിവസേനയുടെയും പ്രാദേശിക നേതൃത്വം ഒരു നിവേദനം സമർപ്പിക്കുകയുണ്ടായി.
>
> (*ഇന്ത്യൻ എക്സ്പ്രസ്*, ഡൽഹി, ഒക്ടോബർ 17, 2002)

ജനാധിപത്യം മതേതരത്വം ഫെഡറലിസം

ഇന്ത്യൻ ഭരണഘടനയോടും ഇവിടത്തെ ആധുനിക നിയമസംവിധാനത്തോടുള്ള പുച്ഛം സംഘ് മറച്ചുവച്ചിട്ടില്ല. വാസ്തവം പറഞ്ഞാൽ ഇന്ത്യൻ ഭരണഘടന മുന്നോട്ടുവയ്ക്കുന്ന മതേതരത്വം, ജനാധിപത്യം, ഫെഡറലിസം എന്നീ അടിസ്ഥാനാദർശങ്ങളോടാണ് അവരുടെ എതിർപ്പ്. ഇന്ത്യക്ക് പണ്ടു മുതൽക്കേ ഒരു കൊടിയുണ്ടായിരുന്നു പോൽ! ഇന്ത്യൻ ദേശീയപതാകയെ അതിന്റെ സ്ഥാനത്തു കാണാൻ സംഘ് വൈകാരികമായി തയ്യാറെടുത്തിട്ടില്ല.

> രാഷ്ട്രത്തിന് വേണ്ടി നമ്മുടെ നേതാക്കന്മാർ ഒരു പുതിയ പാതാകയുണ്ടാക്കി. എന്തുകൊണ്ടാണ് അവരങ്ങനെ ചെയ്തത്? അത് പ്രവാഹത്തിന്റേതും അനുകരണത്തിന്റേതുമായ ഒരു വിഷ

> യമാണ്.... മഹത്ത്വപൂർണ്ണമായൊരു ഭൂതകാലമുള്ള, പ്രാചീനവും ശ്രേഷ്ഠവുമായ ഒരു രാഷ്ട്രമാണ് നമ്മുടേത്. അപ്പോൾ നമുക്ക് നമ്മുടെ സ്വന്തമായൊരു പതാക ഉണ്ടായിരുന്നില്ലേ? ഈ ആയിരക്കണക്കിന് വർഷങ്ങളിൽ നമുക്ക് ദേശീയ ചിഹ്നമുണ്ടായിരുന്നില്ലേ? തീർച്ചയായും നമുക്കുണ്ടായിരുന്നു. പിന്നെന്തുകൊണ്ട് നമ്മുടെ മനസ്സുകളിൽ അങ്ങേയറ്റത്തെ ദൗർബ്ബല്യവും ശൂന്യതയും?
> (ഗോൾവാൾക്കർ, *വിചാരധാര*)

മനുവിന്റെ വിധികൾ അംഗീകരിക്കാത്ത ഇന്ത്യൻ ഭരണഘടനയോടും സംഘിന് ഇതേ സമീപനം തന്നെയാണുള്ളത്.

> വിവിധ പാശ്ചാത്യ രാജ്യങ്ങളുടെ ഭരണഘടനകളിലെ വ്യത്യസ്ത ആർട്ടിക്കിളുകൾ തുന്നിച്ചേർത്തുണ്ടാക്കിയ ക്ലേശകരവും വിജാതീയതയുള്ളതുമായ ഒന്നാണ് നമ്മുടെ ഭരണഘടന. നമ്മുടെ സ്വന്തമെന്ന് വിളിക്കാവുന്ന യാതൊന്നും അതിലില്ല. നമ്മുടെ ദേശീയ ദൗത്യം എന്ത് എന്നതുപോലുള്ള മാർഗ്ഗനിർദ്ദേശങ്ങളെക്കുറിച്ചും അതിൽ ഒരു പരാമർശമെങ്കിലുമുണ്ടോ? ഇല്ല.
> (ഗോൾവാൾക്കർ, *വിചാരധാര*)

ഇന്ത്യയെ ഹിന്ദുരാഷ്ട്രമായി സങ്കല്പിച്ചുകൊണ്ടുള്ള പ്രാർത്ഥനയും ചൊല്ലിയിട്ടാണ് അവരിന്നും ശാഖകളിൽ 'അടിതട' പരിശീലിക്കുന്നത്.

> **പ്രാർത്ഥന:** സ്നേഹവാത്സല്യങ്ങളുള്ള മാതൃഭൂമി, ഞാൻ എന്നെന്നേയ്ക്കും നിന്നെ നമിക്കുന്നു. അല്ലയോ ഹിന്ദുക്കളുടെ പ്രഭൂ, നീയെന്നെ സൗഖ്യത്തോടെ വളർത്തി. അല്ലയോ വിശുദ്ധഭൂമീ, നന്മയുടെ ശ്രേഷ്ഠയായ സ്രഷ്ടാവേ, ഞാൻ എന്റെയീ ശരീരം നിനക്കായി സമർപ്പിക്കുന്നു. ഞാൻ വീണ്ടും വീണ്ടും നിന്നെ നമിക്കുന്നു. അല്ലയോ സർവ്വശക്തനായ ഈശ്വരാ, ഹിന്ദുരാഷ്ട്രയിലെ അവിഭാജ്യഘടകങ്ങളായ ഞങ്ങൾ ആദരപൂർവ്വം നിന്നെ വണങ്ങുന്നു. നിന്റെ കാര്യത്തിനായി ഞങ്ങൾ അരപ്പട്ടകെട്ടുന്നു. അത് സാദ്ധ്യമാവുന്നതിനായി ഞങ്ങളെ അനുഗ്രഹിക്കൂ.
> (*ശാഖാദർശിക ഗ്യാൻഗംഗ*, ജയ്പൂർ 1997)

മിതവാദികൾക്ക് പറയാനാവാത്തത്

ഒരുകാലത്ത്, വാജ്പേയിക്ക് പറയാനോ ചെയ്യാനോ കഴിയാതിരുന്ന കാര്യങ്ങളാണ്, ബാൽതാക്കറെയും നരേന്ദ്രമോദിയും പറഞ്ഞതും ചെയ്തതും. ഇന്ന് നരേന്ദ്രമോദിക്ക് പറയാൻ കഴിയാത്ത കാര്യങ്ങൾ പ്രവീൺ തൊഗാഡിയ പറയുന്നു. തീവ്രവർഗ്ഗീയവാദവും മൃദുഹിന്ദുത്വവും സംഘിന്റെ രണ്ടു നാവുകളാണ്. രണ്ടും അവർ ആവശ്യംപോലെ ഉപയോഗിക്കുന്നു. മുംബൈ കലാപവേളയിൽ ബാൽതാക്കറെ അനിത പ്രതാ

പിനു നല്കിയ ഈ അഭിമുഖം വായിച്ചാൽ ഹിന്ദുത്വ ഫാസിസ്റ്റല്ലാത്ത ഏതൊരിന്ത്യക്കാരനും ലജ്ജിക്കാതിരിക്കില്ല (ശിവസേനയുടെ ഭ്രാന്തൻകൂട്ടങ്ങളെ നിയന്ത്രിക്കാൻ പിന്നീട് സാക്ഷാൽ സംഘിനുപോലും കഴിയാതെ വന്നു).

? എന്തിനാണ് ശിവസേന മുസ്ലീങ്ങളെ ആക്രമിക്കുന്നത്.

* മുസ്ലിങ്ങളാണ് ലഹള തുടങ്ങിയത്. എന്റെ കുട്ടികൾ അതിന് പകരം വീട്ടുകയാണ്. ഹിന്ദുക്കൾ മറ്റേ കവിളും കാട്ടിക്കൊടുക്കണമെന്നാണോ നിങ്ങൾ കരുതുന്നത്. ഞാൻ മുസ്ലീങ്ങളെ ഒരു പാഠം പഠിപ്പിക്കും. ഞങ്ങളുടെ സഹനശക്തി അതിന്റെ അതിര് കടന്നിരിക്കുന്നു.

? നിങ്ങൾ എന്തിനാണ് മുസ്ലീങ്ങളോട് ക്ഷോഭിക്കുന്നത്.

* അവർ ഈ മണ്ണിന്റെ നിയമങ്ങൾ അംഗീകരിക്കാൻ തയ്യാറല്ല. അവർ ജനന നിയന്ത്രണം സ്വീകരിക്കുന്നില്ല. അവർ എന്റെ മാതൃഭൂമിയിൽ ഇസ്ലാമിക ശരീയത്ത് നിയമം നടപ്പാക്കുന്നു. അതെ ഇത് ഹിന്ദുക്കളുടെ മാതൃഭൂമിയാണ്.

ഗോൾവാൾക്കറുടെ വാക്കുകൾ അതേപടി ആവർത്തിക്കുക മാത്രമാണിവിടെ താക്കറെ ചെയ്യുന്നത്. അഭിമുഖം തുടരുന്നു:

? പക്ഷേ മുസ്ലീങ്ങൾ മുംബൈയിൽനിന്നും പലായനം ചെയ്യുകയാണ്.

* അവർ പോകുകയാണെങ്കിൽ പോകട്ടെ. അവർ പോവുന്നില്ലെങ്കിൽ അവരെ ചവിട്ടി പുറത്താക്കുക. ഇന്ത്യയിലെ മുസ്ലീങ്ങൾ പീഡിപ്പിക്കപ്പെടുകയാണെന്നാണ് പാകിസ്ഥാൻ കരുതുന്നതെങ്കിൽ അവർ അവരെ തിരിച്ചു വിളിച്ചോട്ടെ.

ഇന്ത്യയിലെ മുസ്ലീങ്ങളുടെ കാര്യം നോക്കേണ്ടത് പാകിസ്ഥാനാണെന്ന താക്കറെയുടെ വാദം സംഘിന്റെ പ്രത്യയശാസ്ത്രം പരിചയമുള്ളവർക്ക് പുതുതായി തോന്നാനിടയില്ല.

? ഇത് ഹിന്ദുരാഷ്ട്രത്തിലേക്കുള്ള ആദ്യ പടിയാണോ.

* ഞങ്ങൾക്ക് പ്രഥമപടിയുടെ ആവശ്യമില്ല. ഇതൊരു ഹിന്ദുരാഷ്ട്രമാണ്.

? നിങ്ങളുടെ ഹിന്ദുരാഷ്ട്രത്തിൽ മുസ്ലീങ്ങളുടെ അവസ്ഥ എന്തായിരിക്കും.

* അവർ ഉത്തമ പൗരന്മാരെപ്പോലെ പെരുമാറുന്നില്ലെങ്കിൽ ഇവിടെ സന്തുഷ്ടരായിരിക്കില്ല.

വാജ്പേയി പറഞ്ഞ പരിഷ്കാർ, പുരസ്കാർ, തിരസ്കാർ ഫോർമുല ഒന്നോർമ്മിച്ചുനോക്കിയാൽ താക്കറെ സംഘിന്റെ വക്താവാണെന്ന് പ്രത്യേകം പറയേണ്ടിവരില്ല.

? ജർമ്മനിയിലെ ജൂതന്മാരെപ്പോലെയാണ് തങ്ങൾ ഇന്ത്യയിൽ ജീവിക്കുന്നതെന്ന വികാരം അവർക്കുണ്ടാകില്ലേ.

* നാസി ജർമ്മനിയിലെ ജൂതന്മാരെപ്പോലെ അവർ പെരുമാറിയിട്ടുണ്ടോ? അങ്ങനെയുണ്ടെങ്കിൽ അവർ ജൂതന്മാരായി പരിഗണിക്കപ്പെട്ടാലും തെറ്റില്ല.

ഹിറ്റ്ലർ ജൂതന്മാരോടു ചെയ്തതു ശരിയാണെന്നും ആ മാതൃക ഇന്ത്യക്ക് അനുകരിക്കാവുന്നതാണെന്നും സംഘിന്റെ പരമാചാര്യന്മാർ പറഞ്ഞത് പ്രയോഗത്തിൽ വരുത്തിയവരാണ് ബാൽ താക്കറെയും നരേന്ദ്രമോദിയും. ശിവസേനയുടെ കൂട്ടങ്ങൾ പിന്നീട് സംഘ് നേതാക്കന്മാർ പറയുന്നിടത്ത് നില്ക്കാതായി എന്നത് സംഘിന് അനുകൂലമായ വാദമല്ല. ഫാസിസ്റ്റുകൾ കുത്തിയിളക്കുന്ന ഭ്രാന്തൻ വികാരങ്ങൾക്കടിമപ്പെട്ട കൂട്ടങ്ങളെ നിയന്ത്രിക്കാൻ അവർക്കു തന്നെ കഴിഞ്ഞെന്നുവരില്ല. ജർമ്മനിയിലും ഇറ്റലിയിലും അതുതന്നെ സംഭവിച്ചിട്ടുണ്ട്.

? ഈ കലാപങ്ങൾ എല്ലാം ലോകത്തിൽ ഇന്ത്യയെക്കുറിച്ചുള്ള മതിപ്പ് ഇല്ലാതാക്കാൻ ഇടയാക്കില്ലേ? താങ്കൾ അത് ശ്രദ്ധിക്കുന്നില്ലേ.

* ഞാൻ ലോക മതിപ്പിനെ അശ്ശേഷം വകവെക്കുന്നില്ല.

ഐക്യരാഷ്ട്രസഭയടക്കമുള്ള അന്താരാഷ്ട്ര സ്ഥാപനങ്ങളെ വിശ്വസിക്കരുതെന്നു പറഞ്ഞ ഗുരുജി ഗോൾവാൾക്കറുടെ സ്വരം തന്നെയല്ലേ ഇതും.

? താങ്കളുടെ ആളുകൾ സിവിലിയൻമാർക്കിടയിൽ നിന്നും പ്രൊട്ടക്ഷൻ മണി സ്വീകരിക്കുന്നില്ലേ.

* ഉണ്ട്. ഞങ്ങൾക്ക് പണം വേണം. സി ഐ എ ഞങ്ങൾക്ക് ഫണ്ട് നല്കുന്നില്ല.

? മുംബൈയിൽ സമാധാനം സ്ഥാപിക്കുക എന്നത് താങ്കളെ മാത്രം ആശ്രയിച്ചിരിക്കുന്നു.

* അതെ, നീതിക്ക് വേണ്ടി പോരാടുന്ന മനുഷ്യനാണ് ഞാൻ. ജനക്കൂട്ടം എന്റെ നിയന്ത്രണത്തിലാണ്.

? ലഹള അവസാനിപ്പിക്കാൻ താങ്കൾ തീരുമാനിച്ചിട്ടുണ്ടോ.

* അതെ. എത്രകാലം, എന്തിന് ഞങ്ങൾ ഇത് തുടരണം. ഞാൻ പ്രതീക്ഷിക്കുന്നത് മുസ്ലീങ്ങൾ നല്ല പാഠം പഠിച്ചിട്ടുണ്ടെന്നാണ്.

? നിങ്ങളുടെ പാർട്ടിക്ക് ഭഗവാൻ ശിവന്റെയും ശിവജിയുടെയും പേരാണ് നല്കിയിരിക്കുന്നത്.

* ഞങ്ങളുടെ പാർട്ടി രാഷ്ട്രീയത്തിൽ ശിവജിയും മതത്തിൽ ശിവനുമാണ്. അതിന്റെ തൃക്കണ്ണ് ഇപ്പോൾ തുറക്കുകയാണ്.

(*കമ്യൂണലിസം കംബാറ്റ്*, മാർച്ച്, 1995)

ഇത്രയൊക്കെ പറയാൻ കഴിയുന്ന രാജ്യത്ത് എന്തുതന്നെ ചെയ്യാൻ കഴിയില്ല! അല്ലെങ്കിൽ ഈ പറഞ്ഞതൊക്കെ പുതിയതാണെന്ന് എങ്ങനെ പറയാൻ കഴിയും. ഇതുതന്നെയല്ലേ സവർക്കറും ഗോൾവാൾക്കറും പറഞ്ഞത്. ഹിന്ദുത്വത്തിന്റെ മിതവാദമുഖവും തീവ്രവാദമുഖവും ഒരേ രാഷ്ട്രീയപദ്ധതിയുടെ രണ്ട് പരിവേഷങ്ങൾ മാത്രമാണ്. ഹിന്ദുത്വത്തിന്റെ തീവ്രവാദമുഖത്തെയല്ല, ഹിന്ദുത്വത്തെ അപ്പാടെയാണ് എതിർക്കേണ്ടത്. അല്ലെങ്കിൽ അദ്വാനിയോട് യോജിച്ച് മോദിയോട് വിയോജിക്കുന്നവരായി നമുക്ക് സ്വയം വഞ്ചിക്കേണ്ടിവരും!

ഗാന്ധിയെ വധിച്ചവർ ദേശാഭിമാനത്താൽ പ്രചോദിതരായിരുന്നു എന്ന് സവർക്കർ അഭിപ്രായപ്പെട്ടിട്ടുണ്ട്. ഗാന്ധിവധ ഗൂഢാലോചനയിൽ തനിക്കുള്ള പങ്ക് അദ്ദേഹം നിഷേധിച്ചത് കേസിൽനിന്നു രക്ഷപ്പെടുന്നതിനുവേണ്ടി മാത്രമായിരിക്കണം. സവർക്കറുടെയും ഗോൾവാൾക്കറുടെയും മനസ്സിലുണ്ടായിരുന്നതാണ് ഗോഡ്സെ ചെയ്തത്. ഗോൾവാൾക്കറെയും സംഘിനെയും നിയമക്കുരുക്കിൽനിന്ന് രക്ഷിക്കുന്നതിനുവേണ്ടി താൻ ആർ എസ് എസിൽ നിന്ന് രാജിവച്ചു എന്ന് കള്ളം പറയാൻ മാത്രം കൂറുതികഞ്ഞ സ്വയം സേവകനായിരുന്നു ഗോഡ്സെ! നാഥുറാം ഗോഡ്സെയുടെ സഹോദരനായ ഗോപാൽ ഗോഡ്സെ *ടൈം മാഗസി*നു നല്കിയ ഈ അഭിമുഖം വായിക്കുക.

? 1948 ജനുവരിയിൽ എന്താണു സംഭവിച്ചത്.

* ജനുവരി 20 ന് ഡൽഹിയിലെ ഗാന്ധിജിയുടെ ഒരു പ്രാർത്ഥനായോഗത്തിലേക്ക് മദൻലാൽ പഹ്വ ബോംബെറിഞ്ഞു. ഗാന്ധിജിയിൽ നിന്നും 50 മീറ്റർ അകലെയായിരുന്നു ഏറ്. മദൻലാൽ ഒഴികെയുള്ള 'ഗൂഢാലോചനക്കാർ' ഓടി രക്ഷപ്പെട്ടു. മദൻലാൽ പിടികൂടപ്പെട്ടു. അതുകൊണ്ടുതന്നെ പിടികൂടപ്പെടുന്നതിനുമുമ്പ് ദൗത്യം പൂർത്തിയാക്കണമെന്ന് ഞങ്ങൾ നിശ്ചയിച്ചിരുന്നു. അപ്പോൾ ഗോഡ്സെ ദൗത്യം സ്വയം ഏറ്റെടുത്തു. വിധി ഞങ്ങൾക്ക് അനുകൂലമാകണമെന്ന് ഞങ്ങൾ ആഗ്രഹിച്ചു. അതായത് അയാൾ കൃത്യം നിർവ്വഹിക്കുന്നതിനുമുമ്പ് സംഭവസ്ഥലത്തുവച്ച് പിടികൂടപ്പെടരുതെന്ന്.

? എന്തുകൊണ്ട് ഗാന്ധിജി കൊല്ലപ്പെടണമന്ന് നിങ്ങൾ ആഗ്രഹിച്ചു.

* ഗാന്ധിജി ഒരു കാപട്യക്കാരനായിരുന്നു. മുസ്ലീങ്ങളാൽ ഹിന്ദുക്കൾ കൊല്ലപ്പെടുമ്പോഴും അദ്ദേഹം സന്തുഷ്ടനായിരുന്നു. എത്രയേറെ ഹിന്ദുക്കൾ കൊല്ലപ്പെട്ടുവോ അത്രയും ഉയരെ അദ്ദേഹത്തിന്റെ മതേതര പതാക ഉയർന്നു.

? നിങ്ങളെപ്പോഴെങ്കിലും ഗാന്ധിയെ കണ്ടിട്ടുണ്ടോ.

* ഉണ്ട്.

? നിങ്ങളദ്ദേഹത്തിന്റെ യോഗങ്ങളിൽ പങ്കെടുത്തിട്ടുണ്ടോ.

* ഉണ്ട്.

? അനുയായികളെ എങ്ങനെയാണദ്ദേഹം നയിച്ചിരുന്നത് എന്ന് വിവരിക്കാമോ.

* മാദ്ധ്യമങ്ങളെ ഉപയോഗപ്പെടുത്തുന്നതിലുള്ള അദ്ദേഹത്തിന്റെ കഴിവിലാണതിന്റെ ബഹുമതി കുടികൊള്ളുന്നത്. പത്രങ്ങളെ അദ്ദേഹം കൈയിലെടുത്തു. അത് അനിവാര്യവുമായിരുന്നു. ഗാന്ധിക്ക് ചുറ്റും ഈ പരിവേഷം സൃഷ്ടിക്കുന്നതിലേക്കായി ആളുകൾക്കറിയേണ്ട ആവശ്യമൊന്നുമില്ലെങ്കിലും അദ്ദേഹം എങ്ങനെ നടന്നു, ചിരിച്ചു, കൈവീശി തുടങ്ങിയ വിവരണങ്ങൾ ജനങ്ങൾക്കു മേൽ അടിച്ചേല്പിച്ചു. ജനങ്ങൾ എത്രത്തോളം അറിവില്ലാത്തവരായോ അത്രത്തോളം അദ്ദേഹം പ്രശസ്തനായി. അതിനാൽ അവർ ജനങ്ങളെ അറിവില്ലാത്തവരായി നിലനിർത്താൻ ശ്രമം നടത്തി.

മാദ്ധ്യമസിദ്ധാന്തത്തിലും കുറച്ചു വിവരമുള്ളയാളാണു ഗോഡ്സെ! അഭിമുഖം തുടരുന്നു:

? എന്നാൽ നല്ല പരസ്യത്തിനും അപ്പുറം ചിലത് ആവശ്യമില്ലേ ഒരു ഗാന്ധിയെ സൃഷ്ടിക്കാൻ.

* അവിടെ മറ്റൊരു കാര്യമുണ്ട്. ഇന്ത്യൻ ജനത പൊതുവിൽ സന്ന്യാസി ജീവിതത്തോട് കൂടുതൽ ആകർഷണമുള്ളവരാണ്. സന്ന്യാസിയെന്ന അവസ്ഥയെ തന്റെ രാഷ്ട്രീയത്തിനായി ഉപയോഗപ്പെടുത്തുവാനുള്ള കൗശലം അദ്ദേഹത്തിനുണ്ടായി. അദ്ദേഹത്തിന്റെ മരണശേഷം സർക്കാരും ഇതുപയോഗപ്പെടുത്തി. അദ്ദേഹം ഹിന്ദുക്കളുടെ ശത്രുവാണെന്ന് സർക്കാരിന് അറിയാമായിരുന്നു. എന്നാൽ അദ്ദേഹമൊരു സനാതന ഹിന്ദുവാണെന്ന് വരുത്തുവാൻ അവർ കിണഞ്ഞുശ്രമിച്ചു. അതിനവർ ആദ്യം ചെയ്ത കാര്യം 'ഹേ റാം' മരണപ്പെട്ട അദ്ദേഹത്തിന്റെ വായിലേക്ക് തിരുകുകയായിരുന്നു.

ഇവിടെ ഗോഡ്സെ അറിഞ്ഞോ അറിയാതെയോ സൂചിപ്പിക്കുന്നതാണ് സംഘിന്റെ ഗാന്ധിവിരോധത്തിനു പിന്നിലെ യഥാർത്ഥ കാരണം. നെഹ്റുവിന്റെ മതേതരത്വമായിരുന്നില്ല ഗാന്ധിയുടേത്. മതേതരത്വമാണ് കാര്യമെങ്കിൽ സംഘ് ഗാന്ധിജിയെക്കാൾ കടുത്ത ശത്രുവായി കാണേണ്ടിയിരുന്നത് നെഹ്റുവിനെയാണ്. എന്നാൽ, നെഹ്റുവിൽനിന്ന് വ്യത്യസ്തമായി ഗാന്ധി ഹിന്ദുധർമ്മത്തെക്കുറിച്ചു സംസാരിച്ചു. സംഘ് മുന്നോട്ടു വയ്ക്കുന്നതല്ല ഹിന്ദുധർമ്മമെന്ന് സ്ഥാപിക്കുകയും അത് ജനകോടികളെ വിശ്വസിപ്പിക്കുകയും ചെയ്തു. ഗാന്ധിയിലെ മതേതരവാദിയല്ല, ഗാന്ധിയിലെ ഹിന്ദുവായിരുന്നു സംഘിന്റെ യഥാർത്ഥ ശത്രു.

? അദ്ദേഹം മരണമടയുമ്പോൾ ഹേ റാം എന്നു പറഞ്ഞിട്ടില്ലെന്നാണോ നിങ്ങൾ അർത്ഥമാക്കുന്നത്.

* ഇല്ല. അദ്ദേഹമങ്ങനെ പറഞ്ഞിട്ടില്ല. അതൊരു ആട്ടോമാറ്റിക് പിസ്റ്റളായിരുന്നു. അതിന്റെ മാഗസിനിൽ ഒമ്പത് വെടിയുണ്ടകൾ ഉൾക്കൊള്ളാനാവും. ആ ദിവസം അതിൽ ഏഴ് ഉണ്ടകളേ ഉണ്ടായിരുന്നുള്ളൂ. കാഞ്ചി വലിക്കുമ്പോൾ നിമിഷങ്ങൾക്കുള്ളിൽ ഏഴു വെടിയുണ്ടകളും പുറപ്പെട്ടുകഴിയും. ഇത്രയും വെടിയുണ്ടകൾ ഹൃദയംപോലെ പ്രധാന കേന്ദ്രത്തിൽ തറച്ചാൽ തൽക്ഷണം ബോധം നഷ്ടമാകും. നിങ്ങൾക്ക് പിന്നെ ശക്തിയുണ്ടാവില്ല. ഗാന്ധി വരുന്നതു കണ്ടപ്പോഴേക്കും നാഥുറാം ലോഡ് ചെയ്ത പിസ്റ്റൾ കൈകൾക്കുള്ളിലൊളിപ്പിച്ചു. ഗാന്ധിയോട് ഏറെ ചേർന്ന് ഒരു പെൺകുട്ടിയുണ്ടായിരുന്നു. അവൾക്ക് പരിക്കേൽക്കുമോയെന്നയാൾ ഭയപ്പെട്ടു. അതിനാൽ അയാൾ അല്പം മുന്നോട്ടു നീങ്ങി ഇടതുകൈകൊണ്ട് പെൺകുട്ടിയെ തള്ളിനീക്കിയതിനുശേഷം വെടിയുതിർക്കുകയായിരുന്നു. ഇത് നിമിഷത്തിനുള്ളിൽ സംഭവിച്ചു. കിങ്സ്‌ലിയെന്നോ മറ്റോ പേരായ ഒരാൾ ഒരു ചലച്ചിത്രത്തിൽ ഗാന്ധിയായി വേഷം കെട്ടി. ആരോ എന്നോട് ചോദിച്ചു ഗാന്ധി ഹേ റാം എന്നു പറഞ്ഞോയെന്ന്. ഞാൻ പറഞ്ഞു, കിങ്സ്‌ലി അങ്ങനെ പറഞ്ഞു: പക്ഷേ ഗാന്ധിയങ്ങനെ പറഞ്ഞിട്ടില്ല. കാരണം അതൊരു നാടകമായിരുന്നില്ല.

? നൂറ്റാണ്ടിലെ മനുഷ്യനായി ഗാന്ധിയെ *ടൈം* നിർദ്ദേശിച്ചത് അദ്ദേഹത്തിന് അർഹതപ്പെട്ടതു തന്നെയെന്നാണോ താങ്കൾ കരുതുന്നത്? (ആൽബർട്ട് ഐൻസ്റ്റീനു ശേഷം രണ്ടാമതായി എത്തിയ രണ്ടുപേരിൽ ഒരാളായിരുന്നു ഗാന്ധി).

* ഹിന്ദുക്കളോട് ഏറ്റവും ക്രൂരതകാട്ടിയ ഒരാളെന്നനിലയിൽ ഞാനദ്ദേഹത്തിന്റെ പേര് നിർദ്ദേശിക്കും. ഏറ്റവും ക്രൂരൻ അങ്ങനെയാണ് ഞാനദ്ദേഹത്തെ വിളിക്കുന്നത്.

? അതിനാലാണോ ഗാന്ധി കൊല്ലപ്പെടുന്നത്.

* അതെ. മുസ്ലീങ്ങളുമായി ശത്രുതയിൽ കഴിയരുതെന്ന് അദ്ദേഹം മാസങ്ങളായി ഹിന്ദുക്കളെ ഉപദേശിക്കുകയായിരുന്നു. ഇതെന്തു തരം അഹിംസയാണ്? അദ്ദേഹത്തിന്റെ സമാധാനത്തെപ്പറ്റിയുള്ള തത്ത്വങ്ങൾ തട്ടിപ്പാണ്. ലോകത്ത് ഏതൊരു സ്വതന്ത്രരാഷ്ട്രത്തിലും അദ്ദേഹത്തെപ്പോലൊരുവനെ ഔദ്യോഗികമായി വെടിവച്ചുകൊല്ലുമായിരുന്നു. കാരണം അദ്ദേഹം ഹിന്ദുക്കളെ കൊല്ലാൻ മുസ്ലീങ്ങളെ പ്രോത്സാഹിപ്പിക്കുകയായിരുന്നു.

ഗാന്ധിയെ കൊന്നവർ ദേശാഭിമാനത്താൽ പ്രചോദിതരായിരുന്നുവെന്ന സവർക്കറുടെ വാക്കുകളും ഗോൾവാൾക്കറുടെ ഗാന്ധിവിമർശനങ്ങളും ഓർമ്മിക്കുക. അവരുടേതുമായി തട്ടിച്ചുനോക്കിയാൽ ഗോഡ്സെയുടെ വാക്കുകൾ പക്വവും മിതവുമാണെന്ന് പറയേണ്ടിവരും.

? മറ്റെ കവിൾ കാട്ടിക്കൊടുക്കുകയായിരുന്നില്ലേ അദ്ദേഹത്തിന്റെ

തത്ത്വശാസ്ത്രം. അക്രമത്തിന്റെ ചക്രം ഒരാളെങ്കിലും ഭേദിക്കണമെന്നദ്ദേഹം കരുതി..

* ലോകം ആ രീതിയിലല്ല പ്രവർത്തിക്കുന്നത്.

? ഗാന്ധിയിൽ നിങ്ങളാരാധിക്കുന്ന ഏതെങ്കിലും ഘടകമുണ്ടോ.

* ഒന്നാമത്, ഗാന്ധിയുടെ ജനങ്ങളെ ഇളക്കാനുള്ള കഴിവ്. ഞങ്ങളുടെ സ്കൂൾ ദിനങ്ങളിൽ ഗാന്ധിയായിരുന്നു മാതൃകാപുരുഷൻ. രണ്ടാമത്, ജയിലിനെപ്പറ്റിയുള്ള പേടി അദ്ദേഹം മാറ്റിയെടുത്തു. ഒരു മോഷണത്തിൽ പങ്കെടുത്തും സത്യഗ്രഹത്തിൽ പങ്കെടുത്തും ജയിലിൽ പോകുന്ന കാര്യങ്ങൾ വിഭിന്നമാണെന്ന് അദ്ദേഹം സ്ഥാപിച്ചു. യുവാക്കളെന്ന നിലയിൽ ഞങ്ങൾക്ക് ആവേശമുണ്ടായിരുന്നു. വ്യത്യസ്തമായ ഒരു ധാരയായിരുന്നു ഞങ്ങൾക്കാവശ്യം. ഞങ്ങൾ ഗാന്ധിയെ ഞങ്ങളുടെ ധാരയിലേക്കു കൊണ്ടുപോയി. അതിൽ ഒട്ടും കുറ്റബോധവുമില്ല.

? അദ്ദേഹത്തിന്റെ അഹിംസാസിദ്ധാന്തത്തെ നിങ്ങൾ ആരാധിക്കുന്നില്ല.

* അഹിംസ ഒരു സിദ്ധാന്തമേയല്ല. നിങ്ങൾക്ക് എപ്പോഴും സത്യസന്ധരായിരിക്കാൻ കഴിയുകയില്ല. ഓരോ നിമിഷവും നുണ പറയേണ്ടിവരും. ഏതു നിമിഷത്തിലും നിങ്ങൾക്ക് ആരെയെങ്കിലും കൊലപ്പെടുത്താനായി തോക്കെടുക്കേണ്ടിവരും. അദ്ദേഹം ഒരു കാപട്യക്കാരനാണെന്ന കാര്യം എന്തുകൊണ്ടു തുറന്നു കാട്ടേണ്ടി വന്നു? കാരണം അദ്ദേഹം അദ്ദേഹത്തിന്റെ സിദ്ധാന്തവുമായി രാഷ്ട്രീയരംഗത്താണുള്ളത്. അദ്ദേഹത്തിന്റെ അഹിംസാ സിദ്ധാന്തം എവിടെയെങ്കിലും പിന്തുടർന്നോ? ഇല്ല. ഒരിടത്തുമില്ല.

? ഗാന്ധിയെ വധിക്കുന്നതിൽ ഏറ്റവും ബുദ്ധിമുട്ടേറിയ ഘടകം എന്തായിരുന്നു.

* ജീവിതം ഉപേക്ഷിക്കുന്നതോ തൂക്കുമരമേറുന്നതോ ആയിരുന്നില്ല ഞങ്ങളുടെ മുമ്പിലുണ്ടായിരുന്ന പ്രധാന തടസ്സം. ജനങ്ങളും സർക്കാരും ഒരുപോലെ ഞങ്ങളെ അപലപിക്കുമെന്നതായിരുന്നു. ഗാന്ധി രാജ്യത്തിന് എന്തു ദ്രോഹമാണു ചെയ്തതെന്ന കാര്യത്തിൽ ജനങ്ങൾ ഇരുളിലായിരുന്നു. അവരെ എത്ര വിദഗ്ദ്ധമായാണദ്ദേഹം പറ്റിച്ചത്.

? ആളുകൾ യഥാർത്ഥത്തിൽ നിങ്ങളെ അപലപിച്ചോ.

* അപലപിച്ചു. ആളുകൾ പൊതുവിൽ അങ്ങനെ ചെയ്തു. കാരണം അവർ അറിവില്ലാത്തവരായി നിലനിർത്തപ്പെട്ടിരുന്നു.

(ഫെബ്രുവരി 2000)

നാഥുറാം ഗോഡ്സെ എന്തായിരുന്നോ അതുതന്നെയായിരുന്നു ഗോപാൽ ഗോഡ്സെയും. ഗോപാൽ തൂക്കിക്കൊല്ലപ്പെടുകയും നാഥുറാം

ജീവിച്ചിരിക്കുകയും ചെയ്തുവെന്നു സങ്കല്പിച്ചാൽ നാഥുറാം പറയുമായിരുന്ന വാക്കുകളാണിവ. ഗോൾവാൾക്കർ പറഞ്ഞതിന്റെ നൂറിലൊരംശം ചെയ്തു കാണിക്കുക മാത്രമേ നാഥുറാം ചെയ്തുള്ളൂ. അംഗത്വമെന്ന ഏർപ്പാടേ ഇല്ലാത്ത ആർ എസ് എസിൽനിന്ന് തന്റെ അംഗത്വം രാജി വച്ചുവെന്നാണ് നാഥുറാം പറഞ്ഞത്! അതും സംഘിനെ നിയമനടപടികൾ നേരിടുന്നതിൽനിന്ന് രക്ഷിക്കാൻ വേണ്ടി. ഹെഡ്ഗേവാറിന്റെ ഭാഷയിൽ പറഞ്ഞാൽ, കബഡി കളിക്കാൻ പറഞ്ഞപ്പോൾ കബഡി കളിച്ചു, രാഷ്ട്രീയത്തിൽ പ്രവർത്തിക്കാൻ പറഞ്ഞപ്പോൾ രാഷ്ട്രീയത്തിൽ പ്രവർത്തിച്ചു. വായനക്കാർ ഇത്രകൂടി കൂട്ടിച്ചേർക്കുക: ഗാന്ധിയെ കൊല്ലാൻ പറഞ്ഞപ്പോൾ കൊന്നു, കൊലക്കുറ്റം സ്വയം ഏൽക്കാൻ പറഞ്ഞപ്പോൾ ഏറ്റു, എല്ലാം സംഘിനുവേണ്ടി.

* * * * * *

കർസേവകർ തീ കത്തിച്ച് ഭക്ഷണം പാകം ചെയ്ത റെയിൽബോഗിക്കു തീപിടിച്ചാണ് ഗോധ്രദുരന്തമുണ്ടായതെന്ന് യു സി ബാനർജി കമ്മിറ്റി റിപ്പോർട്ട് സൂചിപ്പിച്ചിട്ടുണ്ട്. നരേന്ദ്രമോദിയുടെ പ്രകോപനപരമായ പെരുമാറ്റമാണ് ഹിന്ദുത്വക്രിമിനലുകൾക്ക് കൊള്ളിവയ്പുകൾക്ക് ചങ്കൂറ്റം നല്കിയതെന്നും വ്യക്തമായിക്കഴിഞ്ഞിട്ടുണ്ട്. സംഘ് കലാപങ്ങൾ ആസൂത്രണം ചെയ്തു പോന്നിട്ടുള്ള രീതി പരിശോധിച്ചാൽ ഗോധ്രകഥ ഹിന്ദുത്വഫാസിസത്തിന്റെ മറ്റൊരു ഗീബൽസിയൻ നുണപ്രയോഗമാണെന്നു തന്നെ വിശ്വസിക്കേണ്ടിവരും.

കമ്മീഷന്റെ ചില കണ്ടെത്തലുകൾ നോക്കുക:

> തീ പിടിക്കുന്ന ഏതെങ്കിലും ദ്രാവകമോ തീയുണ്ടാക്കുന്ന വസ്തുവോ പുറത്തുനിന്ന് കോച്ചിന് അകത്തേക്ക് പ്രയോഗിച്ചതാണ് തീപിടിത്തുത്തിനു കാരണമെന്നു കരുതുക സംഭവങ്ങളുടെ ഗതിവച്ചു നോക്കിയാൽ അസാദ്ധ്യമാണ്.
>
> എസ് 6 കോച്ചിലെ തീ കോച്ചിനുള്ളിൽ തന്നെ ഉണ്ടായതാണെന്നും പുറമെ നിന്ന് ആരും ഒന്നും ചെയ്തതല്ലെന്നുമുള്ളതിന് ആവശ്യത്തിലേറെ തെളിവുകളുണ്ട്. തെളിവുകൾ നല്കിയവർ പറഞ്ഞതനുസരിച്ച് ആദ്യം തീയുടെ ഗന്ധം അനുഭവപ്പെടുകയും അതിനെതുടർന്ന് കട്ടിപ്പുകയും തീജ്ജ്വാലയും കാണുകയുമാണുണ്ടായത്. തീപിടിപ്പിക്കുന്ന ഒരു ദ്രാവകം പുറമേ നിന്ന് ഉപയോഗിച്ചതാകാനുള്ള സാദ്ധ്യത ഇതു തള്ളിക്കളയുന്നു.
>
> ലഭ്യമായ തെളിവുകളുടെ അടിസ്ഥാനത്തിൽ നോക്കിയാൽ ത്രിശൂലവും പിടിച്ച കർസേവകർ (ഈ കോച്ചിലെ മൊത്തം യാത്രക്കാരിൽ 90 ശതമാനം പേരും കർസേവകരായിരുന്നു) പുറമേനിന്ന് ഒരാൾ എസ്–6 കോച്ചിൽ കടക്കുന്നതും കോച്ചിനു തീയിടുന്നതും നോക്കി, സ്വയം ചുട്ടുകൊല്ലപ്പെടാൻ അനുവദിച്ചുകൊണ്ട്

ഒന്നും ചെയ്യാതെ വെറുതെയിരുന്നു എന്നത് വിശ്വസിക്കാനാവില്ല. പുറമേനിന്ന് കോച്ചിന് തീയിട്ടതാകാൻ സാദ്ധ്യതയില്ലെന്ന നിഗമനം ഫോറൻസിക് ലബോറട്ടറിയുടെ പരീക്ഷണത്തിൽ സ്ഥിരീകരിച്ചിട്ടുമുണ്ട്.

കർസേവകർ തീവണ്ടിക്കുള്ളിൽ പാചകം നടത്തിയതിന്റെ ചില തെളിവുകളും കമ്മിറ്റിക്ക് ലഭിച്ചിട്ടുണ്ട്. ട്രെയിൻ 7.48 ന് പ്ലാറ്റ് ഫോം വിട്ടതായും അല്പസമയത്തിനുശേഷം വാതകത്തകരാറ് മൂലം നിർത്തിയതായും 8.00 മണിയോടുകൂടി വീണ്ടും പുറപ്പെട്ടതായും ലഭിച്ച തെളിവുകളുടെ അടിസ്ഥാനത്തിൽ കമ്മിറ്റി കണ്ടെത്തിയിട്ടുണ്ട്.

സർവ്വേ ഓഫ് ഇന്ത്യയുടെ മാപ്പിങ്ങിലെ ദൂരവും ആ സമയത്തെ ട്രെയിനിന്റെ വേഗതയും വച്ചുനോക്കിയാൽ ട്രെയിൻ 468/19 പോസ്റ്റിൽ എത്താൻ ഏകദേശം 5 മിനിറ്റ് സമയം വേണം. ഇതിനിടയ്ക്കാണ് കോച്ചിനുള്ളിൽ പുക കണ്ടതും ജി ആർ പിക്കും ആർ പി എഫിനും വഡോദര കൺട്രോളിനും റിപ്പോർട്ട് ചെയ്യപ്പെട്ടതും. ഈ സമയത്ത് പുറമേനിന്നുള്ള ഒരാൾക്ക് ട്രെയിനിൽ ഇതുപോലുള്ള ഒരു കുറ്റകൃത്യം ചെയ്യാൻ കഴിയുമായിരുന്നില്ല.

പെട്രോൾ ഉപയോഗിച്ചു തീവെച്ചുവെന്നോ ഒരാൾ അകത്തു കടന്നു തീയിട്ടുവെന്നോ, വൈദ്യുതികൊണ്ട് തീയുണ്ടായെന്നോ പറയാനുള്ള സാദ്ധ്യത ഇല്ലാതായതോടെ സബർമതി എക്സ്പ്രസിന്റെ എസ്–6 കോച്ചിലെ തീപിടുത്തം ഒരു യാദൃച്ഛികസംഭവമാണെന്ന് പറയാനേ നിവൃത്തിയുള്ളൂ.

അപകടത്തെക്കുറിച്ച് നിയമപരമായ അന്വേഷണം നടത്താതിരുന്ന റെയിൽവേ സുരക്ഷാ കമ്മീഷന്റെയും റയിൽവേ അധികാരികളുടെയും ഭാഗത്ത് വീഴ്ചയുണ്ടായി. ഇത് റെയിൽവേ നിയമത്തിന്റെയും സോണൽ റെയിൽവേയുടെ ആക്സിഡന്റ് മാന്വലിന്റെയും ലംഘനമാണ്.

സംഭവത്തിന്റെ തെളിവുകൾ സംരക്ഷിക്കാനുള്ള ഒരു ശ്രമവും റെയിൽവേ അധികാരികൾ നടത്തിയിട്ടില്ല. എസ്–7 കോച്ചിന് കേടുപാട് ഉണ്ടായിരുന്നിട്ടും, അത് നിർണ്ണായകമായ തെളിവുകൾ ഉള്ളതായിട്ടും, അതേ കോച്ച് അഹമ്മദാബാദിലേക്കുള്ള തുടർയാത്രയ്ക്ക് ഉപയോഗിച്ചു. വാസ്തവത്തിൽ എസ്–7 കോച്ചിന്റെ കേടുവന്ന ഭാഗം ആക്രിയായി തള്ളുകയാണു ചെയ്തത്. പ്രാഥമികാന്വേഷണം പോലും നടത്താതെ സംഭവം കുറ്റകൃത്യമാണെന്ന മുൻവിധിയാണ് വെസ്റ്റേൺ റെയിൽവേ അധികാരികൾ സ്വീകരിച്ചത്.

ഗോധ്രാ സംഭവം ആർ എസ് എസ് ആസൂത്രണം ചെയ്തതാണോ എന്ന സംശയം മാത്രമേ ഇനി അവശേഷിക്കുന്നുള്ളൂ!

ചരിത്രവീക്ഷണം

ഫാസിസത്തിന്റെ മറ്റേതു രൂപത്തെയുമെന്നപോലെ ഹിന്ദുത്വഫാസിസത്തിന്റെ കാര്യത്തിലും അതിന്റെ കർമ്മപരിപാടിയിലെ പ്രധാനപ്പെട്ട ഒരിനമാണ് ചരിത്രത്തെ വളച്ചൊടിച്ചു വ്യാഖ്യാനിക്കൽ. ഫാസിസം അതിന്റെ രക്തദാഹിയായ താല്പര്യങ്ങളെ തൃപ്തിപ്പെടുത്തുന്നതിനു വേണ്ടി സംസ്കാരത്തെയും ചരിത്രത്തെയും ഒരുപോലെ അപഥ പഞ്ചാംഗമാക്കുന്നു. ലജ്ജാകരമായ ഒരു താരതമ്യം നടത്തിയാൽ ഹിറ്റ്ലറോ മുസോളിനിയോ ഇക്കാര്യത്തിൽ ഗുരുജി ഗോൾവാൾക്കർക്കു മുന്നിൽ ഒന്നുമല്ല. ഗോൾവാൾക്കറുടെ ചരിത്രവീക്ഷണം ഒറ്റപ്പെട്ട ഒരാളുടെ ഭാവന മാത്രമല്ല. അയാൾ ഗുരുതുല്യനായി കണക്കാക്കിയ വി ഡി സവർക്കർ മുതൽ ഹിന്ദുത്വ ഫാസിസത്തിന്റെ ഇന്നത്തെ പടനായകനായ സാക്ഷാൽ നരേന്ദ്രമോദി വരെയുള്ളവർ ചരിത്രത്തെ കോടാലിയായി ഉപയോഗിച്ചവരാണ്. അങ്ങനെ വളർത്തിയെടുത്ത വർഗ്ഗീയ ചരിത്രം ഇന്നു സംഘിന്റെ ജീവവായുവാണ്.

എന്താണ് സ്ഥാപിക്കേണ്ടതെന്ന് ആദ്യം നിശ്ചയിക്കുകയും അതിനൊത്തു കഥ മെനയുകയുമാണ് ഹിന്ദുത്വവാദികളുടെ ചരിത്രാഖ്യാന രീതി. അപഹാസ്യമാം വിധം തരംതാണ ശുദ്ധവിവരക്കേടുകൾ പോലും യാതൊരു വിവേചനവുമില്ലാതെ അവർ എഴുന്നള്ളിക്കും. ആര്യവംശത്തിന്റെ പൗരാണികമഹത്ത്വം, രാജ്യത്തിന്റെ സുവർണ്ണ ഭൂതകാലം, ഹിന്ദുമതത്തിന്റെ സനാതനത്വം, ഹൈന്ദവമല്ലാത്ത മതങ്ങളോടും സംസ്കാരങ്ങളോടുമുള്ള പുച്ഛവും വിദ്വേഷവും, മതവും സംസ്കാരവും ഒന്നാണെന്ന സമീകരണം, ഇന്ത്യാചരിത്രത്തിലെ എല്ലാ സംഘർഷങ്ങൾക്കും പിന്നിൽ ഹൈന്ദവേതര മതങ്ങളാണെന്ന സിദ്ധാന്തം, ഹിന്ദുവിനു മാത്രമേ ദേശസ്നേഹിയാകാൻ കഴിയൂ എന്ന മുൻവിധി, അടിമകാലത്തു രചിക്കപ്പെട്ട *മനുസ്മൃതി*യിൽനിന്നു കടംകൊണ്ട നൈതിക

ബോധം, ദളിത് വിരോധം, സ്ത്രീവിരോധം, എല്ലാതരം പുരോഗമനവാദത്തോടുമുള്ള അമർഷം എന്നിവ ചേരുംപടി എഴുന്നള്ളിക്കുന്ന വിഷം കലർത്തിയ മയക്കുമരുന്നാണ് സംഘ് മുന്നോട്ടുവയ്ക്കുന്ന ചരിത്രം. വർഗ്ഗീയതയും വംശീയവിദ്വേഷവും വൈരനിര്യാതന വികാരവും കുറ്റവാസനയും കത്തിയിളക്കുന്ന ഈ വീക്ഷണം ചരിത്രത്തെ ദൂരവ്യാപകമായി സ്വാധീനിക്കാൻ സംഘിന്റെ കൈവശമുള്ള ഏറ്റവും മാരകമായ പ്രത്യയശാസ്ത്രായുധങ്ങളിൽ ഒന്നാണ്.

മതത്തിന്റെ അടിസ്ഥാനത്തിൽ സമവാക്യങ്ങൾ സൃഷ്ടിക്കാൻ സംഘിനുള്ള സാമർത്ഥ്യം സമാനതകളില്ലാത്തതാണ്. സംഘിന്റെ ചരിത്രവീക്ഷണം വ്യക്തമാക്കുന്ന ലക്ഷണമൊത്ത ഒരുദാഹരണത്തിൽ നിന്ന് തുടങ്ങാം. ഗോൾവാൾക്കർ പറയുന്നു:

> ആയിരം വർഷങ്ങൾക്ക് മുമ്പ് നമ്മെ ആക്രമിക്കാൻ നമ്മുടെ ആളുകൾ വിദേശികളെ ക്ഷണിച്ചു. അത്തരമൊരപകടം ഇന്നും നമ്മെ ഭീഷണിപ്പെടുത്തുന്നു. സോമനാഥിലെ മഹത്തായ ക്ഷേത്രത്തെ എങ്ങനെ കളങ്കപ്പെടുത്തുകയും നശിപ്പിക്കുകയും ചെയ്തു എന്നത് ചരിത്രത്തിലെ ഒരു ഏടാണ്. സോമനാഥിലെ സമ്പത്തിനെയും ആർഭാടത്തെയും കുറിച്ച് ഗസ്നിയിലെ മുഹമ്മദ് കേൾക്കാനിടയായി. സോമനാഥിലെ സമ്പത്ത് കൊള്ളയടിക്കാനായി അദ്ദേഹം ഖൈബർ ചുരം കടന്ന് ഭാരതത്തിൽ കാലുകുത്തി. രാജസ്ഥാനിലെ മരുഭൂമി അദ്ദേഹത്തിന് തരണം ചെയ്യേണ്ടിയിരുന്നു. സൈന്യത്തിന് ഭക്ഷണവും വെള്ളവുമില്ലാതെ അദ്ദേഹം സ്വയം വിധിക്ക് വിട്ടുകൊടുക്കേണ്ടിയിരുന്നു. അങ്ങനെയായിരുന്നുവെങ്കിൽ അദ്ദേഹം മരിക്കുകയും അദ്ദേഹത്തിന്റെ എല്ലുകൾ രാജസ്ഥാനിലെ പൊള്ളുന്ന മണൽ ഭക്ഷിക്കുകയും ചെയ്യുമായിരുന്നു. എന്നാൽ, അതുണ്ടായില്ല. സൗരാഷ്ട്രർ ആക്രമണകാരികളായെത്താൻ പോവുന്നതായി അദ്ദേഹം അവിടത്തെ മുഖ്യന്മാരെ പറഞ്ഞ് വിശ്വസിപ്പിച്ചു. സ്വന്തം വിഡ്ഢിത്തവും അല്പത്തവും മൂലം അവരത് വിശ്വസിച്ചു. മാത്രമല്ല, അവരദ്ദേഹത്തോടൊപ്പം ചേരുകയും ചെയ്തു. അദ്ദേഹം മഹാക്ഷേത്രമാക്രമിച്ചപ്പോൾ നമ്മുടെ രക്തത്തിന്റെ രക്തവും നമ്മുടെ മാംസത്തിന്റെ മാംസവും നമ്മുടെ ആത്മാവിന്റെ ആത്മാവുമായ ഹിന്ദുക്കളായിരുന്നു അദ്ദേഹത്തിന്റെ സൈന്യത്തിന്റെ കാവൽക്കാരായി നിലയുറപ്പിച്ചത്. ഹിന്ദുക്കളുടെ സജീവമായ സഹായത്തോടെയായിരുന്നു സോമനാഥ് മലിനപ്പെടുത്തപ്പെട്ടത്. ഇതെല്ലാം ചരിത്ര വസ്തുതകളാണ്.
> (*ഓർഗനൈസർ,* Jan 1950)

സാധാരണക്കാരായ ഹിന്ദുക്കളെ വിഡ്ഢിയാക്കുന്നതിനും അവരെ ശൂലമെടുപ്പിക്കുന്നതിനും വേണ്ടി ഏതളവുവരെ സ്വയം വിഡ്ഢിയാകാനും ഗോൾവാൾക്കർ ഒരുക്കമാണ്. ചരിത്രത്തിന്റെ കാലഗണന സംബ

ന്ധിച്ചോ മനുഷ്യന്റെ നരവംശപരമായ വികാസം സംബന്ധിച്ചോ ഒന്നുമ റിയാത്ത ഒരാളെപ്പോലെ അയാൾ എഴുന്നള്ളിക്കുന്നതു നോക്കുക. വൻകര വിഭജന സിദ്ധാന്തത്തിൽ നിന്നുപോലും വർഗ്ഗീയ ഫാസിസ്റ്റ് സാദ്ധ്യതകൾ തോണ്ടിയെടുക്കുന്ന രക്തദാഹിയായ ചെന്നായയുടെ കുശാഗ്രബുദ്ധിയെ വിഡ്ഢിത്തമെന്നോ നിഷ്കളങ്കതയെന്നോ വിളിക്കാനാവില്ല.

> 'ആർട്ടിക് മേഖല എന്നത് ഇന്ന് ബിഹാർ എന്നും ഒറീസ എന്നും വിളിക്കപ്പെടുന്ന പ്രദേശമായിരുന്നു. പിന്നീട് ആ മേഖല വടക്ക് കിഴക്കോട്ട് നീങ്ങുകയും തുടർന്ന് വടക്കോട്ടുള്ള നീക്കത്തിന്റെ ഫലമായി അത് ഇന്നത്തെ സ്ഥാനത്ത് എത്തിപ്പെടുകയുമായിരുന്നു... ലോകമാന്യതിലകന്റെ ജീവിതകാലത്ത് ഈ വസ്തുത കണ്ടുപിടിച്ചിരുന്നുവെങ്കിൽ വേദങ്ങളുടെ ഉത്തരസ്വദേശം എന്നത് തീർച്ചയായും ഹിന്ദുസ്ഥാനിൽ തന്നെയാണെന്നും ഹിന്ദുക്കൾ ആ ദേശത്തേക്ക് കുടിയേറിയതല്ല മറിച്ച് ആർട്ടിക് മേഖല ഇങ്ങോട്ട് വന്നതും ഹിന്ദുസ്ഥാനിലെ ഹിന്ദുക്കളെ വിട്ടതുമാണെന്നുമുള്ള നിഗമനം അദ്ദേഹം മടികൂടാതെ അവതരിപ്പിക്കുമായിരുന്നു എന്ന് ദൃഢമായി പ്രസ്താവിക്കാൻ ഞങ്ങൾക്ക് ഒരു വൈമനസ്യവുമില്ല.
> (ഗോൾവാൾക്കർ, 1939)*

സവർക്കറും ഗോൾവാൾക്കറും നിർത്തിയിടത്തുനിന്നാണ് നരേന്ദ്ര മോദിയും അശോക് സിംഗാളും പ്രവീൺ തൊഗാഡിയയും തുടങ്ങിയത്. ഇന്നത് ജനപ്രിയമായ അലയൊലികൾ സൃഷ്ടിച്ചു തുടങ്ങിയിരിക്കുന്നു. മിതമായി പറയുന്നവരും തീവ്രമായി പറയുന്നവരും കൂടുതൽ തീവ്രമായി പറയുന്നവരും കൊലയ്ക്കു ആഹ്വാനം ചെയ്യുന്നവരും തമ്മിൽ ഉണ്ടെന്നു തോന്നുന്ന ഭിന്നത ഒരു പുകമറയാണ്. സംഘ് ഓരോരുത്തർക്കും അവരവർക്കു പറ്റുന്ന പണി ഏല്പിച്ചുകൊടുത്തിരിക്കുന്നു എന്നു പറയുകയാവും കൂടുതൽ ശരി.

> ഇസ്ലാമികഭരണവും ക്രിസ്ത്യൻ ഭരണവും വരുന്നതുവരെ എല്ലാ സമുദായങ്ങളും തുല്യരായിരുന്നു; അവർക്ക് തുല്യാവകാശങ്ങളായിരുന്നു. അപമാനം കുമിഞ്ഞുകൂടാൻ തുടങ്ങിയത് നമ്മുടെ നാടിന്റെമേൽ നടന്ന ഇസ്ലാമിക ആക്രമണത്തിന് ശേഷമാണ്. ഇസ്ലാമിക അക്രമകാരികളോട് പൊരുതുകയും ഇസ്ലാമിലേക്കുള്ള മതപരിവർത്തനത്തെ എതിർക്കുകയും ചെയ്ത വിവിധ സമുദായങ്ങളെ അടിച്ചമർത്തിയതുകാരണമാണ് അവർക്ക് അപമാനവും പീഡനവും സഹിക്കേണ്ടിവന്നത്. അക്രമകാരികളെ വെല്ലുവിളിക്കുകയും മതം ഉപേക്ഷിക്കാതിരിക്കുകയും ചെയ്തതിന്റെ പേരിൽ

---

* *We or Our Nationhood Defined.*

ഈ സമുദായങ്ങളെ നാട്ടിൽനിന്നും വീട്ടിൽനിന്നും വേരോടെ പിഴുതുമാറ്റി. അവർ ദരിദ്രരായി മാറുകയും തൊട്ടുകൂടാത്തവരായി പരിഗണിക്കപ്പെടുകയും ചെയ്തു.

(അശോകസിംഗാൾ, അഭിമുഖം,
സൺഡേ ഒബ്സർവർ, 1995 ജൂലായ് 30).

ഹിന്ദുത്വ ഫാസിസത്തിന്റെ സിദ്ധാന്തസംഹിത ആധുനിക ചരിത്രത്തെയെന്നപോലെ, രാജ്യത്തിന്റെ പ്രാചീനചരിത്രത്തെയും ആസൂത്രിതമായി വളച്ചൊടിച്ചും അതിനെ പൊടിപ്പും തൊങ്ങലും ചേർത്ത് വ്യാഖ്യാനിച്ചുമാണ് നിലനില്ക്കുന്നത്. ഇന്ത്യയിലെ ഏറ്റവും തലയെടുപ്പുള്ള ചരിത്രകാരരിലൊരാളായ റൊമില ഥാപ്പർ പറയുന്നു: (ഇനി നല്കുന്ന ഉദ്ധരണികൾ റൊമില ഥാപ്പറുടെ *വർഗീയതയും ചരിത്രപൈതൃകവും* എന്ന പഠനഗ്രന്ഥത്തിൽ നിന്ന്)

ഇന്ത്യാചരിത്രം വ്യാഖ്യാനിക്കുന്നതിൽ വർഗ്ഗീയപക്ഷപാതം കടന്നുകൂടുന്നതിനെക്കുറിച്ച് പരാമർശിക്കുമ്പോഴെല്ലാം, ഭാരത ചരിത്രത്തിന്റെ പ്രാചീനകാലഘട്ടത്തെക്കുറിച്ച് എഴുതിയിട്ടുള്ള ചരിത്രകാരന്മാരിൽ ഈ പക്ഷപാതം കാണുകയില്ലെന്നും, ഉണ്ടെങ്കിൽതന്നെ അത്രയൊന്നും പ്രസക്തമല്ലെന്നും, ഒരു പൊതുധാരണ നാം വച്ചു പുലർത്തുന്നു. എന്നിരുന്നാലും ഇന്ത്യാചരിത്രം മനസ്സിലാക്കുന്നതിലും വ്യാഖ്യാനിക്കുന്നതിലും ഉള്ള വർഗ്ഗീയസമീപനം മദ്ധ്യകാലത്തിന്റെയോ ആധുനിക കാലത്തിന്റെയോ ചരിത്രത്തിൽമാത്രം ഒതുങ്ങിനില്ക്കുന്ന ഒന്നല്ല. അടിസ്ഥാനപരമായിത്തന്നെയുള്ള വർഗ്ഗീയ സമീപനത്തിന് പ്രാചീനഭാരതചരിത്രത്തെക്കുറിച്ചുള്ള സമീപനത്തെയും ധാരണയെയും അതിന്റെ വ്യാഖ്യാനത്തെയും വികൃതപ്പെടുത്താൻ കഴിയും എന്നുള്ളതാണ് ഇതിനു കാരണം. ആധുനിക വർഗ്ഗീയതയുടെ ആശയസംഹിത ഒന്നു പരിശോധിച്ചാൽ അത് അതിന്റെ യുക്തിപരമായ ന്യായീകരണത്തിന് ഭൂതകാല ചരിത്രത്തെയാണ് ആശ്രയിക്കുന്നതെന്ന് വ്യക്തമാകുന്നതാണ്. അങ്ങനെ, ഹിന്ദുവർഗ്ഗീയവാദികൾ പ്രാചീന കാലത്ത് നിലനിന്നിരുന്നുവെന്ന് പറയുന്ന ഒരു ആദർശസുന്ദരമായ ഹിന്ദു സമുദായത്തെക്കുറിച്ചുള്ള സങ്കല്പരൂപം ഉയർത്തിപ്പിടിക്കുന്നതിന് ശ്രമിക്കുകയും ഇന്ത്യക്ക് സംഭവിച്ച ദുരന്തങ്ങൾക്കെല്ലാം കാരണം മുസ്ലീങ്ങളുടെ ആഗമനമാണെന്ന് ആക്ഷേപിക്കുകയും ചെയ്യുന്നു.

ഇന്ത്യൻ സമൂഹത്തെക്കുറിച്ചോ ഈ സംസ്കാരത്തെക്കുറിച്ചോ ശരിയായ ധാരണയില്ലാത്ത യൂറോപ്യൻ ചരിത്രകാരന്മാർ അവരുടെ താല്പര്യങ്ങൾക്കനുസരിച്ച് ശുദ്ധഭാവനയിൽനിന്ന് കെട്ടിപ്പൊക്കിയ നിഗമനങ്ങളെ ഉപ്പുതൊടാതെ വിഴുങ്ങുകയാണ് ഹിന്ദുത്വദേശീയതാവാദികൾ ചെയ്തത്.

യൂറോപ്പും ഏഷ്യയും തമ്മിൽ പതിനെട്ടാം നൂറ്റാണ്ടു മുതൽ അഭിവൃദ്ധിപ്പെട്ടുവന്ന വ്യാപാരബന്ധങ്ങളുടെ ഫലമായി അനേകം പാശ്ചാത്യപണ്ഡിതന്മാരും മിഷനറിമാരും കാലക്രമേണ ഏഷ്യൻ സംസ്കാരത്തിന്റെ പഠനത്തിൽ താല്പര്യം കാണിച്ചു തുടങ്ങി. ഇന്ത്യയുടെ കാര്യത്തിലാണെങ്കിൽ ഈ താല്പര്യം ഭാഷാപഠനത്തിൽ പ്രത്യേകിച്ച് സംസ്കൃതത്തിന്റെയും പേർഷ്യന്റെയും പഠനത്തിൽ നിന്ന് ആരംഭിക്കുന്നു. പതിനെട്ടാം നൂറ്റാണ്ടിന്റെ അവസാനത്തിൽ റോയൽ ഏഷ്യാറ്റിക് സൊസൈറ്റിയുടെ സ്ഥാപനത്തോടെ ഈ പഠനം കൂടുതൽ ശക്തി ആർജ്ജിക്കുകയും ഇന്ത്യയുടെ പൗരാണിക പാരമ്പര്യത്തെ ആധാരമാക്കിയുള്ള കൃതികളെല്ലാം, ക്രമീകൃതമായ രീതിയിൽ രേഖപ്പെടുത്തി സംരക്ഷിക്കപ്പെടുകയും ചെയ്തു. ഓറിയന്റലിസ്റ്റ് എന്നോ ഇന്തോളജിസ്റ്റ് എന്നോ പിന്നീട് വിശേഷിപ്പിക്കപ്പെട്ട പണ്ഡിതന്മാരാണ് ഈ ജോലികൾ അധികവും നിർവ്വഹിച്ചത്. അവരിൽ സംസ്കൃത ഭാഷ വശമാക്കിയ പണ്ഡിതന്മാർ ആര്യഭാഷ സംസാരിക്കുന്ന ജനങ്ങളുടെ സംസ്കാരത്തിൽ ആവേശംകൊള്ളുക തന്നെ ചെയ്തു. ഇന്തോ-യൂറോപ്യൻ മാതൃരാജ്യമെന്ന സിദ്ധാന്തം ആവിഷ്കരിച്ചത് അവരായിരുന്നു. സംസ്കൃത-ഗ്രീക്ക് സംസ്കാരങ്ങൾക്ക് ഒരു പൊതു പൈതൃകമാണ് ഉള്ളതെന്ന സിദ്ധാന്തവും അവരാണ് അവതരിപ്പിച്ചത്. പരസ്പരബന്ധമുള്ള ഭാഷകൾ സംസാരിക്കുന്ന ജനങ്ങൾ എന്ന് പരിഗണിക്കുന്നതിനുപകരം ആര്യന്മാരെ തനതായ വ്യക്തിസത്തയോടു കൂടിയ ഒരു പ്രത്യേകവർഗ്ഗമായി അവർ വിലയിരുത്തി. ഇന്ത്യയിലെ ആര്യസംസ്കാരത്തിന്റെയും യൂറോപ്പിലെ ഗ്രീക്കുസംസ്കാരത്തിന്റെയും ശക്തിവിശേഷങ്ങളെ അവർ പരസ്പരം ബന്ധിപ്പിക്കാൻ തുടങ്ങി. വേദകാലഘട്ടത്തെ അവർ മുക്തകണ്ഠം കൊണ്ടാടി. പൊതുവെ പറഞ്ഞാൽ ഈ ഓറിയന്റലിസ്റ്റുകളുടെ കണ്ണിൽ പ്രാചീന ഭാരതീയ സമൂഹം നിസർഗ്ഗസിദ്ധമായ നന്മകളുടെ വിളനിലമായിരുന്നു. അന്തഃസംഘർഷങ്ങളെ അവർ നിസ്സാരീകരിച്ചു. മഹത്ത്വങ്ങളെ ഉച്ചൈസ്തരം കൊണ്ടാടി. വേദങ്ങളുടെയും ആ സാഹിത്യവുമായി ബന്ധപ്പെട്ട എല്ലാത്തിന്റെയും മാഹാത്മ്യത്തിൽ വിശ്വസിച്ചിരുന്ന യാഥാസ്ഥിതിക ഹിന്ദുവീക്ഷണത്തിന് എന്തുകൊണ്ടും അനുയോജ്യമായിരുന്നു ഈ സമീപനം.

ഒരിക്കൽപ്പോലും ഇന്ത്യ സന്ദർശിച്ചിട്ടില്ലാത്ത ജർമ്മൻകാരനായ മാക്സ്മുള്ളർ ഇന്ത്യയെക്കുറിച്ചെഴുതിയത് മുഖവിലയ്ക്കെടുത്ത ഇന്ത്യയിലെ വിദ്യാഭ്യാസം ലഭിച്ച സവർണ്ണ ന്യൂനപക്ഷം ആര്യൻ-വൈദിക പാരമ്പര്യത്തെക്കുറിച്ചുള്ള നിറംപിടിപ്പിച്ച കഥകളിൽനിന്ന് പൗരാണിക ഇന്ത്യയുടെ ഒരു തെറ്റായ ചിത്രം സങ്കല്പിച്ചെടുത്തു.

ഇന്ത്യൻ പൗരാണികതയുടെ ആദർശവല്ക്കരിക്കപ്പെട്ട സംസ്കാ

രവുമായി താദാത്മ്യം പ്രാപിക്കാൻ ശ്രമിച്ചവരിൽ ഒരാളാണ് മാക്സ്മുള്ളർ. അദ്ദേഹം സ്വന്തം പേരിനുപകരം 'മോയുഷ്മുല' എന്നൊരു പേരു പോലും സംസ്കൃതത്തിൽനിന്നും മിനഞ്ഞുണ്ടാക്കി. ഈ ആദർശവല്ക്കരണം പലപ്പോഴും, ആധുനിക ഭാരതത്തിന്റെ കാര്യത്തിലും സംഭവിക്കുന്നു. പത്തൊൻപതാം നൂറ്റാണ്ടിൽ ജീവിച്ച മാക്സ്മുള്ളർ തന്റെ ജീവിത കാലത്തിനിടയിൽ യഥാർത്ഥ ഇന്ത്യ നേരിട്ടുവന്നു കണ്ടിരുന്നുവെങ്കിൽ അദ്ദേഹത്തിന്റെ ശരിക്കുള്ള പ്രതികരണം എന്തായിരിക്കുമായിരുന്നുവെന്ന് ചിന്തിക്കുന്നത് രസാവഹമായിരിക്കും. ഈ വിഭാഗത്തിൽപ്പെട്ട ഓറിയന്റലിസ്റ്റുകളുടെ ലേഖനങ്ങളും ഗ്രന്ഥങ്ങളും ഇന്ത്യക്കാരെ സ്വാധീനിക്കുകയുണ്ടായി. പത്തൊൻപതാം നൂറ്റാണ്ടിലെ മതപരവും സാമൂഹ്യവുമായ പ്രസ്ഥാനങ്ങൾ ഇന്ത്യൻ പാരമ്പര്യത്തിന്റെ അസ്തിവാരമെന്ന നിലയ്ക്ക് വേദസംസ്കാരത്തിലാണ് ഊന്നൽ കൊടുത്തത്. ആര്യസമാജം ചെയ്തപോലെ വേദകാല ഭാരതത്തെ ഒരു ആദർശലോകമായി അവർ ചിത്രീകരിക്കുകയും ചെയ്തു.

വംശീയമായ അസഹിഷ്ണുതയുടെയും അക്രമോത്സുകതയുടെയും സിദ്ധാന്തപരിസരമായി ഇന്ത്യയിലെ സംഘപരിവാർ മുതൽ ജർമ്മനിയിലെ നാസികൾ വരെയുള്ളവർ ഇതേ ചരിത്രവീക്ഷണത്തെ ഉപയോഗപ്പെടുത്തി.

ഓറിയന്റലിസ്റ്റുകൾ ഇന്ത്യക്കാരെ മാത്രമല്ല സ്വാധീനിച്ചത്. യൂറോപ്യൻ ചിന്താസരണിയിലെ ചില ആദർശങ്ങളിലും ഈ വീക്ഷണം സ്വാധീനം ചെലുത്തി. യൂറോപ്യൻ സാഹിത്യത്തിലെ റോമാന്റിക് പ്രസ്ഥാനം മുതൽ പത്തൊൻപതാം നൂറ്റാണ്ടിലെ വർഗ്ഗവിവേചന സിദ്ധാന്തം വരെയുള്ള വൈവിദ്ധ്യമാർന്ന മണ്ഡലങ്ങളിൽ ഈ സ്വാധീനം കാണാം. വർഗ്ഗവിവേചന സിദ്ധാന്തവാദികളിൽ പ്രമുഖനായ ഗോബിനൊ അദ്ദേഹത്തിന്റെ ആശയങ്ങളിൽ പലതും ആര്യവർഗ്ഗസിദ്ധാന്തത്തിലും ഇന്ത്യയിലെ ജാതിവ്യവസ്ഥയെക്കുറിച്ചുള്ള ധാരണകളിലുമാണ് പടുത്തുയർത്തിയത്. ഈ ചിന്താരീതിയുടെ അന്ത്യപരിണാമം 20-ാം നൂറ്റാണ്ടിലെ ജർമ്മനിയിൽ കണ്ട ഹിറ്റ്ലറിസത്തിന്റെ ഉദയമായിരുന്നു.

ഇന്ത്യാചരിത്രത്തിൽ ഇന്നും മേൽക്കൈയുള്ള വർഗ്ഗീയമായ കാലവിഭജനം സാമ്രാജ്യത്വ ചരിത്രകാരനായ ജയിംസ് മില്ലിന്റെ സംഭാവനയാണ്. അതിനെ ആവേശപൂർവ്വം നെഞ്ചേറ്റിയ ഹിന്ദുദേശീയവാദികൾ ഈ വർഗ്ഗീയവീക്ഷണത്തെ കൂടുതൽ വർഗ്ഗീയവല്ക്കരിച്ചു.

ഇന്ത്യാചരിത്രരചനയിൽ നിർണ്ണായകമായ സ്വാധീനം ചെലുത്തിയ യൂട്ടിലിറ്റേറിയൻ ചിന്തകന്മാരിൽ ഏറ്റവും പ്രമുഖൻ ജയിംസ് മിൽ ആണ്. മിൽ രചിച്ച *ബ്രിട്ടീഷിന്ത്യാ ചരിത്രമെന്ന*

> ഗ്രന്ഥത്തിന്റെ ഒരുപക്ഷേ ഏറ്റവും ശ്രദ്ധേയമായ സവിശേഷത ഇന്ത്യാചരിത്രത്തിന് ഒരർത്ഥത്തിൽ വർഗ്ഗീയ വ്യാഖ്യാനം നല്കുന്നതിനുള്ള അടിത്തറ പാകിയെന്നതത്രെ. അങ്ങനെ ദ്വിരാഷ്ട്ര സിദ്ധാന്തത്തിന് ചരിത്രപരമായ നീതീകരണം അതു നല്കി. ഇന്ത്യാചരിത്രത്തെ ഹിന്ദുസംസ്കാരം, മുസ്ലിം സംസ്കാരം, ബ്രിട്ടീഷ് സംസ്കാരം (ക്രിസ്ത്യൻ സംസ്കാരം എന്നല്ലെന്ന കാര്യം പ്രത്യേകിച്ചും രസകരമത്രേ.) എന്നിങ്ങനെയുള്ള പേരുകളിൽ മൂന്നു കാലഘട്ടങ്ങളായി വിഭജിക്കുന്ന രീതി വളർത്തിയെടുത്ത ഒന്നാമത്തെ ചരിത്രകാരൻ അദ്ദേഹമായിരുന്നു.

ബ്രിട്ടീഷ് സാമ്രാജ്യത്വതാല്പര്യമാണ് ജയിംസ് മില്ലിനെ നയിച്ചതെങ്കിൽ അതിന്റെ മറ്റൊരു പതിപ്പാണ് ചരിത്രത്തെ സംബന്ധിച്ച സംഘപരിവാറിന്റെ വർഗ്ഗീയതാല്പര്യം.

> യൂട്ടിലിറ്റേറിയൻ ചിന്താഗതിയുടെ രാഷ്ട്രീയവും ബുദ്ധിപരവും ആയ പശ്ചാത്തലം വ്യക്തമായാൽ തോന്നിയ മട്ടിലുള്ള ഇത്തരം ഒരു വിഭജനപദ്ധതി മിൽ ഉപയോഗിച്ചത് എന്തുകൊണ്ടാണെന്ന് മനസ്സിലാകും. എന്നാൽ പില്ക്കാല ചരിത്രകാരന്മാർ ഈ കാല വിഭജനത്തെ അതേപടി സ്വീകരിക്കുകയും പ്രസ്തുത വിഭജനത്തിന്റെ സാധുതയെ പരിശോധിക്കുന്നതിന് ഈ അടുത്തകാലം വരെ ഗൗരവബുദ്ധിയോടെ യാതൊരു ഉദ്യമവും നടത്താതിരിക്കുകയും ചെയ്തത് എന്തുകൊണ്ടാണെന്നത് ഇന്നും ഒരു ഉത്തരം കാണാത്ത പ്രശ്നമായി അവശേഷിക്കുന്നു. ഇന്ത്യയുടെ ആദ്യത്തെ അംഗീകൃതചരിത്രം മില്ലിന്റേതായിരുന്നു. അതുണ്ടാക്കിയ ആഘാതം അത്രയ്ക്ക് വലുതാണെന്നതുകൊണ്ട് അത് ആവിഷ്കരിച്ച സങ്കല്പങ്ങളെ ചില കേന്ദ്രങ്ങൾ അന്യൂനമെന്ന നിലയിൽ ഇന്നും സ്വീകരിക്കുന്നു.

രാജ്യത്തിന്റെ യഥാർത്ഥ പാരമ്പര്യത്തിൽ നിന്നല്ല മാക്സ് മുള്ളറെപ്പോലുള്ള ഓറിയന്റലിസ്റ്റുകളും ജയിംസ് മില്ലിനെപ്പോലുള്ള യൂട്ടിലിറ്റേറിയന്മാരും വളച്ചൊടിച്ച് വിഷമയമാക്കിയ അതിന്റെ വംശീയ വർഗ്ഗീയ പാരമ്പര്യത്തിൽനിന്നാണ് സംഘപരിവാർ ഊർജ്ജം സ്വീകരിക്കുന്നത്.

> ഒരു രാഷ്ട്രം അതിന്റേതായ പാരമ്പര്യത്തിൽനിന്നും സ്വന്തം വ്യക്തിത്വം കണ്ടെത്താൻ ശ്രമിക്കുമ്പോൾ അതിന്റെ പൗരാണിക മഹത്ത്വത്തെ വാഴ്ത്തുക എന്നത് എല്ലാ ദേശീയപ്രസ്ഥാനത്തിന്റെയും സ്വഭാവമാണ്. ഇത് ഒരു പരിധിയോളം നീതീകരിക്കാവുന്നതുമാണ്. അത്തരം സന്ദർഭത്തിൽ തദ്ദേശീയമായ പാരമ്പര്യം സംസ്കാരത്തെ എത്രകാലത്തോളം പിന്നോക്കം ചെന്നു കണ്ടെത്താൻ ചരിത്രത്തിനു കഴിയുമോ അത്രയ്ക്ക് പൗരാണികത്വം

നല്കി അവതരിപ്പിക്കാറുമുണ്ട്. ദേശീയത്വം കോളനിവാഴ്ച യെയും സാമ്രാജ്യവിരുദ്ധ സാഹചര്യത്തെയും അഭിമുഖീകരിച്ചു നില്ക്കുന്ന ചുറ്റുപാടിൽ ഈ ഭൂതകാല മഹിമാവർണ്ണനം വർത്ത മാനകാലത്തിനു ഭവിക്കുന്ന അപമാനഭാരത്തിന് ഒരുതരം സമാ ശ്വാസമായി അനുഭവപ്പെടും. ആ ഘട്ടത്തിൽ കഴിഞ്ഞകാലത്തെ ആരെങ്കിലും വിമർശനാത്മകമായി സമീപിക്കുന്നുവെങ്കിൽ അവരെ ദേശീയാഭിലാഷങ്ങൾക്ക് തുരങ്കംവയ്ക്കുന്നവർ എന്ന നിലയ്ക്കാണ് മിക്കവാറും വീക്ഷിച്ചു പോരാറുള്ളത്. പ്രാചീനകാ ലത്തെ ഇന്ത്യൻ സമൂഹത്തിൽ സംഘട്ടനങ്ങളും വടംവലികളും ഉണ്ടായിരുന്നുവെന്ന്-പ്രത്യേകിച്ചും സാമൂഹിക, സാമ്പത്തിക സ്വഭാവമോ മതസ്വഭാവമോ ഉള്ള സംഘർഷങ്ങൾ ഉണ്ടായിരുന്നു വെന്ന്-സമ്മതിച്ചു കൊടുക്കുന്നതുപോലും പ്രയാസമായി തോന്ന ത്തക്കവിധം ഈ പൂർവ്വകാല പ്രവർത്തനം രൂപപ്പെട്ടുവന്നു. ധർമ്മ ശാസ്ത്രങ്ങൾ പോലുള്ള സിദ്ധാന്തപരമായ ഗ്രന്ഥങ്ങൾ പ്രാചീന ഭാരതീയ ജീവിതത്തിന്റെ യഥാർത്ഥ വിവരണം നല്കുന്ന ഗ്രന്ഥ ങ്ങൾ എന്ന നിലയ്ക്ക് സ്വീകരിക്കപ്പെട്ടു. അങ്ങനെ, അത് ഒരു ആദർശസമൂഹമാണെന്ന തോന്നൽ ഉണ്ടാകുകയും ചെയ്തു.

ഈ വർഗ്ഗീയ ചരിത്രവീക്ഷണം ഹിന്ദുക്കളായ രാജാക്കന്മാരുടെ ഭര ണത്തെ ഹിന്ദുതാല്പര്യവുമായും മുസ്ലീം രാജാക്കന്മാരുടെ ഭരണത്തെ മുസ്ലീം താല്പര്യവുമായും ലളിതമായി സമീകരിച്ചു. രാജാക്കന്മാരുടെ മതവും ജനങ്ങളുടെ ജീവിതവും തീർത്തും വ്യത്യസ്തങ്ങളായ രണ്ടു കാര്യങ്ങളായിരുന്നുവെന്ന വാസ്തവം മറച്ചുവയ്ക്കപ്പെട്ടു.

ഹിന്ദു ഭരണാധികാരത്തിന്റെ തകർച്ചയ്ക്കുള്ള കാരണം മുസ്ലീ ങ്ങളുടെ ആഗമനമാണെന്ന് വളരെ സൗകര്യപൂർവ്വം വ്യാഖ്യാനിച്ച് ഒപ്പിക്കുന്നതിന് കഴിഞ്ഞു. അത്തരമൊരു വ്യാഖ്യാനത്തിന് ബുദ്ധി പരമായ വലിയ പ്രയത്നമൊന്നും ആവശ്യമില്ലല്ലോ. തുർക്കി കൾക്ക് ഇത്ര വേഗത്തിൽ അവരുടെ ആധിപത്യം സ്ഥാപിക്കുന്ന തിന് എങ്ങനെ സാദ്ധ്യമായി എന്നു കണ്ടെത്താൻ അക്കാലത്തെ സമൂഹത്തെ വിശകലനം ചെയ്തു പഠിക്കുന്നതിന് യാതൊരു ഉദ്യമവും നടന്നില്ല. തുടർന്ന് മുസ്ലീം കാലഘട്ടം അധഃപതന ത്തിന്റെ കാലഘട്ടമായി പരിഗണിക്കപ്പെട്ടു തുടങ്ങി. മുസ്ലീം ഭര ണത്തിന്റെ തന്നെ അപര്യാപ്തതയുടെ യുക്തിസഹമായ പരിണാ മമെന്ന നിലയ്ക്ക് ബ്രിട്ടീഷ് ഭരണത്തിന്റെ രംഗപ്രവേശനത്തിന് അത് വഴിതെളിക്കുകയും ചെയ്തു. അതുപോലെതന്നെ, മുസ്ലീം കാലഘട്ടമാണ് ഹിന്ദുക്കളും മുസ്ലീങ്ങളും എന്ന ദ്വിരാഷ്ട്ര തത്ത്വ ത്തിന്റെ ക്രമാനുഗതമായ വളർച്ചയ്ക്ക് കളമൊരുക്കിയതെന്നും അതിന്റെ യുക്തിസഹമായ പരിണാമമെന്ന നിലയ്ക്കാണ്, രാജ്യ

> ങ്ങളെപ്പറ്റിയുള്ള ആധുനിക ധാരണകൾക്ക് ഉതകിയ രീതിയിൽ, ഹിന്ദുക്കൾക്കും മുസ്ലീങ്ങൾക്കും പ്രത്യേകം പ്രത്യേകം ആധിപത്യമുള്ള രണ്ട് സ്റ്റേറ്റുകളായി ഈ ഉപഭൂഖണ്ഡം വിഭജിക്കപ്പെട്ടതെന്നും വാദം ഉന്നയിക്കാറുണ്ട്. ഒരു മതവിഭാഗത്തിൽ പെട്ടവർ ഒന്നിച്ച് ചേർന്നതുകൊണ്ടുമാത്രം ഒരു രാഷ്ട്രമുണ്ടാവുകയില്ലെന്ന വാദത്തിന് അത്ര ഗൗരവപൂർണ്ണമായ പരിഗണന ലഭിക്കുകയുണ്ടായില്ല. 1930-കളിലേയും 40-കളിലേയും വർഗ്ഗീയ രാഷ്ട്രീയം ഈ വ്യാഖ്യാനത്തിന് ശക്തികൂട്ടുകയും വിഭജനവാദത്തിന് കുറെക്കൂടി മൂർച്ച നല്കുകയും ചെയ്തു.

ഇസ്ലാം വരുന്നതുവരെ ഇന്ത്യ ഭരിച്ചത് ഹിന്ദുക്കളാണെന്ന കഥ രാജ്യത്തിന്റെ നഷ്ടപ്രതാപത്തെക്കുറിച്ചുള്ള സംഘപരിവാറിന്റെ പ്രചാരവേലയ്ക്ക് ഇണങ്ങുന്നതായിരുന്നു. രാജ്യത്തെ വർഗ്ഗീയമായി വിഭജിക്കുന്നതിനുവേണ്ടി ഈ ഹിന്ദു മുസ്ലീം ദ്വന്ദ്വം അവർ ഉപയോഗിച്ചു.

> 'ഹിന്ദു'എന്ന പദംകൊണ്ട് ഈ ഘട്ടവിഭജനത്തിന്റെ പശ്ചാത്തലത്തിൽ പ്രത്യേകിച്ചും എന്താണ് അർത്ഥമാക്കുന്നതെന്ന ചോദ്യം ഉത്ഭവിക്കുന്നു. ഇസ്ലാമിന്റെ രംഗപ്രവേശനത്തിനു മുമ്പ് ഇന്ത്യയുമായി ബന്ധപ്പെട്ട പ്രമാണരേഖകളിലൊന്നും ഈ പദപ്രയോഗമില്ല. ഹിന്ദിൽ (ഇന്ത്യ) താമസിക്കുന്ന ജനങ്ങൾ എന്ന അർത്ഥത്തിൽ ഇന്ത്യക്കാരെ പരാമർശിക്കുന്നതിനുവേണ്ടി ആദ്യമായി അറബികളും പിന്നീട് മറ്റുള്ളവരും പദം ഉപയോഗിച്ചുപോന്നു. 'ഹിന്ദു' എന്ന സങ്കല്പം, അങ്ങനെ നോക്കിയാൽ ഹിന്ദുക്കൾ എന്നപേരിൽ അറിയപ്പെടുന്നവർ ആവിഷ്കരിച്ചതോ ഉപയോഗിച്ചതോ ആയ ഒന്നല്ല. 'വിദേശികൾ' സ്വീകരിക്കുകയും ഉപയോഗപ്പെടുത്തുകയും ചെയ്ത ഒരു വൈദേശിക പദമാണ് ഹിന്ദുക്കൾ. ഇന്ന് 'ഹിന്ദു' എന്ന പേരിൽ നാം വേർതിരിച്ച് അംഗീകരിക്കുന്നതെന്തോ അത് പ്രാചീന കാലഘട്ടത്തിൽ അങ്ങനെ അംഗീകരിക്കുക സാദ്ധ്യമായിരുന്നില്ല. വേർതിരിച്ചു മനസ്സിലാക്കാൻ കഴിയുന്ന 'ഹിന്ദു' ഉരുത്തിരിഞ്ഞുവന്നത് എ ഡി അഞ്ചാം നൂറ്റാണ്ടിനുശേഷം ഗുപ്തവാഴ്ചയെ പിന്നിട്ടു വന്ന കാലഘട്ടത്തിലാണ്.

ഇസ്ലാമിന്റെ ആഗമനത്തിനുമുൻപ് ഇന്ത്യയിൽ നിലനിന്ന ഐക്യവും സാമുദായിക സമാധാനവും രാജ്യത്തിന്റെ പൗരാണിക മഹത്ത്വവും അഭിമാനവും... അങ്ങനെയങ്ങനെ യഥാർത്ഥ ചരിത്രവുമായി പുലബന്ധമില്ലാത്ത സങ്കല്പങ്ങളാണ് ചരിത്രത്തിന്റെ മറവിൽ കെട്ടിയിറക്കപ്പെട്ടത്.

> ഇസ്ലാമിന്റെ ആവിർഭാവത്തിനു മുമ്പുള്ള ഇന്ത്യയിലെ മതവിഭാഗങ്ങളും ഗ്രൂപ്പുകളും ഹിന്ദുക്കൾ എന്ന നിലയിലാവട്ടെ, ഒരു ഏകീകൃത മതം എന്ന നിലയ്ക്കാവട്ടെ, തമ്മിൽത്തമ്മിൽ താദാത്മ്യം

പ്രാപിച്ചുകഴിഞ്ഞിരുന്നില്ലെന്ന് സൂചിപ്പിക്കുന്ന എത്രയോ തെളിവുകൾ പ്രാചീന കാലഘട്ടത്തിന്റെ പ്രമാണങ്ങളിൽ കാണാം. ബുദ്ധമതാനുയായികളുടെ മതസംഘടനയുടെ രൂപം തന്നെ ഈ വൈരുദ്ധ്യത്തിന്റെ ഒന്നാംതരം തെളിവാണ്. യഥാർത്ഥത്തിൽ ആധുനിക ഹിന്ദുമതത്തിന്റെ സവിശേഷതകൾ-പ്രത്യേകിച്ചും ഭക്തിപ്രസ്ഥാനം-പ്രകടമാംവിധം പ്രത്യക്ഷപ്പെട്ടുകാണുന്നതുതന്നെ മദ്ധ്യകാലഘട്ടത്തിലാണ്. വർഗ്ഗീയ ചരിത്രകാരന്മാരാകട്ടെ അതിനെയാണ് അധഃപതനത്തിന്റെ കാലഘട്ടമായി പരിഗണിക്കുന്നതും.

ഹിറ്റ്ലർക്കും ഗോൾവാൾക്കർക്കും ഒരുപോലെ പഥ്യമായിരുന്ന ആര്യമഹിമാ സിദ്ധാന്തം ചരിത്രത്തെ വളച്ചൊടിക്കുന്നതിന്റെ ലക്ഷണമൊത്ത ദൃഷ്ടാന്തമാണ്.

> യൂറോപ്യന്മാരുടെ താല്പര്യങ്ങളും മുൻധാരണകളും അനുസരിച്ചാണ് ആര്യവംശസിദ്ധാന്തം രൂപംകൊണ്ടത്. ഇതിന്റെ വേരുകൾ കിടക്കുന്നത് ഭൂതകാലത്തെക്കുറിച്ചുള്ള ഇന്ത്യൻ കാഴ്ചപ്പാടുകളിലല്ല.
>
> താരതമ്യ ഭാഷാപഠനം നടത്തിയ വിദഗ്ദ്ധന്മാരും വേദങ്ങളെപോലുള്ള പ്രാചീന സംസ്കൃത ഗ്രന്ഥങ്ങളെക്കുറിച്ച് പഠിച്ചവരും ആര്യൻ എന്ന പദത്തിന് വംശീയമായ അർത്ഥമാണ് കണ്ടത്. വേദങ്ങൾ ഉപയോഗിച്ചുള്ള മാക്സ് മുള്ളറുടെ ചർച്ചകൾ ഒരു മുന്നോക്ക ആര്യവംശം പിന്നോക്ക തദ്ദേശവാസികളെ കീഴടക്കി ഇന്ത്യയിൽ താമസമുറപ്പിച്ചുവെന്ന ആശയത്തിന്റെ വളർച്ചയെ പ്രോത്സാഹിച്ചു.

ആര്യൻ എന്ന പദത്തിനു സംഭവിച്ച അർത്ഥപരിണാമം റൊമില ഥാപ്പർ വിവരിക്കുന്നു:

> വേദങ്ങളിലും ബുദ്ധമത ഗ്രന്ഥങ്ങളിലും 'ആര്യൻ' എന്ന പദം സാധാരണയായി ഉപയോഗിക്കുന്നത് ആദരണീയനായ ഒരു വ്യക്തിയെ സൂചിപ്പിക്കുമ്പോഴാണ്. ക്രമേണ ആ വാക്ക് സംസ്കൃതം സംസാരിക്കുകയും വർണ്ണധർമ്മം പാലിക്കുകയും ചെയ്യുന്നവരെക്കുറിച്ചായി. എന്നാൽ, പത്തൊമ്പതാം നൂറ്റാണ്ടിൽ ആര്യനെയും ദാസനെയും തമ്മിൽ കൂട്ടിയോജിപ്പിച്ചുകൊണ്ടുള്ള ഋഗ്വേദപരാമർശങ്ങളെ വംശീയവിഭജനമായി കണക്കാക്കി. കാരണം ദാസൻമാർ എന്ന വിഭാഗത്തെ അവരുടെ ശാരീരിക സ്വഭാവങ്ങളനുസരിച്ചും വേർതിരിച്ചിരുന്നു. ഋഗ്വേദത്തിലെ 'ആര്യ'പദം ആര്യവംശത്തെയും ദാസപദം തദ്ദേശീയ ജനവിഭാഗങ്ങളെയും സൂചിപ്പിക്കുന്നുവെന്ന് വ്യാഖ്യാനിക്കപ്പെട്ടു. ആര്യന്മാർ ദാസന്മാരുടെ മേൽ നേടിയ

> വിജയമാണ് അവരുടെ അധീശത്വത്തെ വർദ്ധിപ്പിച്ചതെന്നും വിശദീകരിക്കപ്പെട്ടു. വർണ്ണം എന്ന വാക്കിന് നിറം എന്നാണർത്ഥം. പക്ഷേ ആ പദം പ്രതീകാത്മകമായാണ് ഉപയോഗിക്കുന്നത്. പല ഗ്രന്ഥങ്ങളും വിവിധ ജാതികൾക്ക് വിവിധ നിറങ്ങൾ നല്കുന്നതു കാണാം. ഉദാഹരണത്തിന് വെളുപ്പ്, മഞ്ഞ, ചുവപ്പ്, കറുപ്പ്. പക്ഷേ ഇവയെല്ലാം തൊലിയുടെ നിറത്തെയാണ് സൂചിപ്പിക്കുന്നതെന്ന് കരുതുകയും ജാതിവിഭജനത്തെ വംശീയ വിഭജനത്തിന്റെ ഒരു രൂപമായി കണക്കാക്കുകയും ചെയ്തു.

പൗരാണികകാലത്ത് 'ഹിന്ദു' എന്ന പദത്തിനുണ്ടായിരുന്ന വിവക്ഷ ഇന്ന് ഹിന്ദു എന്നു സൂചിപ്പിക്കുന്ന ജനവിഭാഗങ്ങളുടെ മതപരമോ സാമുദായികമോ ആയ സ്വത്വവുമായി ഒരുതരത്തിലും ബന്ധപ്പെട്ടതല്ല.

> ഇന്ന് ഹിന്ദുസമുദായത്തിൽ ഉൾപ്പെടുന്ന വിഭാഗങ്ങൾ പ്രാഗ്-ആധുനികഘട്ടത്തിൽ ഒരു സമുദായമായി സ്വയം അംഗീകരിച്ചിരുന്നുവോ എന്നത് തർക്കവിഷയമാണ്. വിവിധ ജാതികളുമായി ബന്ധപ്പെട്ടിരുന്ന ആചാരവിശ്വാസങ്ങൾ അടങ്ങിയ പ്രാചീന ഹിന്ദുമതത്തിന് സെമിറ്റിക് മതങ്ങളുടെ ഏകീകരിക്കപ്പെട്ട അടഞ്ഞ സ്വഭാവമില്ലായിരുന്നുവെന്ന് വാദിക്കപ്പെട്ടിട്ടുണ്ട്. പ്രാഗ്-ആധുനികഘട്ടത്തിലുണ്ടായിരുന്നത് ഭാഷ, ജാതി, ആചാരങ്ങൾ എന്നിവയാൽ വേർതിരിക്കപ്പെട്ട സമുദായങ്ങളുടെ കൂട്ടമായിരുന്നു. അവർക്ക് പല സ്വഭാവങ്ങളിലും സമാനതയുണ്ടായിരുന്നു എന്നല്ലാതെ ഐകരൂപ്യമുള്ള സാർവ്വലൗകിക സ്വഭാവം പ്രദർശിപ്പിച്ചില്ല. ഐകരൂപ്യത്തിന്റെ നിദർശനമായി തെറ്റിദ്ധരിക്കപ്പെടുന്ന ബ്രാഹ്മണ സംസ്കാരം വരേണ്യ വർഗ്ഗസംസ്കാരം മാത്രമായിരുന്നു.

വിദൂരഭൂതകാലത്തിൽ നടന്നതെന്നു കരുതപ്പെടുന്ന സംഭവങ്ങളെ ഇന്നത്തെ വർഗ്ഗീയവിഭാഗീയ സാഹചര്യത്തിൽ എങ്ങനെ ദുരുപയോഗം ചെയ്യാമെന്നതിന്റെ ലക്ഷണമൊത്ത ദൃഷ്ടാന്തമാണ് പള്ളികളും അമ്പലങ്ങളുമായി ബന്ധപ്പെടുത്തി സംഘപരിവാർ ഉണ്ടാക്കുന്ന സമവാക്യങ്ങൾ.

> ഭൂതകാലത്തിൽ നടന്ന ചില സംഭവങ്ങൾക്ക് (ഉദാഹരണത്തിന്, മുസ്ലീം ഭരണാധികാരികൾ ഹിന്ദുക്ഷേത്രങ്ങളെ നശിപ്പിച്ചത്) പ്രതികാരം ചെയ്യേണ്ടത് വർത്തമാനകാലത്തിലാണെന്ന് വാദിക്കപ്പെടുമ്പോൾ, ഭൂതകാലത്തിലെ രാഷ്ട്രീയ സംഭവങ്ങൾ എന്തായാലും, അവ ഏതെല്ലാം രൂപം കൈക്കൊണ്ടാലും, ഭൂതകാലത്തിൽ തന്നെ ഒതുക്കിനിർത്തണമെന്ന വസ്തുത വ്യക്തമാക്കണം. വർത്തമാനകാലത്തിന് ഒരിക്കലും ഭൂതകാലത്തെ രാഷ്ട്രീയത്തിന് പ്രതിവിധി ചെയ്യാനാവില്ല. അത് സാദ്ധ്യമാവണ

മെന്ന് വാദിക്കുന്നവർ ഇന്നിന്റെ ആവശ്യങ്ങൾക്കായി ഇന്നലെകളെ ചൂഷണം ചെയ്യുകയാണ്. ചരിത്രം വളച്ചൊടിക്കപ്പെടുമ്പോൾ (ഉദാഹരണത്തിന് താജ്മഹൽ ഒരു രജപുത്രകൊട്ടാരമായിരുന്നു എന്നവാദം) അത്തരം വളച്ചൊടിക്കലുകളെ തിരുത്തണം. അവ ജനങ്ങളുടെ ചരിത്രവീക്ഷണത്തിലേക്ക് കടക്കുകയും വർഗ്ഗീയ വികാരത്തിന് ഇന്ധനമായിത്തീരുകയും ചെയ്യുന്നു. ഭൂതകാലത്തിൽനിന്ന് പ്രത്യേക വ്യക്തികളെ ബോധപൂർവ്വം തിരഞ്ഞെടുത്ത് വീരനായകന്മാരായി ചിത്രീകരിക്കുന്നുണ്ട്. ഉദാഹരണത്തിന് മുസ്ലീം വിരോധം പ്രകടിപ്പിക്കുന്നവർ റാണാപ്രതാപസിംഹൻ, ശിവജി, ഗുരുഗോവിന്ദ് സിങ് എന്നീ ഹിന്ദുക്കളെ വീരുപുരഷന്മാരാക്കുമ്പോൾ വർത്തമാനകാലത്തിൽ മുസ്ലീങ്ങൾക്കെതിരായ സ്പർദ്ധപടർത്തുകയാണ് അതിന്റെ ഉദ്ദേശ്യം. ഇന്ത്യൻ സമൂഹത്തിന് വ്യത്യസ്തമായ സന്ദേശം നല്കിയവരും ചരിത്രപരമായി കൂടുതൽ പ്രധാനികളുമായ അശോകനെയും അക്ബറെയും വർഗ്ഗീയ പ്രചാരണം അവഗണിക്കുന്നു. ചരിത്രത്തിന്റെ ദുരുപയോഗത്തിന്റെ പ്രത്യക്ഷ ഉദാഹരണങ്ങളാണിവ.

ഈ വർഗ്ഗീയധ്രുവീകരണം കീഴാള ജാതിവിഭാഗങ്ങളുടെയും വ്യത്യസ്ത മതക്കാരായ ദരിദ്ര പിന്നോക്ക വിഭാഗങ്ങളുടെയും താല്പര്യങ്ങളെ ഹനിക്കുന്നു. അത് വിഭാഗീയ രാഷ്ട്രീയത്തിന്റെ മറച്ചുവയ്ക്കപ്പെട്ട താല്പര്യങ്ങളിൽ ഏറ്റവും പ്രധാനമാണു താനും.

മതസമുദായങ്ങളുടെ രാഷ്ട്രീയം സമൂഹത്തിന്റെ പദവികളുടെ വിതരണം നിലനിർത്തുന്നതിനും ഇന്ന് വിഭവങ്ങളും പദവിയും നിഷേധിക്കപ്പെട്ടിരിക്കുന്ന അധഃകൃത ജാതികളുടെയും വർഗ്ഗങ്ങളുടെയും അഭിലാഷങ്ങളെ ഉൾക്കൊള്ളുന്ന ഏതൊരു മാറ്റത്തെയും തടയുന്നതിനുമുള്ള ശ്രമമാണ്. വർഗ്ഗീയ ആശയസംഹിത പുരോഗമനപ്രസ്ഥാനങ്ങളെ പ്രതിരോധിക്കാനുള്ള ഒരു വഴിതിരിച്ചുവിടൽ പ്രക്രിയയാണ്. സ്വാതന്ത്ര്യാനന്തര കാലഘട്ടത്തിൽ അധികാരത്തിലേക്കും വിഭവങ്ങളിലേക്കും കൂടുതലാളുകൾക്ക് അർഹത നല്കുന്ന രീതിയിലുള്ള സാമൂഹ്യാടിത്തറയുടെ വികാസം മദ്ധ്യവർഗ്ഗത്തിന്റെ താല്പര്യമില്ല. വർഗ്ഗീയ രാഷ്ട്രീയം ഇതുമായി സൗകര്യപൂർവ്വം പൊരുത്തപ്പെട്ടു നില്ക്കുന്നു. ലിബറൽ പുരോഗമനചിന്തയ്ക്കും പ്രവർത്തനത്തിനും ഇത് വിരുദ്ധമാണ്. തങ്ങളുടെ അടവു ഫലിക്കുന്നില്ലെന്ന് കാണുമ്പോൾ നഗരങ്ങളിലെ അധോലോകത്തെ അല്ലെങ്കിൽ ലുംപൻ വിഭാഗങ്ങളെ ഉപയോഗിച്ച് അക്രമനടപടികളിലേക്ക് തിരിയാനും അങ്ങനെ സമൂഹത്തെ തങ്ങളുടെ പടിയിലൊതുക്കാനും അവർ മടിക്കില്ല.

വർഗ്ഗീയതയുടെ സ്വാധീനത്തിലകപ്പെട്ടവരുടെ എണ്ണവും സ്വാധീന ശക്തിയും അടിക്കടി വളരുന്നതാണ് ഇന്നത്തെ ഇന്ത്യൻ സാഹചര്യം.

> സമകാലീന സംസ്കാരത്തിന്റെ എല്ലാ മുഖങ്ങളിലും ഇതിന്റെ സ്വാധീനം വ്യക്തമാണ്. ഇന്ന് ഏറ്റവും പ്രകടമായ വർഗ്ഗീയത ഭൂരിപക്ഷ സമുദായങ്ങളുടേതാണ്. ഇതിന്റെ അർത്ഥം ന്യൂനപക്ഷ വർഗ്ഗീയത ഇല്ലെന്നല്ല. പക്ഷേ, ഭൂരിപക്ഷവർഗ്ഗീയതയുടെ പിന്നിലുള്ള ജനങ്ങളുടെ എണ്ണം നമ്മെ അമ്പരപ്പിക്കും വിധം വലുതാണ്. വർഗ്ഗീയതയെ ന്യായീകരിക്കാൻ ഇന്ത്യാചരിത്രത്തെ ഏറ്റവുമധികം ഉപയോഗിക്കുന്നതും ഭൂരിപക്ഷ വർഗ്ഗീയതയാണ്.

ജയിംസ് മില്ലിന്റെ സാമ്രാജ്യത്വ താല്പര്യവും ഗുരുജി ഗോൾവാൾക്കറുടെ ഹിന്ദുത്വ താല്പര്യവും ഒരേ നാണയത്തിന്റെ രണ്ടു വശങ്ങൾപോലെ പരസ്പരം യോജിക്കുന്നു.

> ഇന്ത്യാ ചരിത്രത്തിന്റെ ഹിന്ദു–മുസ്ലീം ബ്രിട്ടീഷ് കാലഘട്ടങ്ങളായുള്ള വിഭജനം ഇന്ത്യാചരിത്രത്തെക്കുറിച്ചുള്ള ഒരു ബ്രിട്ടീഷ് നിരീക്ഷണത്തിന്റെ പ്രതിഫലനമായിരുന്നു. ഇതിന്റെ ഉറവിടം ജയിംസ് മില്ലിന്റെ രചനയായ *ബ്രിട്ടീഷ് ഇന്ത്യയുടെ ചരിത്രം* എന്ന ഗ്രന്ഥത്തിലാണ്. മിൽ തന്റെ പുസ്തകത്തിൽ ഇന്ത്യാ ചരിത്രത്തെ ഹിന്ദു സംസ്കാരം, മുസ്ലീം സംസ്കാരം, ബ്രിട്ടീഷ് കാലഘട്ടം എന്നിങ്ങനെ മൂന്നുകാലഘട്ടങ്ങളായി വേർതിരിച്ചു. ഈ ഹിന്ദുക്കളെക്കുറിച്ചുള്ള സങ്കല്പമെന്നത് രസാവഹമാണ്. കാലഘട്ടനിർണ്ണയം ഇന്ത്യാ ചരിത്രത്തെക്കുറിച്ചുള്ള വളരെ ഉപരിപ്ലവമായ ധാരണയുടെ അടിസ്ഥാനത്തിലായിരുന്നു. അടുത്ത വർഷങ്ങളിൽ ഇത് തെറ്റാണെന്നും അപര്യാപ്തമാണെന്നും മാർക്സിസ്റ്റ് ചരിത്രകാരന്മാർ വാദിച്ചതുവരെ ഈ കാലഗണനാക്രമത്തെ ചരിത്രകാരന്മാർ ഗൗരവപൂർവ്വം വിമർശിച്ചില്ലെന്നത് രസാവഹമാണ്.

ഇന്ത്യയെക്കുറിച്ചുള്ള ബ്രാഹ്മണരുടെ സങ്കുചിത സങ്കല്പത്തിന് യഥാർത്ഥ ഇന്ത്യയുമായി യാതൊരു ബന്ധവുമില്ല. ഹിന്ദുത്വ ചരിത്രകാരന്മാരുടെ ഇന്ത്യ ഈ ബ്രാഹ്മണസങ്കല്പത്തിലുള്ള ഇന്ത്യയാണ്.

> പൗരസ്ത്യവാദം പ്രാചീന ഇന്ത്യൻ സമൂഹത്തെക്കുറിച്ചുള്ള ബ്രാഹ്മണരുടെ വീക്ഷണത്തെയാണ് പ്രോത്സാഹിപ്പിച്ചത്. നേരിട്ടുള്ള നിരീക്ഷണങ്ങളുടെയും തെളിവുകളുടെയും അടിസ്ഥാനത്തിൽ പ്രവർത്തിക്കുന്ന നരവംശശാസ്ത്രജ്ഞന്മാർ ഇന്ത്യൻ സമൂഹത്തെയും മതത്തെയും ബ്രാഹ്മണരുടെ കൃതികളുടെ കാഴ്ചപ്പാടിൽനിന്നാണ് കണ്ടത്. ഹിന്ദുമത ചരിത്രങ്ങൾ മിക്കവാറും ഇത്തരം ഗ്രന്ഥങ്ങളുടെ ചരിത്രങ്ങളാണ്.

ഒരൊറ്റ ഹിന്ദുമതം എന്ന സങ്കല്പം തന്നെ ചരിത്രപരമല്ല. പരസ്പരം വേറിട്ടു നിന്നവരും തമ്മിലടിച്ചവരുമായ വിഭാഗങ്ങളെ പോലും ഒരുമിച്ചെടുത്താണ് ബ്രിട്ടീഷുകാർ പ്രായോഗികമായ സൗകര്യത്തിനുവേണ്ടി അവരെ ഹിന്ദു എന്നു വിളിച്ചത്.

> ഹിന്ദുമതം എന്നു വിളിക്കപ്പെടുന്ന പദ്ധതിയിൽ നിരവധി സമാന്തരപദ്ധതികളുടെ പരമ്പരകൾ ഉൾക്കൊണ്ട് രൂപപ്പെട്ടതായാണ് കാണുന്നത്. ഇവയെ ഹിന്ദുമതങ്ങൾ എന്നു വിളിക്കുന്നതായിരിക്കും കൂടുതൽ ശരി. ഈ സമാന്തരപദ്ധതികൾക്ക് സെമിറ്റിക് മതങ്ങളിൽനിന്ന് വ്യത്യസ്തമായ അടിസ്ഥാനഘടനയുണ്ട്. ആദിമകാലത്തെ ചരിത്ര സാമഗ്രികളിൽ രണ്ടുതരത്തിലുള്ള പ്രധാന മതവിഭാഗങ്ങളെയാണ് കാണിക്കുന്നത്, ബ്രാഹ്മണമതവും ശ്രമണമതവും. ഇവ തമ്മിൽ പ്രകടമായ അന്തരവുമുണ്ട്. ശ്രമണമതത്തിൽ വൈദികബ്രാഹ്മണ മതത്തിൽനിന്നും വ്യത്യസ്തമായ ബുദ്ധമതക്കാർ, ജൈനൻമാർ, മറ്റു വിഭാഗങ്ങൾ എന്നിവരുൾപ്പെടുന്നു. ശ്രമണമതത്തെ പ്രതിനിധീകരിക്കുന്ന ബുദ്ധമതഗ്രന്ഥങ്ങളിൽ ബ്രാഹ്മണരെയാണ് അവിശ്വാസികളായി കാണുന്നത്. ബ്രാഹ്മണരും ശ്രമണരും തമ്മിലുള്ള ശത്രുത പാമ്പും കീരിയും പോലെയാണെന്ന് വ്യാകരണകാരനായ പതഞ്ജലി പറയുന്നു.

ബുദ്ധമതത്തിലോ ജൈനമതത്തിലോ ജാതിയില്ല. അത് ബ്രാഹ്മണമതത്തിന്റെ പൈതൃകമാണ്. സംഘപരിവാറിന്റെ ഹിന്ദുമതം ജാതിയില്ലാത്ത ബുദ്ധമതത്തിന്റെയല്ല, ജാതിമാത്രമുള്ള ബ്രാഹ്മണമതത്തിന്റെ പാരമ്പര്യമാണ്.

> ബ്രാഹ്മണമതം ജാതിസമൂഹത്തിന്റെ മുന്നുപാധിയായി. ഇത് ബുദ്ധമതത്തിന്റെയും ജൈനമതത്തിന്റെയും സവിശേഷതയല്ലായിരുന്നു. ബ്രാഹ്മണമതം ഓരോ ജാതിക്കും വ്യത്യസ്തമായ ആചാരങ്ങൾ, ചടങ്ങുകൾ, ജാതിപ്രവർത്തനങ്ങൾ എന്നിവയ്ക്ക് ഊന്നൽനല്കി. ദ്വിജന്മാരും (ഉപനയനം നടത്തുന്നവർ) മറ്റുള്ളവരും തമ്മിൽ വ്യക്തമായ ഭേദം കല്പിച്ചു. ശ്രമണ മതമാകട്ടെ, ജാതിഭേദമില്ലാതെ വിശ്വാസികളുടെ സംഘങ്ങൾ സൃഷ്ടിക്കുന്നതിനാണ് ശ്രമിച്ചത്.

ബ്രാഹ്മണമതത്തിൽനിന്നും ശ്രമണമതങ്ങളിൽനിന്നും ഭിന്നമായി ഇവിടെ ഭാഗവതന്മാരും ശാക്തന്മാരും ഉണ്ടായിരുന്നു. ഇത്തരം വ്യത്യാസങ്ങളെ കണ്ണടച്ചു നിരപ്പാക്കാനും മുസ്ലീങ്ങളെയും ക്രിസ്ത്യാനികളെയും അന്യരായി കാണുന്ന ഒരു പുതിയ ഹിന്ദുവ്യക്തിത്വം ഉണ്ടാക്കിയെടുക്കാനുമാണ് ഹിന്ദുത്വ വർഗ്ഗീയ ചരിത്രം ശ്രമിക്കുന്നത്.

ക്രിസ്ത്വബ്ദത്തിന്റെ ആരംഭത്തിൽ ബ്രാഹ്മണമതം കൂടാതെ

> ഭാഗവതന്മാരും ശാക്തന്മാരും വളർന്നുവന്നു. നിരവധി ജനകീയ രൂപങ്ങളിൽ നിന്നു രൂപംകൊണ്ടവയാണ് ഇവ. പലതും പുരാണ മതങ്ങൾ എന്ന മതങ്ങളുടെ രൂപം കൈക്കൊണ്ടു. എ ഡി ഒന്നാം സഹസ്രാബ്ദത്തിൽ ഇവയ്ക്ക് പലയിടങ്ങളിലും മേൽക്കോയ്മ യുണ്ടായി. ഇത് ബ്രാഹ്മണമതത്തിൽനിന്നും ശ്രമണമതത്തിൽ നിന്നും വ്യത്യസ്തമായിരുന്നു. ഇത് ചില ദൈവങ്ങളെ ആദ്യത്തേ തിൽനിന്നു കടമെടുത്തു. രണ്ടാമത്തേതിൽനിന്ന് ചില ആശയ ങ്ങൾ സ്വീകരിച്ചു.

ദക്ഷിണേന്ത്യയുടെ കാര്യമോ? റൊമില ഥാപ്പർ തുടരുന്നു:

> തികച്ചും സ്വകാര്യമായ വിശ്വാസമേഖലകൾക്കു നല്കിയിരുന്ന പ്രാധാന്യത്തെയും കണക്കിലെടുക്കേണ്ടതുണ്ട്. ദക്ഷിണേന്ത്യ യിലെ മതങ്ങളുടെയും സംസ്കാരങ്ങളുടെയും ഒരു സവിശേഷ തയാണിത്. ജാതിപരമായ വ്യക്തിത്വങ്ങളുമായി കൂട്ടിയിണക്കപ്പെ ടുന്ന ചടങ്ങുകളും സമൂഹ്യാചാരങ്ങളും അംഗീകരിക്കപ്പെടണ മെന്നാണ് ഇതിലെ വ്യവസ്ഥ. അതിനപ്പുറം, വിശ്വാസമെന്നത് വ്യക്തിപരമായ കാര്യമാണ്. സ്വകാര്യമായ വിശ്വാസമേഖലയുടെ അന്തിമരൂപം സർവ്വസംഗപരിത്യാഗിയുടേതാണ്.

'ഹിന്ദു' എന്ന പദത്തിന്റെ ചരിത്രം റൊമില ഥാപ്പർ വിവരിക്കുന്നു:

> 'ഹിന്ദു' എന്ന പദത്തിന് അതിന്റേതായ ചരിത്രമുണ്ട്. ഈ ചരിത്രം ഒരിക്കലും മറക്കാൻ പാടില്ലാത്തതാണ്. പ്രാചീന പേർഷ്യയിലെ അഹമെനിസ് ശാസനങ്ങളിലും പിന്നീട് അറബികളുടെ രചന കളിലും ഉപയോഗിച്ചുവന്ന ഹിന്ദുഷ്, അൽ ഹിന്ദു എന്നീ ഭൂമിശാസ്ത്രപരമായ പദങ്ങളിൽനിന്നാണ് ഈ വാക്ക് ഉണ്ടായി ട്ടുള്ളത്. പശ്ചിമേഷ്യയുടെ കാഴ്ചപ്പാടിൽനിന്ന് നോക്കിയാൽ സിന്ധു നദിക്കരയും അതിനപ്പുറവും താമസിക്കുന്നവരെ സൂചി പ്പിക്കാനായിരുന്നു ഈ പദം ഉപയോഗിച്ചിരുന്നത്.
>
> മനുഷ്യവിഭാഗങ്ങളെ ഭൂമിശാസ്ത്രപരമായി സൂചിപ്പിക്കാനുമാണ് ആദ്യം അറബികൾ ഈ പദം ഉപയോഗിച്ചത്. അത് പിന്നീട് ഇന്ത്യയിലെ പ്രാദേശിക മതവിശ്വാസങ്ങൾ പിന്തുടർന്നവരെ സൂചിപ്പിക്കാനും ഉപയോഗിക്കപ്പെട്ടു, ഇസ്ലാമിന് പരിചിതമായിരുന്ന ഒരു സെമിറ്റിക് മതവുമായും ഈ വിശ്വാസങ്ങൾക്ക് സാമ്യമില്ലായി രുന്നു. എല്ലാ പ്രാദേശിക ആരാധനാരൂപങ്ങളെയും കൂട്ടിച്ചേർത്ത് ഹിന്ദുവെന്ന് മുദ്രയടിക്കുന്ന സമ്പ്രദായം, വിവിധ ഗണങ്ങളുടെ അടിസ്ഥാനത്തിൽ മതപരമായ വ്യക്തിത്വം ദർശിച്ച ഹിന്ദുവെന്ന പദം ഉപയോഗിക്കാത്ത, പഴയ പാരമ്പര്യത്തിന് വിരുദ്ധമാ യിരുന്നു.

പൗരാണിക ഇന്ത്യ, മറ്റേതൊരു പൗരാണിക സമൂഹത്തെയും പോലെ തന്നെ സംഘർഷങ്ങളുടെ ഭൂമിയായിരുന്നു. അവിടെ വ്യത്യസ്ത വിഭാഗങ്ങൾ പരസ്പരം ഏറ്റുമുട്ടി.

> മതപരവും ഗണപരവുമായ സംഘർഷങ്ങൾ ആദിമകാലത്തു തന്നെ നിലവിലിരുന്നു. *സി-യു-കി*യിൽ ഹുയാൻസാങ്ങും രാജ*തരംഗിണി*യിൽ കൽഹണനും ശൈവന്മാരും ബുദ്ധമതക്കാരും തമ്മിലുണ്ടായിരുന്ന സംഘർഷത്തെക്കുറിച്ച് പറയുന്നു. ശൈവന്മാർ ബുദ്ധമത സന്ന്യാസിമാരെ കൊല്ലുന്നതായും ബുദ്ധവിഹാരങ്ങളെ നശിപ്പിക്കുന്നതായും പറയുന്നു.

ആരാധനാലയങ്ങളെ ആക്രമിക്കുന്നത് അന്നത്തെ രീതിയായിരുന്നു. അതിന് രാഷ്ട്രീയ കാരണങ്ങളുണ്ടായിരുന്നു. അഥവാ, രാഷ്ട്രീയ കാരണങ്ങളേ ഉണ്ടായിരുന്നുള്ളൂ.

> കാശ്മീർ മതത്തിന്റെ മേലുള്ള ആക്രമണം മതവിഭാഗങ്ങൾ തമ്മിലുള്ള കലഹത്തിന്റെ രൂപത്തിൽ മാത്രമല്ല പ്രത്യക്ഷപ്പെട്ടത്. പതിനൊന്നാം നൂറ്റാണ്ടിൽ ഹർഷൻ എന്ന രാജാവ് ഭരണാവശ്യങ്ങൾക്ക് ധനം സംഭരിക്കുന്നതിനായി വിലപിടിപ്പുള്ള വിഗ്രഹങ്ങൾ പിടിച്ചെടുക്കാനും ക്ഷേത്രങ്ങൾ നശിപ്പിക്കാനും ഉത്തരവിട്ടു. തമിഴ്നാട്, കർണ്ണാടകം. ആന്ധ്രപ്രദേശ് മുതലായ പ്രദേശങ്ങളിൽ ശൈവന്മാരും ജൈനന്മാരും തമ്മിലുള്ള കലഹത്തെക്കുറിച്ച് നിരവധി സൂചനകളുണ്ട്. ഈ കലഹം അക്രമാസക്തമായിത്തീരുകയും ജൈനക്ഷേത്രങ്ങളെ നശിപ്പിക്കുക, അവയെ ബലമുപയോഗിച്ച് ശിവക്ഷേത്രങ്ങളാക്കി മാറ്റുക. ജൈനന്മാരെ പീഡിപ്പിക്കുക മുതലായ മാർഗ്ഗങ്ങളിലേക്ക് തിരിയുകയും ചെയ്തു. വീരശൈവന്മാരും ജൈനന്മാരും തമ്മിലുണ്ടായ സംഘർഷം വളരെ തീവ്രമായിരുന്നു.
> ചരിത്രത്തിലെ കൂടുതൽ സമീപകാലത്ത്, മുഗൾ കാലത്തിന്റെ അന്ത്യത്തിൽ സന്ന്യാസികളും വൈരാഗികളും തമ്മിൽ തീക്ഷ്ണമായ കലഹങ്ങളുണ്ടായതായി സൂചനയുണ്ട്. കലഹിച്ചിരുന്നവർ പരസ്പരം മത്സരിച്ചിരുന്ന വിഭാഗങ്ങളായിരുന്നു. മതപരമായ താല്പര്യങ്ങൾ മാത്രമല്ല സംഘർഷത്തിനു കാരണമായത്. ഈ മതവിഭാഗങ്ങൾ, വളരെ സംഘടിതവും പലപ്പോഴും വിദ്യാഭ്യാസമുള്ളവരുമായിരുന്നു. ഭരണകൂടത്തിന്റെ സംരക്ഷണത്തിനോ വാണിജ്യാവകാശങ്ങളുടെ മേലുള്ള നിയന്ത്രണത്തിനോ വേണ്ടിയാണ് കലഹമുണ്ടായത്.

സമ്പത്തിന്റെ കേന്ദ്രങ്ങളായിരുന്ന ആരാധനാലയങ്ങൾ ആക്രമണകാരികളെ പരസ്പരം ആകർഷിച്ചിരുന്നു. ഏത് മതമെന്നത് അതിൽ കാര്യമേ ആയിരുന്നില്ല.

> സന്ന്യാസികളും വൈരാഗികളും വൻതോതിൽ കച്ചവടം ചെയ്തിരുന്നവരായിരുന്നു. തീർത്ഥാടകരുടെ നിവേദ്യങ്ങളിൽ നിന്നു ലഭിക്കുന്ന വരുമാനം പ്രധാനമായിരുന്ന തീർത്ഥാടക കേന്ദ്രങ്ങൾ ഇത്തരക്കാർക്ക് ആകർഷണീയമായി. മതവിശ്വാസത്തെ വളച്ചൊടിച്ച് വാണിജ്യവല്ക്കരണം പ്രോത്സാഹിപ്പിക്കപ്പെട്ടു. ഇവ വിവിധ മതവിഭാഗങ്ങൾ തമ്മിലുള്ള കലഹങ്ങളുടെ കേന്ദ്രമായി. മതപരമായ കലഹങ്ങളെ വിശ്വാസത്തിന്റെ പ്രശ്നമായി അവതരിപ്പിക്കാൻ ശ്രമിച്ചാലും, അധികാരത്തിനുവേണ്ടിയുള്ള കളികളും സാമ്പത്തിക മത്സരത്തിന്റെ ഘടകവും ഇവയിൽ കാണാം; ഹിന്ദു മുസ്ലീം സംഘർഷങ്ങൾ എന്നു പറയപ്പെടുന്ന കലഹങ്ങളും. ഇതു പൂർണ്ണമായും ശരിയാണ്. ഇത്തരത്തിലുള്ള കലഹങ്ങൾ രണ്ട് ഏകശിലാത്മക സമുദായങ്ങൾ തമ്മിലുള്ളതാണെന്നു കരുതാൻ പാടില്ല. ഭൂതകാലത്തിലും അവ അങ്ങനെയായിരുന്നില്ല. ഏകശിലാത്മക മതങ്ങളുടെ പ്രാധാന്യം വിവിധ മതവിഭാഗങ്ങളുടെ ഗണങ്ങളുടെ വ്യക്തിത്വമായിരുന്നു. ബുദ്ധമതക്കാരെയും ജൈനന്മാരെയും ആക്രമിച്ചത് ഹിന്ദുക്കളായിരുന്നില്ല. ശൈവമത വിഭാഗങ്ങളായിരുന്നു.

ഏകശിലാരൂപമുള്ള ഒരു ഹിന്ദു സംസ്കാരം ഇന്ത്യയിൽ ഒരു കാലത്തും ഉണ്ടായിട്ടില്ല. റൊമില ഥാപ്പർ തുടരുന്നു:

> എല്ലാ പ്രദേശങ്ങളിലും ജാതികളിലും പടർന്നുകിടക്കുന്ന പൊതുമതവിശ്വാസം, സമൂഹമര്യാദകൾ, ചടങ്ങുകൾ മുതലായവയാൽ നിർണ്ണയിക്കപ്പെട്ട ഒരൊറ്റ ഹിന്ദുസമുദായത്തിന്റെ ആശയം ആദ്യകാല ചരിത്രസ്രോതസ്സുകളിൽ കാണുന്നില്ല. സമുദായങ്ങളെക്കുറിച്ച് സൂചനകളുണ്ട്. പക്ഷേ, അവ പ്രദേശം, തൊഴിൽ, ജാതി ചിലപ്പോൾ മതവിഭാഗങ്ങൾ എന്നിവയുടെ അടിസ്ഥാനത്തിലുള്ളതാണ്. ഇവർ ബുദ്ധമതക്കാർ, ജൈനന്മാർ, ക്രിസ്ത്യാനികൾ, മുസ്ലീങ്ങൾ മുതലായവരെപ്പോലെ മതപരമായ ഒരു പൊതു വ്യക്തിത്വത്തിന്റെ അടിസ്ഥാനത്തിൽ ഒന്നിച്ചു നിന്നിരുന്നില്ല. ധർമ്മശാസ്ത്രങ്ങൾ വിവിധ തരത്തിലുള്ള ധർമ്മങ്ങളെക്കുറിച്ചു പറയുന്നുണ്ട്. ഗ്രാമധർമ്മം, ശ്രേണിധർമ്മം, ജാതിധർമ്മം, മുതലായവ. ഇവയെല്ലാം അനുഷ്ഠാനപരമായ നിയമങ്ങളെയും പ്രവർത്തനങ്ങളെയും സൂചിപ്പിക്കുന്നു. ഈ വ്യക്തിത്വങ്ങൾ ഭാഗികമായി കൂടിപ്പിണഞ്ഞുകിടക്കുന്നു. ഹിന്ദു ധർമ്മത്തെക്കുറിച്ച് ഒരു സൂചനയും ഇക്കാലത്തില്ല. അതും അടുത്ത കാലത്തുണ്ടായ ഒരു പദമാണ്.

അന്നത്തെ രാഷ്ട്രീയ സംഘർഷങ്ങളിൽ സാമുദായിക ഭിന്നതകൾ ഉപയോഗപ്പെടുത്തപ്പെട്ടു. സാമുദായിക സംഘർഷങ്ങൾക്കാകട്ടെ, സാമുദായിക താല്പര്യങ്ങളേക്കാളേറെ, രാഷ്ട്രീയലക്ഷ്യങ്ങൾ ഉണ്ടായിരുന്നു.

> ഒരു സമ്പൂർണ്ണ ഹിന്ദു സമുദായം ഇല്ലെങ്കിലും പ്രാചീന കാലത്തെ വിഭാഗീയ സംഘർഷങ്ങൾ ഒരു സമുദായത്തിലെ വിഭാഗങ്ങൾ തമ്മിലുള്ള അക്രമാസക്തമായ കലഹങ്ങൾ മാത്രമായി കാണാനാവില്ല. സംഘർഷങ്ങളിൽ ചിലത് മതപരമായ പ്രശ്നങ്ങളുടെ അടിസ്ഥാനത്തിലാണ് ഉണ്ടായതെങ്കിലും അവ രാഷ്ട്രീയ പ്രശ്നങ്ങളുമായി കെട്ടുപിണഞ്ഞുകിടന്നിരുന്നു. ചിലത് സാമ്പത്തിക മത്സരത്തിന്റെ അടിസ്ഥാനത്തിലുണ്ടായവയാണെങ്കിലും മതപരമായ പ്രശ്നങ്ങളെയാണ് അവതരിപ്പിക്കുന്നത്.
>
> സംഘർഷം ഭരണകൂടത്തെയോ സമൂഹത്തിലെ പ്രധാനപ്പെട്ട സ്ഥാപനങ്ങളെയോ പ്രതിനിധീകരിക്കുന്ന വിഭാഗങ്ങൾ തമ്മിലാകുമ്പോൾ, അത് ഒരു സമൂഹപ്രകടനമായിത്തീരുന്നു. വിഗ്രഹഭഞ്ജനവും ക്ഷേത്രങ്ങളുടെ നശീകരണവും ഉയർത്തുന്ന ചോദ്യം വിഗ്രഹങ്ങളും ക്ഷേത്രങ്ങളും മതത്തിന്റെ പ്രതീകമാണോ എന്നതു മാത്രമല്ല. അക്കാലത്തെ രാഷ്ട്രീയ സംസ്കാരത്തിന്റെ പ്രതീകമാണോ എന്നതു കൂടിയാണ്. എ ഡി രണ്ടാം സഹസ്രാബ്ദത്തിൽ വിവിധ മുസ്ലീം ഭരണാധികാരികൾ നടത്തിയ വിഗ്രഹഭഞ്ജനത്തെയും ക്ഷേത്രനശീകരണത്തെയും ഈ സാഹചര്യങ്ങളിൽ നിന്നുവേണം പരിശോധിക്കാൻ.

സംഘപരിവാർ നടത്തിക്കൊണ്ടിരിക്കുന്ന വിഷലിപ്തമായ പ്രചാരവേലയുടെ പൊള്ളത്തരം വ്യക്തമാക്കാൻ റൊമില ഥാപ്പറുടെ ഈ വിവരണം മതിയാകും.

> മുസ്ലീങ്ങൾ നശിപ്പിച്ച ഹിന്ദുക്ഷേത്രങ്ങളെക്കുറിച്ച് ജനവികാരം ഇളക്കിവിടാൻ ഇക്കാലത്ത് ശ്രമങ്ങൾ നടക്കുന്നുണ്ട്. ഒരു ക്ഷേത്രം നിന്ന സ്ഥലത്ത് പണിത ഒരു പള്ളി വർഗ്ഗീയവൈരം വളർത്താനുള്ള ഒന്നാന്തരം ഉപാധിയായിത്തീരുന്നു. കാരണം അത് സംഘർഷത്തിനു പറ്റിയ ഒരു സ്ഥലം കണ്ടെത്തുകയാണ്. അതോടെ ശത്രുതയുടെ മുന കൂടുതൽ മൂർച്ചയുള്ളതാകുന്നു. ഇത്തരത്തിലുള്ള പള്ളികൾ അഴിക്കുകയും നശിപ്പിക്കുകയും ചെയ്യണമെന്നും പുതിയ ക്ഷേത്രങ്ങൾ അതിന്റെ സ്ഥാനത്തു കെട്ടിയുയർത്തണമെന്നുമുള്ള ആവശ്യം ചരിത്രസ്മാരകങ്ങളെ താറുമാറാക്കും. ഇന്ന് അവ ക്ഷേത്രങ്ങളും പള്ളികളുമാണ്. നാളെ ബൗദ്ധജൈനക്ഷേത്രങ്ങളായിരിക്കും അഴിച്ചുപണിയുക. ഇത് തുടർച്ചയായി എല്ലാ പൗരാണിക സ്മാരകങ്ങളെയും ബാധിക്കും. ഇന്ന് മുസ്ലീം പള്ളികൾക്കുനേരെ ഭീഷണി ഉയരുകയാണെങ്കിൽ അവ മുസ്ലീം സമുദായത്തിന് തിരിച്ചു നല്കണമെന്ന ആവശ്യമുയരും. അടുത്ത കാലത്തായി, ആർക്കിയോളജിക്കൽ സർവ്വേയുടെ നിയന്ത്രണത്തിലുള്ള സംരക്ഷിത സ്മാരകങ്ങളായ ചില പള്ളികളിൽ ആരാധന അനുവദിച്ചു. ഈ ആനുകൂല്യം ഭൂതകാ

> ലത്തിലെ എല്ലാ സ്മാരകങ്ങൾക്കും അനുവദിച്ചാൽ ഇത്തരത്തിലുള്ള സ്മാരകങ്ങളുടെ സംരക്ഷണം കുഴപ്പം പിടിച്ച പ്രശ്നമാകും. കൂടാതെ വർഗ്ഗീയ ശത്രുതയ്ക്ക് കാരണമായ മറ്റൊരു പ്രശ്നമായിത്തീരും.

ക്ഷേത്രങ്ങളായാലും പള്ളികളായാലും അവ മറ്റേത് എടുപ്പുകളെയും പോലുള്ള നിർമ്മിതികളാണ്. വേണ്ടവണ്ണം, സംരക്ഷിക്കപ്പെട്ടില്ലെങ്കിൽ അവ നശിച്ചുപോകും. എന്നാൽ ക്ഷേത്രങ്ങളുടെ തകർച്ചയ്ക്കുള്ള ഒരേയൊരു കാരണം മുസ്ലീം ആക്രമണമാണെന്ന് സംഘ് പ്രചരിപ്പിക്കുന്നു. റൊമിലാ ഥാപ്പർ തുടരുന്നു:

> തകർന്നുകിടക്കുന്ന ക്ഷേത്രങ്ങളെല്ലാം മുസ്ലീങ്ങളുടെ അക്രമം മൂലം തകർന്നു പോയതാണെന്നാണ് പൊതുവിശ്വാസം. എന്നാൽ ചില ക്ഷേത്രങ്ങൾ തകർന്നുപോയത് രാജാവിന്റെ സംരക്ഷണം നഷ്ടപ്പെട്ടതുകൊണ്ടാണെന്ന് ഇന്ന് നമുക്കറിയാം (ഉദാഹരണം പത്തൊമ്പതാം നൂറ്റാണ്ടിൽ തകർന്നുപോയ വിശാഖപട്ടണം ജില്ലയിലെ സിംഹാചലം ക്ഷേത്രം). ഇന്ത്യയുടെ പരിസ്ഥിതിയുടേയും കാലാവസ്ഥയുടേയും സാഹചര്യത്തിൽ, കെട്ടിടങ്ങൾ നിലനില്ക്കണമെങ്കിൽ അവയ്ക്ക് തുടർച്ചയായി അറ്റകുറ്റപണികൾ നടത്തണം. ഇതിലെന്തെങ്കിലും കുറവു സംഭവിച്ചാൽ അത് ക്ഷേത്രത്തെ ഗുരുതരമായി ബാധിക്കും. ഇത് ക്ഷേത്രങ്ങൾക്ക് മാത്രമല്ല കഴിഞ്ഞ മുന്നൂറ് കൊല്ലങ്ങളിൽപണിത മുസ്ലീം പള്ളികൾക്കും സംഭവിച്ചിട്ടുണ്ട്. അതുകൊണ്ട്, തുടർച്ചയായി ഉപയോഗിക്കാതെ ജീർണ്ണിച്ചുപോയ ക്ഷേത്രങ്ങളും ബോധപൂർവ്വം തകർക്കപ്പെടുകയും നശിപ്പിക്കുകയും ചെയ്യപ്പെട്ട ക്ഷേത്രങ്ങളും ഏതെല്ലാമാണെന്ന് വ്യക്തമാക്കേണ്ടതാണ്.
>
> തകർക്കപ്പെടുകയും പിന്നീട് മറ്റു മതങ്ങളുടെ താല്പര്യങ്ങൾക്കനുസരിച്ച് പുതുക്കിപ്പണിയുകയും ചെയ്യപ്പെട്ട ക്ഷേത്രങ്ങളെക്കുറിച്ച് മറ്റൊരു വിഭാഗം ചോദ്യങ്ങളാണ് ചോദിക്കേണ്ടത്. വീരശൈവന്മാർ തകർത്ത ജൈനക്ഷേത്രങ്ങളും ഖുവാത്ത്-ഉൽ-ഇസ്ലാം പള്ളിയായി മാറ്റപ്പെട്ട ഡൽഹിയിലെ പിഥോറിന്റെ കോട്ടയും ഇവയിൽപ്പെടുന്നു. മതഭ്രാന്തായിരുന്നു ഇതിനുകാരണമെങ്കിൽ, ഈ സ്മാരകം പൂർണ്ണമായി തകർക്കപ്പെടുകയും നശിപ്പിക്കുകയും ചെയ്യുമായിരുന്നു. അല്ലാതെ, മറ്റൊരു മതത്തിന്റെ ഉപയോഗത്തിനുവേണ്ടി മാറ്റിപ്പണിയുകയില്ലായിരുന്നു.

ആരാധനാലയ ധ്വംസനങ്ങളുടെ ചരിത്രപരവും രാഷ്ട്രീയവുമായ കാരണങ്ങളും പശ്ചാത്തലവും [illegible]കരിക്കേണ്ടത് വർഗ്ഗീയ ചരിത്രത്തിന്റെ ആവശ്യമാണ്. യഥാർത്ഥ കാരണങ്ങൾ വെളിച്ചത്തു വരുന്നതോടെ സാമുദായിക വാദികളുടെ വാദങ്ങൾ അവർക്കുതന്നെ എതിരായി തിരിയും.

റൊമിലാ ഥാപ്പർ തുടരുന്നു:

> ഇത്തരത്തിലുള്ള അക്രമങ്ങളെ ഉത്തേജിപ്പിക്കുന്നത് മതപരമായ കാരണങ്ങൾ മാത്രമാണോ, അതോ പടക്കളത്തിനു പുറത്തുള്ള സൈനിക വിജയവും രാഷ്ട്രീയാധികാരം ഉറപ്പിക്കലുമാണോ? അതോ ആധുനിക പാരമ്പര്യത്തിൽ പഴയ പാരമ്പര്യം നിലനിർത്തുന്നതിനുള്ള ശ്രമമാണോ? ക്ഷേത്രങ്ങൾക്ക് നല്കിയിരുന്ന ദാനങ്ങൾ അവ മുസ്ലീം പള്ളികളായി മാറിയപ്പോൾ പിൻവലിക്കപ്പെട്ടിരുന്നോ, അതോ കൃഷിഭൂമിയുടേയും മറ്റു നികുതി സ്രോതസ്സുകളുടേയും മേലുള്ള നിയന്ത്രണത്തെ പള്ളിമേലധികാരികളുടെ കൈയിലേക്കു മാറ്റപ്പെട്ടിരുന്നോ? ദാനങ്ങൾ തുടർന്നിരുന്നെങ്കിൽ സമ്പന്നമായ ഒരു ക്ഷേത്രത്തെ മുസ്ലീംപള്ളിയായി മാറ്റുന്നതിനുള്ള തികച്ചും ലൗകികമായ കാരണമാകുമത്.
>
> ക്ഷേത്രങ്ങളെയും മുസ്ലീംപള്ളികളെയും പോലുള്ള മതസ്ഥാപനങ്ങൾ ഭരണകൂടത്തിന്റെ സംരക്ഷണത്തിലോ അല്ലെങ്കിൽ ശക്തരും സമ്പന്നരുമായ വ്യക്തികളുടെ സംരക്ഷണത്തിലോ നിർമ്മിക്കപ്പെടുമ്പോൾ അവ അക്കാലത്തെ രാഷ്ട്രീയത്തിന്റെ ഭാഗമായിത്തീരുന്നു. അത്തരത്തിലുള്ള മന്ദിരങ്ങളുടെ നിർമ്മാണത്തിലും നശീകരണത്തിലും രാഷ്ട്രീയാർത്ഥം കാണേണ്ടതാണ്. ഭൂതകാലത്തിലെ രാഷ്ട്രീയം ഭൂതകാലത്തിന്റെ സ്വന്തമാണ്. ഇന്ന് അതിനെ തിരുത്താൻ ശ്രമിക്കുന്നത് അസാദ്ധ്യമായ കാര്യത്തെ നടപ്പിലാക്കാൻ ശ്രമിക്കയാകും. അത് ഇന്നത്തെ പ്രശ്നങ്ങൾ പരിഹരിക്കുകയില്ലെന്നു മാത്രമല്ല വർഗ്ഗീയ സ്പർദ്ധ വർദ്ധിപ്പിക്കാനേ സഹായിക്കൂ.

ചരിത്രത്തിലെ യുദ്ധങ്ങളെയും ധ്വംസനങ്ങളെയും കൊള്ളകളെയും മതവും മതഭ്രാന്തുമെന്ന തിരികുറ്റിയിൽ കെട്ടാനാണ് സംഘ് ശ്രമിക്കുന്നത്. റൊമിലാ ഥാപ്പർ തുടരുന്നു:

> മതഭ്രാന്തെന്ന സങ്കല്പം എപ്പോഴും പൂർണ്ണമായ ഉത്തരം നല്കുകയില്ല. ഔറംഗസേബ് മഥുരയിലെ കൃഷ്ണക്ഷേത്രം, തകർത്തത് മതഭ്രാന്തായി സാധാരണയായി വിശദീകരിക്കപ്പെടാറുണ്ട്. പക്ഷെ ഇതിന് മറ്റൊരു വശമുണ്ട്. ഔറംഗസേബിനെതിരെ രാഷ്ട്രീയ നീക്കങ്ങൾ സംഘടിപ്പിച്ചിരുന്നത് ബീർസംഗ് ബുണ്ടേലയാണ്. ക്ഷേത്രം ഒരു ചെറുത്തുനില്പായിരുന്നു; ചെറുത്തുനില്പിന്റെ കേന്ദ്രമായിരുന്നു. ഇവിടെ മതവും രാഷ്ട്രീയവും തമ്മിൽ കൂടിപ്പിണഞ്ഞു. ക്ഷേത്രത്തിന്റെ നിർമ്മാണവും ധ്വംസനവും അധികാരത്തിനുവേണ്ടിയുള്ള രാഷ്ട്രീയ സമരത്തിന്റെ ഭാഗമായിരുന്നു.
>
> മുസ്ലീം ഭരണാധികാരികൾ നടത്തിയ ഹിന്ദുക്ഷേത്ര ധ്വംസനത്തെ, രാഷ്ട്രീയത്തിന്റെ അംശം കുറച്ചുകാട്ടുകയും മതപര

> മായ ഘടകങ്ങളിൽ ഊന്നുകയും ചെയ്യുന്ന കൊട്ടാരം എഴുത്തുകളെ ആസ്പദമാക്കി പഠിക്കാനുള്ള പ്രവണതയുണ്ട്. ഇത്തരം പ്രവർത്തനങ്ങളെക്കുറിച്ച് ആ പ്രദേശത്തുള്ളവർ എന്തു കരുതി എന്ന് പരിശോധിക്കുകയാണ് കൂടുതൽ ഉചിതം. അവർ ഇതിനെ ദൈവനിന്ദയായിട്ടാണോ അതോ രാഷ്ട്രീയ വിജയമായിട്ടാണോ കരുതിയത്. കൊട്ടാരം എഴുത്തുകളെ സംബന്ധിച്ചിടത്തോളം ക്ഷേത്രം അധികാരത്തിന്റെ പ്രതീകമാണ്. വ്യത്യസ്ത തലങ്ങളിൽ ഇതിനെക്കുറിച്ച് സമാനമായിട്ടാണോ കണ്ടിരുന്നത്? പ്രാദേശികതലത്തിലുള്ള പ്രമാണങ്ങളിൽ വടക്കുപടിഞ്ഞാറേ ഇന്ത്യയിലെ പ്രധാനക്ഷേത്രങ്ങളിലേക്ക് ഗസ്നിയിലെ മഹമൂദ് നടത്തിയ ആക്രമണങ്ങളെക്കുറിച്ച് ഒന്നും പറയുന്നില്ലെന്നത് ശ്രദ്ധേയമാണ്.
>
> ക്ഷേത്രധ്വംസനവും മുസ്ലിം പള്ളികളായുള്ള അവയുടെ പരിവർത്തനവും മതഭ്രാന്തിന്റെ ലക്ഷണമാണെങ്കിൽ, ക്ഷേത്രങ്ങൾ പണിതവർ മുസ്ലിം പള്ളികൾ പണിയാനും മടികാണിച്ചില്ലെന്നത് ശ്രദ്ധേയമാണ്. *റെഹമാന-പ്രാസാദ്* എന്ന സംസ്കൃതഗ്രന്ഥം ക്ഷേത്രങ്ങളും കൊട്ടാരങ്ങളും പണിയുന്നതിനെപ്പറ്റിയുള്ള ഒരു ബൃഹദ്രചനയുടെ ഭാഗമാണ്. കൈത്തൊഴിൽക്കാരുമായും ശിൽപ്പികളുമായും ബന്ധപ്പെട്ട ദൈവിക വാസ്തുവിദ്യാവിദഗ്ദ്ധനായ വിശ്വകർമ്മാവ് ഈ ഗ്രന്ഥത്തിൽ വിവിധ മതവിഭാഗങ്ങൾക്കുവേണ്ടിയുള്ള നിരവധി തരത്തിലുള്ള ക്ഷേത്രങ്ങളെക്കുറിച്ചു പ്രതിപാദിക്കുന്നു. ഇക്കൂട്ടത്തിൽ മുസ്ലിം പള്ളിയും ഉൾപ്പെടുന്നു. മുസ്ലീം പള്ളിയെ സാത്വികഭാവം അല്ലെങ്കിൽ ദൈവികാരാധന എന്ന വികാരം ഉൾക്കൊണ്ട് മുസ്ലീങ്ങൾ പണിയുന്ന ക്ഷേത്രമായാണ് കാണുന്നത്. ഹിന്ദുക്കളുടെതായാലും മുസ്ലീങ്ങളുടെതായാലും മതപരമായ മന്ദിരങ്ങൾ നിർമ്മിക്കുന്നതിൽ കൈത്തൊഴിൽ ശ്രേണികൾക്ക് വളരെ പ്രായോഗികമായ മനോഭാവമാണുണ്ടായിരുന്നതെന്ന് വ്യക്തമാണ്.

സംഘിന്റെ വർഗ്ഗീയ താല്പര്യവും ഹിന്ദുവിന്റെ മതതാല്പര്യവും തമ്മിൽ ഒരു ബന്ധവുമില്ല. ഇസ്ലാംവർഗ്ഗീയ വാദത്തിന്റെ കാര്യവും വ്യത്യസ്തമല്ല. വർഗ്ഗീയചരിത്രം മറച്ചു വയ്ക്കുന്നതും അതുതന്നെയാണ്.

> വിവിധ ഹിന്ദു വിഭാഗങ്ങളിൽപ്പെട്ടവരായാലും മുസ്ലീങ്ങളായാലും തൊഴിൽ വിഭാഗങ്ങൾക്ക് പൊതുതാല്പര്യങ്ങളാണുണ്ടാവുക. ഇത് ക്ഷേത്രങ്ങളുടെ അഴിച്ചുപണിയുടെ പ്രശ്നത്തിനു ബാധകമാണ്. സാധാരണ പ്രചാരത്തിലുള്ള സിദ്ധാന്തം ജനങ്ങൾക്ക് മുമ്പിൽ രണ്ട് മാർഗ്ഗങ്ങളെ ഉണ്ടായിരുന്നുള്ളു എന്നതാണ്. ഒന്നുകിൽ നിർബ്ബന്ധിതമായി ക്ഷേത്രമഴിച്ചുപണിയെ സഹായിക്കുക, അല്ലെങ്കിൽ മരിക്കുക. എന്നാൽ രാഷ്ട്രീയാധികാരം മുസ്ലീം

> രാജവംശങ്ങളുടെ കീഴിലായിരുന്നിട്ടും, മുസ്ലീങ്ങൾ ഇന്ത്യയിൽ ന്യൂനപക്ഷമായിരുന്നുവെന്ന വസ്തുത, ഈ സിദ്ധാന്തത്തെ ഒട്ടും പിന്തുണയ്ക്കുന്നില്ല. ഇന്ത്യയിലെ മുസ്ലീം ജനസംഖ്യയിലെ എല്ലാവരും ഇവിടെ താമസമാക്കിയ വിദേശികളിൽ നിന്നുണ്ടായതല്ല. ഒരു ചെറിയ ശതമാനം പുറത്തുനിന്നുവന്നവരാണ്. അവരിൽ വലിയഭാഗം തദ്ദേശവാസികളുമായി കൂടിക്കലരുകയും വിവാഹബന്ധങ്ങളിൽ ഏർപ്പെടുകയും ചെയ്തതുകൊണ്ട് അവരെ വിദേശികളെന്നു വിളിക്കാൻ നിർവ്വാഹമില്ല.

സെമിറ്റിക് മതങ്ങളുടെ മാതൃകയിൽ ഹിന്ദുമതത്തെ മാറ്റിപ്പണിയാനുള്ള ശ്രമങ്ങൾ സ്വാതന്ത്ര്യസമരകാലത്തുതന്നെ ശക്തിപ്പെട്ടിരുന്നു. എന്നാൽ, സംഘപരിവാർ ശക്തികളെ സംബന്ധിച്ചിടത്തോളം ഹിന്ദുത്വം ആദ്യാവസാനം ഒരു രാഷ്ട്രീയ പദ്ധതിയാണ്. അത് മതത്തിന്റെ പദാവലി രാഷ്ട്രീയതാല്പര്യങ്ങൾക്കുവേണ്ടി ഉപയോഗപ്പെടുത്തുന്നു.

റൊമില ഥാപ്പർ തുടരുന്നു:

> സമാന്തരമായ ഹിന്ദു പാരമ്പര്യങ്ങളുടെ കാര്യത്തിൽ കഴിഞ്ഞ രണ്ട് ശതാബ്ദങ്ങളായി സെമിറ്റിക് മതങ്ങളുടെ മാതൃകയിൽ അവയോട് ചില കാര്യങ്ങളിൽ സാമ്യമുള്ള ഒറ്റ ഹിന്ദുമതത്തെക്കുറിച്ചുള്ള ആശയം വളർന്നുവരുന്നുണ്ട്. പ്രവാചകരുടെ അഭാവത്തിൽ ഗുരുക്കളെയും സ്ഥാപകരെയും അന്വേഷിച്ചുവരുന്നു. *ഭഗവദ്ഗീത*യെപ്പോലുള്ള ചില മതഗ്രന്ഥങ്ങൾ സെമിറ്റിക് മാതൃകയിലുള്ള വിശുദ്ധ ഗ്രന്ഥങ്ങളായി കണക്കാക്കപ്പെടുന്നു. അനുഷ്ഠാനങ്ങളുടേയും ആചാരങ്ങളുടേയും അടിസ്ഥാനത്തിലുള്ള മതത്തിൽനിന്ന് പുസ്തകാധിഷ്ഠിത മതത്തിലേക്കുള്ള മാറ്റമാണിത്. ഉദാഹരണത്തിന് കോടതികളിൽ *ബൈബിളും ഖുറാനും* പിടിച്ച് സത്യം ചെയ്യുന്നതുപോലെ *ഭഗവദ്ഗീത* പിടിച്ച് സത്യം ചെയ്യുന്നത് ഉദാഹരണമാണ്. ഹിന്ദു പാരമ്പര്യത്തിൽ *ഭഗവദ്ഗീത*യുടെ പ്രതീകാത്മകതയും അർത്ഥവും *ബൈബിളിന്റേ*യും *ഖുറാന്റേ*യും പ്രാധാന്യവും തമ്മിൽ വ്യത്യാസമുണ്ട് എന്നതും ചില ഹിന്ദുക്കൾ *ഭഗവദ്ഗീത*യെ വിശുദ്ധഗ്രന്ഥമായി അംഗീകരിക്കുന്നില്ല എന്നതും വസ്തുതകളായിരിക്കെയാണിത്. എല്ലാ ഹിന്ദുക്കൾക്കും സ്വീകാര്യമായതും മതത്തെ സംബന്ധിച്ച പ്രശ്നങ്ങളെപ്പറ്റി പ്രഖ്യാപനം നടത്താൻ കഴിയുന്നതുമായ മതസ്ഥാപനങ്ങൾ നിലവിലുണ്ടെന്ന് സ്ഥാപിക്കാനുള്ള ശ്രമങ്ങൾ നടന്നുവരുന്നു. ശങ്കരാചാര്യന്മാരെ ഉയർത്തിക്കൊണ്ടു വരുന്നത് ഇതിന് മുമ്പുണ്ടാകാത്ത മാതിരി ഹിന്ദുക്കളുടെ വ്യക്തിത്വത്തെ നിർവ്വചിക്കാൻ വേണ്ടിയാണ്.

ചരിത്രത്തിന്റെ തരംതാണ വ്യാഖ്യാനം ഫാസിസ്റ്റുകളുടെ രീതി

യാണ്. തരംതാണ ചരിത്രരചന അവരുടെ കൈയിൽ അതിനുള്ള കരുവായി ഉപയോഗിക്കപ്പെടുന്നു.

> ചരിത്രത്തിന്റെ വർഗ്ഗീയവ്യാഖ്യാനം ഒരു താണതരം ചരിത്രരചനയാണ്. നേരിട്ടുള്ള വർഗ്ഗീയ വ്യാഖ്യാനം ഇല്ലെന്നിരുന്നാൽപോലും മാനസികമായ നിശ്ചലാവസ്ഥമൂലം അംഗീകൃതസിദ്ധാന്തത്തെ ശരിവെക്കുന്നുവെങ്കിൽ ഫലം താണതരം ചരിത്രം തന്നെയായിരിക്കും. ചരിത്രപഠനമെന്നത് പുതിയ സാങ്കേതിക മാർഗ്ഗങ്ങളും വിശദീകരണരീതികളും ഉപയോഗിച്ചുകൊണ്ടുള്ള വികസിച്ചുവരുന്ന ഒരു ശിക്ഷണ രീതിയാണ്. ചരിത്ര പഠനരീതിയിലും സാങ്കേതിക വശത്തിലും വന്നിട്ടുള്ള മാറ്റങ്ങൾ ചരിത്രാന്വേഷണ സമ്പ്രദായത്തിന്റെ ശ്രദ്ധാപൂർവ്വമായ പഠനംകൊണ്ട് ആർക്കും എളുപ്പം ബോദ്ധ്യമാവും. നിലവിലുള്ള ധാരണകളെ സദാ ചോദ്യം ചെയ്തുകൊണ്ടിരിക്കേണ്ടതും വേണ്ടത്ര തെളിവിന്റെ പിൻബലമില്ലെന്ന് ബോദ്ധ്യമായാൽ അവ നിരാകരിക്കേണ്ടതുമാണ്. രണ്ടാമത്തെ ഘടകം, സമകാലിക സ്ഥിതിഗതികളുമായി ബന്ധപ്പെട്ടതത്രെ. അവാസ്തവ ചരിത്രകഥകളെ മുൻനിറുത്തി രാഷ്ട്രീയമായ ഉപകരണമാകത്തക്കവിധത്തിൽ ചരിത്രപഠനത്തെ തരംതാഴ്ത്താൻ ചരിത്രകാരന്മാർ അനുവദിക്കാൻ പാടില്ല. ബോധപൂർവ്വമായോ അബോധപൂർവ്വമായോ ചരിത്രകാരന്മാർ രാഷ്ട്രീയ വിശ്വാസങ്ങളുടെ ബുദ്ധിപരമായ ജനയിതാക്കൾ ആയിത്തീരാറുണ്ട്. അതുകൊണ്ട് രാഷ്ട്രീയാദർശങ്ങളെ സംബന്ധിച്ചിടത്തോളം ചരിത്രത്തിന്റെ വിശകലനം വിശേഷിച്ചും പരമപ്രധാനമായിത്തീരുന്നു.

സവർണ്ണപശ്ചാത്തലമുള്ള ഇന്ത്യാ ചരിത്രകാരന്മാർക്ക് വിദേശികളുടെ ആര്യൻ വംശസിദ്ധാന്തം തള്ളിക്കളയേണ്ട ഒന്നായി തോന്നിയില്ല. അവരുടെ ജാത്യാഭിമാനം ചരിത്രത്തിന്റെ ദുർവ്യാഖ്യാനം തുറന്നുകാട്ടുന്നതിൽനിന്ന് അവരെ പിന്തിരിപ്പിച്ചു.

> ദേശീയവാദികളായ ഇന്ത്യൻ ചരിത്രകാരന്മാരിൽ ഭൂരിപക്ഷം ഉപരിജാതികളിൽനിന്നും (ബ്രാഹ്മണർ, ക്ഷത്രിയർ, കായസ്ഥന്മാർ) മദ്ധ്യവർഗ്ഗത്തിൽനിന്നും വന്നവരായതുകൊണ്ട് ആര്യവംശസിദ്ധാന്തം അവർക്ക് ആകർഷണീയമായിരുന്നു. സമൂഹൗന്നത്യത്തെക്കുറിച്ചുള്ള അവരുടെ അവകാശവാദങ്ങൾക്ക് ഈ സിദ്ധാന്തം അടിത്തറയായി. കൊളോണിയൽ ശക്തികളുടെ ഉത്ഭവസ്ഥാനത്തുനിന്നു തന്നെയാണ് സംസ്കൃതിക ഇന്ത്യൻ സംസ്കാരം ഉടലെടുത്തതെന്ന സൂചനയും അവരെ ആകർഷിച്ചു. ബ്രിട്ടീഷുകാർ ഇന്ത്യയിൽ വന്നത് വേർപിരിഞ്ഞുപോയ ബന്ധുക്കൾ ഒരുമിച്ചുവന്നതുപോലെയാണെന്നാണ് കേശബ് ചന്ദ്രസെൻ അഭിപ്രായപ്പെട്ടത്.

വർഗ്ഗീയചരിത്രത്തെയും അതിന്റെ അടിസ്ഥാനത്തിലുള്ള സാമുദായിക ധ്രുവീകരണത്തെയും പണം കൊടുത്തു സഹായിക്കുന്നതിൽ രാജ്യത്തിനു പുറത്തുനിന്നുള്ളവർക്കും നിർണ്ണായക പങ്കുണ്ട്.

> വർഗ്ഗീയതയുടെ ചില വശങ്ങളിൽ ഇന്ത്യയിൽനിന്ന് പുറത്തുപോയ ഇന്ത്യക്കാരുടെ ഇടപെടലും കാണാൻ കഴിയും. വിശ്വഹിന്ദു പരിഷത്തിനും സിഖ് വർഗ്ഗീയവാദികൾക്കും അമേരിക്കൻ ഐക്യനാടുകൾ, കാനഡ, ബ്രിട്ടൻ മുതലായ സ്ഥലങ്ങളിലുള്ള ഇന്ത്യക്കാരിൽനിന്ന് പണമായും മറ്റുവിധത്തിലും സഹായങ്ങൾ ലഭിക്കുന്നുണ്ട്. വിശ്വഹിന്ദു പരിഷത്ത് ഒരു 'ശുദ്ധ സാംസ്കാരിക സംഘടന'യാണെന്ന കാരണം പറഞ്ഞ് അതിന്റെ ബ്രിട്ടനിലുള്ള കേന്ദ്രങ്ങൾ ഔദ്യോഗിക ബ്രിട്ടീഷ് ഏജൻസികളിൽനിന്ന് വമ്പിച്ച തോതിൽ പണം സംഭാവനയായി വാങ്ങുന്നുണ്ട്. പശ്ചിമേഷ്യയിലെ ധനികരിൽനിന്ന് മുസ്ലിം വർഗ്ഗീയ സംഘടനകൾക്കും ധനസഹായം ലഭിക്കുന്നു.

രണ്ടു വർഗ്ഗീയതയും ഒരുപോലെയാണെന്ന വാദത്തിൽ കഴമ്പില്ല. ഭൂരിപക്ഷവർഗ്ഗീയതയെയും ന്യൂനപക്ഷ വർഗ്ഗീയതയെയും താരതമ്യം ചെയ്തുകാണ്ട് റൊമിലാ ഥാപ്പർ പറയുന്നു:

> ഭൂരിപക്ഷവർഗ്ഗീയതയും ന്യൂനപക്ഷവർഗ്ഗീയതയും തമ്മിലൊരു വ്യത്യാസമുണ്ട്. ഭൂരിപക്ഷവർഗ്ഗീയത സ്വന്തം ശക്തിയുടെ അക്രമാസക്തമായ പ്രകടനത്തിലൂടെയാണ് വളരുന്നത്. ഭൂരിപക്ഷത്തിന് മുമ്പിൽ ഉണ്ടാകുന്ന ദുർബ്ബലതയെക്കുറിച്ചുള്ള ബോധവും ഭയവുമാണ് രണ്ടാമത്തേതിനെ വളർത്തുന്നത്. മതസമുദായങ്ങളുടെ കൂട്ടമായി സ്വയം കാണുന്ന ഒരു സമൂഹത്തിൽ ഈ ഭയം ഒഴിവാക്കേണ്ട ചുമതല ഭൂരിപക്ഷസമുദായത്തിനാണ്. വർഗ്ഗീയതയുടെ വളർച്ചയെ രാഷ്ട്രീയ സംവാദത്തിന്റെ ഓരോ രൂപവും വർഗ്ഗീയത മാത്രമാക്കും. ഏതായാലും വർഗ്ഗീയത മറ്റു സമുദായങ്ങളുടെ ആഗ്രഹങ്ങളെയും സ്വന്തം സമുദായത്തിലെ വിമതഗ്രൂപ്പുകളെയും അടിച്ചമർത്തുന്നു. കാരണം വർഗ്ഗീയതയുടെ അടിസ്ഥാന പ്രമാണം തന്നെ വിശ്വാസികൾ മറ്റുള്ളവരെക്കാൾ ഉയർന്നവരാണെന്നതാണ്. പാകിസ്ഥാനിലായാലും ഹിന്ദുരാഷ്ട്രത്തിലായാലും ഖാൽസ്താനിലായാലും സ്ഥിതി ഒന്നുതന്നെ. വിശ്വാസികൾ എന്നു വിളിക്കുന്നത് വർഗ്ഗീയ പ്രത്യയശാസ്ത്രത്തിന്റെ സ്രഷ്ടാക്കളെ മാത്രവും. വർഗ്ഗീയതയുടെ ഉച്ചാടനം ഒരു ആവശ്യമായിത്തീർന്നിരുന്നു.

(മുകളിൽ നല്കിയ ഉദ്ധരണികൾ റൊമിലാ ഥാപ്പറുടെ *വർഗ്ഗീയതയും ചരിത്ര പൈതൃകവും* എന്ന കൃതിയിൽനിന്ന്: പരിഭാഷ ഡോ. കെ എൻ ഗണേഷ്)

ഹിന്ദുത്വരാഷ്ട്രീയത്തെ പരാജയപ്പെടുത്തേണ്ടത് മറ്റെന്തിലുമെന്നപോലെ, ഹിന്ദുമതത്തിന്റെ- അത് ഏത് ഹിന്ദുമതവുമാകട്ടെ-ആത്മീയതാല്പര്യം സംരക്ഷിക്കുന്നതിലും പ്രധാനമാണ്. സംഘപരിവാർ ഫാസിസത്തിനെതിരായ ജനകീയ ഐക്യത്തിൽ മതത്തിനും പങ്കുണ്ട്. അതിൽ ഹിന്ദുമതത്തിനുള്ള പങ്കാകട്ടെ, മറ്റെന്തിനേക്കാളും പ്രധാനമാണെന്ന് പ്രത്യേകം എടുത്തു പറയണം.

മതവും സംസ്കാരവും

ഇന്ത്യയുടേത് ഒരു ഹിന്ദുസംസ്കാരമാണെന്ന് ഹിന്ദുത്വ ഫാസിസ്റ്റുകൾ പ്രചരിപ്പിക്കുന്നു. മതത്തിനും സംസ്കാരത്തിനുമിടയിൽ എന്തെങ്കിലും വ്യത്യാസമുള്ളതായി അവർ കരുതുന്നേയില്ല. അവരുടെ കണ്ണിൽ ഇസ്ലാമും ക്രിസ്തുമതവും വൈദേശിക സംസ്കാരങ്ങളാണ്. അവർ അക്രമികളായി വന്ന് ആധിപത്യം സ്ഥാപിച്ച ശത്രുക്കളാണെന്ന് ഹിന്ദുത്വശക്തികൾ പ്രചരിപ്പിച്ചുപോരുന്നു. ഹിന്ദുക്കളായ രാജാക്കന്മാർ ഭരിച്ച കാലത്ത് രാജാക്കന്മാരുടെ മതം സാധാരണക്കാരായ ജനങ്ങളുടെ ജീവിതത്തെ ഏതെങ്കിലും രീതിയിൽ സഹായിച്ചുവെന്ന് സ്ഥാപിക്കാൻ ഹിന്ദുത്വഫാസിസം പാൽകൊടുത്തു വളർത്തുന്ന ചരിത്രകാരന്മാർക്കു കഴിഞ്ഞിട്ടില്ല. ബുദ്ധമതക്കാർ ഭരിച്ചകാലത്തും ഇസ്ലാമിക രാജവംശങ്ങളുടെ കാലത്തും ഇതുതന്നെയാണ് സ്ഥിതി. ഇന്ന് ഹിന്ദു എന്നു വിളിക്കപ്പെടുന്ന എല്ലാ വിഭാഗങ്ങളും അന്ന് ഒരേ മതക്കാരായി കണക്കാക്കപ്പെട്ടിരുന്നുവെന്ന വാദം തന്നെ വെറും കെട്ടുകഥയാണ്. ഭരണാധികാരികൾ എല്ലാ കാലത്തും തങ്ങളുടെ ഭരണം നിലനിർത്തുന്ന കാര്യത്തിൽ പ്രായോഗികമതികളായിരുന്നു. മതം നോക്കാതെതന്നെ പ്രഗത്ഭരായ വ്യക്തികളെ അവർ മന്ത്രിമാരായും പടത്തലവന്മാരായും മറ്റു തന്ത്രപ്രധാന ചുമതലകളിലും നിയമിച്ചിട്ടുണ്ട്. അതേ പ്രായോഗികബുദ്ധിയോടെതന്നെ അവർ മതപരമായ ഭിന്നത മുതലെടുക്കുകയും ചെയ്തിട്ടുണ്ട്. ഇന്ത്യാചരിത്രത്തെപ്പറ്റി പ്രാഥമികമായി ബോദ്ധ്യമുള്ള ആർക്കും യാതൊരു സംശയവുമില്ലാത്ത ഈ സത്യം ബോധപൂർവ്വം മറച്ചുവച്ച് ജനങ്ങളെ ഭിന്നിപ്പിക്കുകയെന്ന ഗൂഢലക്ഷ്യത്തോടെ ചരിത്രത്തിന്റെ ഭാഷയിൽ വർഗ്ഗീയ വിഷം ചീറ്റുന്ന ഹിന്ദുത്വവാദികൾ കടുത്ത രാജ്യദ്രോഹമാണ് ചെയ്തുകൊണ്ടിരിക്കുന്നത്.

കാലങ്ങളായി ഇന്ത്യയിലെ ഹിന്ദുക്കളും മുസ്ലീങ്ങളുൾപ്പെടെയുള്ള ന്യൂനപക്ഷ മതവിഭാഗങ്ങളും വ്യത്യസ്ത രാഷ്ട്രങ്ങളായി വേറിട്ടുജീവിച്ചുവെന്ന സിദ്ധാന്തം ഹിന്ദുത്വവാദികളുടേതാണ്. ജിന്നയും മുസ്ലിംലീഗും ദ്വിരാഷ്ട്രസിദ്ധാന്തം ഹിന്ദുദേശീയവാദികളിൽനിന്ന് കടമെടുക്കുകയായിരുന്നു. ചരിത്രവുമായി യാതൊരു ബന്ധവുമില്ലാത്ത ഈ വീക്ഷണം പ്രചരിപ്പിക്കുന്നതിലൂടെ ഇന്ത്യയിലെ ഹിന്ദുക്കളെയും മുസ്ലീങ്ങളെയും തമ്മിലടിപ്പിച്ച് രാഷ്ട്രീയ മുതലെടുപ്പു നടത്തുകയായിരുന്നു അവരുടെ ലക്ഷ്യം. മറ്റൊന്നുകൊണ്ടും കഴിയാത്തവിധം അത്ര എളുപ്പത്തിൽ ജനങ്ങളെ ഭിന്നി

പ്പിക്കാനും അക്രമാസക്തരാക്കാനും മതത്തിനു കഴിയുമെന്ന് ഇന്ത്യയിലെ ഹിന്ദുത്വ ഫാസിസ്റ്റുകൾക്ക് അറിയാം. അവർ വിശ്വാസികളല്ല, വിശ്വാസത്തെ രാഷ്ട്രീയലക്ഷ്യത്തിനുവേണ്ടി ചൂഷണം ചെയ്യുന്നവരാണ്. തീവ്ര ഹിന്ദുത്വവാദിയായ നാഥുറാം ഗോഡ്സെ പോലും ക്ഷേത്രങ്ങൾ സന്ദർശിക്കുമായിരുന്നില്ല. ഇന്ത്യാവിഭജനത്തിനുത്തരവാദികൾ മുസ്ലിംലീഗാണെന്ന സമവാക്യത്തിലൂടെ, ഇന്ത്യയിൽ വർഗ്ഗീയ ചേരിതിരിവിനു വിത്തിട്ട ബ്രിട്ടീഷ് സാമ്രാജ്യത്വത്തെ ഹിന്ദുത്വവാദികൾ കുറ്റവിമുക്തരാക്കുന്നു.

അനുബന്ധം

(രാം പുനിയാനിയുടെ *വർഗ്ഗീയത, *വർഗ്ഗീയരാഷ്ട്രീയം*** എന്നീ കൃതികളിൽ നിന്നും എടുത്തിട്ടുള്ള ഈ ഭാഗങ്ങൾ സംഘപരിവാർ ദുഷ്ടലാക്കോടെ പ്രചരിപ്പിച്ചു പോരുന്ന ചില കെട്ടുകഥകൾ തുറന്നുകാട്ടുന്നു)**

■ അഞ്ച് സഹസ്രാബ്ദം പഴക്കമുള്ള ഹിന്ദുരാഷ്ട്രമാണ് ഇന്ത്യ

ദേശരാഷ്ട്രങ്ങൾ എന്നത് ആധുനികമായ ഒരു പ്രതിഭാസമാണെന്നിരിക്കെ ഈ വാദം തികച്ചും തെറ്റിദ്ധാരണ നിറഞ്ഞതാണ്. പ്രാക്തന മാതൃകയിലായിരുന്ന രാജവംശങ്ങളെ ആസ്പദമാക്കി യൂറോപ്പിൽ ദേശരാഷ്ട്രങ്ങൾ പിറവിയെടുത്തു. രാജാക്കന്മാർ ഫ്യൂഡൽ പ്രഭുക്കളുമായി ചേർന്നാണ് ഭരണം നടത്തിയിരുന്നത്. കൃഷിയും കൈത്തൊഴിലും ചേർന്ന സമ്പദ്‌വ്യവസ്ഥയായിരുന്നു രാജഭരണത്തിൻ കീഴിൽ. സ്വാതന്ത്ര്യം, സമത്വം, സാഹോദര്യം തുടങ്ങിയ മഹിതാദർശങ്ങളിൽ സ്ഥിതപ്രജ്ഞമായ ജനാധിപത്യ ഭരണരൂപങ്ങളാണ് ദേശരാഷ്ട്രങ്ങളുടെ അടിത്തറ.

ആദ്യമായി വ്യവസായവല്ക്കരിക്കപ്പെട്ട അത്തരം രാഷ്ട്രങ്ങൾ മറ്റു രാഷ്ട്രങ്ങളെ വിശേഷിച്ചും ഏഷ്യ, ആഫ്രിക്ക, ദക്ഷിണ അമേരിക്ക എന്നിവയെ കോളനീകരിക്കാൻ തുടങ്ങി. ഇന്ത്യയിൽ ചെറിയ പ്രദേശങ്ങളിൽ പോർച്ചുഗീസ് – ഫ്രഞ്ച് ശക്തികളും ബ്രിട്ടീഷ് കൊളോണിയലിസ്റ്റുകളും അധിനിവേശം സ്ഥാപിച്ചു. ഇന്ത്യയിൽനിന്നും അസംസ്കൃത വിഭവങ്ങൾ ചൂഷണം ചെയ്യുകയും നിർമ്മിത വസ്തുക്കൾ ഇറക്കുമതി ചെയ്യുകയുമായിരുന്നു ബ്രിട്ടീഷുകാരുടെ 'കൊള്ളയടിക്കൽ പദ്ധതി'യുടെ ഉള്ളടക്കം. ഈ പ്രക്രിയ ത്വരിതപ്പെടുത്താൻ ഉതകുന്ന കാർഷിക–വ്യവസായിക–വാണിജ്യ പദ്ധതികൾ ആവിഷ്കരിക്കപ്പെടുകയും ചെയ്തു. തുടക്കത്തിൽ ബ്രിട്ടീഷുകാരുടെ കാൽക്കീഴിൽനിന്നും കൊളോണിയൽ ഭര

---

* Ram Puniyani - *Communalism.*

** Ram Puniyani - *Communal Politics.*

ണത്തിന്റെ ഗുണഫലങ്ങൾ നുകർന്ന ഇന്ത്യൻ ഉപരിവർഗ്ഗത്തിനിടയിൽ നിന്ന് വ്യാപാരികളും ബാങ്കർമാരും ഭൂവുടമകളും വ്യവസായികളും തോട്ട മുടമകളും ദല്ലാൾമാരും സാങ്കേതിക വിദഗ്ദ്ധരും ഉയർന്നുവരാൻ തുട ങ്ങി. 1835–ൽ ഇംഗ്ലീഷ് വിദ്യാഭ്യാസം ഇന്ത്യയിൽ ആവിഷ്കരിക്കപ്പെട്ട തോടെ, കൊളോണിയൽ ഭരണത്തെ പിൻപറ്റുന്ന അഭ്യസ്തവിദ്യരുടെ അനുസരണയുള്ള ഒരു വിഭാഗത്തെയും വളർത്തിയെടുക്കാൻ ബ്രിട്ടീ ഷുകാർക്ക് സാധിച്ചു. മാറിമറിഞ്ഞു വന്ന ഈ നൂതന പ്രതിഭാസമാണ് 'ദേശീയതയ്ക്ക്' ബീജാവാപം ചെയ്തത്. പ്രാഥമികാവസ്ഥയിലായിരു ന്നെങ്കിലും ഈ 'ദേശീയത'യാണ്, പില്ക്കാലത്തുയർന്നുവന്ന സാമൂഹിക പരിഷ്കരണ പ്രസ്ഥാനങ്ങൾ, ട്രേഡ് യൂണിയൻ സംരംഭങ്ങൾ, രാഷ്ട്രീയ പ്രസ്ഥാനങ്ങൾ എന്നിവയ്ക്കെല്ലാം പശ്ചാത്തല സൗകര്യമായത്. ഈ രംഗത്തെ ധിഷണാശാലികളായ സാമൂഹ്യവിഭാഗം നിരവധി പുരോഗമ നാശയങ്ങൾ ഉയർത്തിപ്പിടിക്കാനും ഉന്നയിക്കാനും തുടങ്ങി. ഇവർ, സാമൂ ഹിക–സാമ്പത്തിക–രാഷ്ട്രീയ മണ്ഡലങ്ങളിലും ഭരണസേവന–മണ്ഡ ലങ്ങളിലും ഇടപെടാനും പ്രായപൂർത്തി വോട്ടവകാശംപോലുള്ള നവീ നമായ ആശയാദർശങ്ങൾ പ്രചരിപ്പിക്കാനും തുടങ്ങിയ പുതുതായി ആവിർഭവിച്ച വ്യാവസായിക ബൂർഷ്വാസി, ഈ സാമൂഹ്യവിഭാഗം മുന്നോട്ടുവെച്ച, ഇന്ത്യയിലെ വ്യവസായികവല്ക്കരണത്തിനു സഹായ കമായ സാഹചര്യങ്ങൾ സൃഷ്ടിക്കുകയെന്ന നിർദ്ദേശങ്ങൾ ഉൾപ്പെടെ പലതും അംഗീകരിച്ചുകൊണ്ട് അവരെ പിന്തുണച്ചു. അങ്ങനെ ഇന്ത്യൻ സാമൂഹികാവബോധം വളർന്നുവരാൻ തുടങ്ങി. പ്രൊഫഷണലുകൾ, വ്യാപാരികൾ, വ്യവസായികളുൾപ്പെടെ പുതുതായുയർന്നുവന്ന നിരവധി സാമൂഹിക വിഭാഗങ്ങളുടെ താല്പര്യങ്ങളുമായി കണ്ണിചേർക്കപ്പെട്ടുകൊ ണ്ടാണ് ഈ പുതിയ സാമൂഹികാവബോധത്തിന് ഫലശ്രുതിയുണ്ടാവു ന്നത്. ഇതിന്റെ ബഹിർസ്ഫുരണമെന്ന നിലയിൽ നിരവധി പ്രസ്ഥാന ങ്ങൾ പ്രാദേശിക തലത്തിൽ തളിർത്തു വരാൻ തുടങ്ങി.

ബോംബെ അസോസിയേഷൻ, മദ്രാസ്–നാറ്റീവ്സ് അസോസിയേ ഷൻ, പൂന സാർവജനിക് സഭ, മദ്രാസ് മഹാജനസഭ തുടങ്ങിയവയെല്ലാം ഇവയിൽ ചിലതാണ്. അതോടൊപ്പം ആധുനീകരണ പ്രക്രിയ ത്വരിത പ്പെടുത്താനും തുടങ്ങി. ആധുനിക വിദ്യാഭ്യാസം റെയിൽവേ–ടെലിഗ്രാ ഫ്, സ്വതന്ത്ര പത്രപ്രവർത്തനം, വാർത്താവിനിമയം എന്നീ ആധുനീക രണ പ്രക്രിയയ്ക്ക് സഹായകമായ ഘടകങ്ങൾ വളർന്നുവന്നു. ഇതിന്റെ ഫലമായി ബ്രിട്ടീഷുകാരുടെ വംശീയ വിദ്വേഷം, സാമ്പത്തിക ചൂഷണം, ജുഡീഷ്യറിയുടെ ദൗർബ്ബല്യം ഇവയ്ക്കെല്ലാം എതിരായ വികാരം ഇന്ത്യൻ സമൂഹത്തിൽ അലയടിച്ചുയരാൻ തുടങ്ങി. ഈ രംഗത്ത് പത്ര പ്രവർത്തനം വഹിച്ച പങ്ക് വളരെ നിർണ്ണായകമായിരുന്നു.

നേരത്തെ സൂചിപ്പിച്ച ബോംബെ അസോസിയേഷൻ, മദ്രാസ് നാറ്റീവ്സ് അസോസിയേഷൻ തുടങ്ങിയ ഇന്ത്യയിലെ നിരവധി പ്രാദേ ശിക രാഷ്ട്രീയ സാമൂഹിക സംഘടനകൾ 1883 ൽ കൽക്കത്തയിൽ

സമ്മേളിച്ചു. ഈ സമ്മേളനമാണ് പിന്നീട് (1886) ഇന്ത്യൻ നാഷണൽ കോൺഗ്രസ് ഐ എൻ സിയുടെ രൂപവല്ക്കരണത്തിലേക്ക് വഴിതെളിച്ചത്.

നേരത്തെ പരാമർശിച്ച, നവ സാമൂഹിക വർഗ്ഗങ്ങളുടെ അഭിലാഷങ്ങൾ രാഷ്ട്രീയതലത്തിൽ പ്രതിഫലിപ്പിക്കുക, ബ്രിട്ടീഷുകാർക്കു മുമ്പിൽ നിരവധി ആവശ്യങ്ങൾ സമർപ്പിക്കുക എന്നീ രാഷ്ട്രീയ ലക്ഷ്യങ്ങളാണ് ഐ എൻ സി ഏറ്റെടുത്തത്. സിവിൽ സർവ്വീസ് എക്സാമിനേഷൻ ഓഫ് ഇന്ത്യ എന്ന ആശയം ഇതിലൊന്നു മാത്രമാണ്. വംശീയത, ജാതിചിന്ത, പ്രാദേശികവാദം, തുടങ്ങിയവ നിർമ്മാർജനം ചെയ്യാനും, രാഷ്ട്രീയ–ഭരണ–തലത്തിൽ തദ്ദേശീയർക്ക് അർഹമായ പ്രാതിനിധ്യം നല്കാനും ഐ എൻ സി ബ്രിട്ടീഷ് ഭരണാധികാരികളിൽ സമ്മർദ്ദം ചെലുത്തി. ഇതിന്റെ പ്രതികരണമെന്ന നിലയിൽ സർ. സയ്യദ്, രാജാഷിയോ പ്രസാദ്, തുടങ്ങിയവർ ചേർന്ന് യുണൈറ്റഡ് ഇന്ത്യ പാട്രിയോട്ടിക് അസോസിയേഷൻ (1888) എന്ന സംഘടനയ്ക്ക് രൂപംനല്കി. ഈ സംഘടനയുടെ ഉദ്ദേശ്യം, ഇന്ത്യയിലെ മുഴുവൻ ജനങ്ങളും വിശേഷിച്ചും കുലീനവർഗ്ഗങ്ങൾ ഐ എൻ സിയോടൊപ്പമല്ലെന്ന് ബ്രിട്ടീഷുകാരെ ബോദ്ധ്യപ്പെടുത്തുക, ഹിന്ദുക്കളുടെയും മുസ്ലീങ്ങളുടെയും കാഴ്ചപ്പാടുകൾ ബ്രിട്ടീഷുകാരെ അറിയിക്കുക, പൊതുജനങ്ങളെ കോൺഗ്രസിൽ നിന്നകറ്റുക എന്നിവയായിരുന്നു. ഈ അസോസിയേഷനുമായി ബന്ധപ്പെട്ടവരിൽ പലരും പിന്നീട് മുസ്ലിംലീഗിന്റെയും ഹിന്ദുമഹാസഭയുടെയും ഭാഗമായി പ്രവർത്തിച്ചു.

ഈ കാലഘട്ടത്തിലെ ബ്രിട്ടീഷ് കൊളോണിയൽ ശക്തികളും ഇന്ത്യൻ ജനങ്ങളും തമ്മിലുള്ള തീക്ഷ്ണമായ വൈരുദ്ധ്യത്തെക്കുറിച്ച് ബാലഗംഗാധരതിലകനും സുരേന്ദ്രനാഥ ബാനർജിയും 'നിർമ്മിക്കപ്പെടുന്ന ഇന്ത്യയെന്ന രാഷ്ട്രം' എന്നാണ് വിശേഷിപ്പിക്കുന്നത്. ഇതേ കാലഘട്ടത്തിലാണ് റാംമോഹൻ റോയി ഹീനമായ 'സതി' പോലുള്ള ആചാരങ്ങൾക്കെതിരെ ധീരോദാത്തമായി പോരാടുന്നത്. ജോതിബാ ഫൂലെയെപ്പോലുള്ള നേതാക്കൾ സ്ത്രീവിദ്യാഭ്യാസം, ആധുനിക വിദ്യാഭ്യാസം തുടങ്ങിയ പുരോഗമനാശയങ്ങൾക്കുവേണ്ടി പ്രവർത്തിക്കാൻ തുടങ്ങി. പണ്ഡിത രമാഭായിയും സ്ത്രീ വിദ്യാഭ്യാസത്തിനുവേണ്ടി പ്രവർത്തിച്ചു. സെമീന്ദാർ–ബ്രാഹ്മണ സ്വരൂപങ്ങളുടെ സാമൂഹികാധിപത്യത്തിനെതിരെ അബ്രാഹ്മണ പ്രസ്ഥാനത്തിന് അടിത്തറയിടുകയായിരുന്നു ഫൂലെ. പിന്നീട് അധഃസ്ഥിത–ദളിത് ജനതയുടെ സമരങ്ങളും പ്രക്ഷോഭങ്ങളും വളർന്ന് വരുന്നതിൽ അംബേദ്കറുടെ നേതൃത്വം മഹത്തായ പങ്കുവഹിച്ചു.

■ മുസ്ലിം ലീഗിന്റെ അഭിലാഷങ്ങൾക്ക് അനുസരിച്ചാണ് വിഭജനം നടന്നത്. ജിന്നയാണ് അതിൽ മുഖ്യ പങ്ക് വഹിച്ചത്.

വിഭജനം ബഹുവിധഘടകങ്ങളുടെ ഫലമായി രൂപംകൊണ്ട ദുരന്തമായിരുന്നു. ഇതിൽ മുസ്ലിം വർഗ്ഗീയ രാഷ്ട്രീയവും ഹിന്ദുവർഗ്ഗീയ

തയും ബ്രിട്ടീഷുകാരുടെ വിഭജിച്ചു ഭരിക്കുക എന്ന നയവും സുപ്രധാന പങ്കുവഹിച്ചു.

മുസ്ലിം ലീഗ് എന്ന സംഘടന പ്രതിനിധീകരിച്ചത് മുസ്ലിം സമുദായത്തിലെ അഭിജാതവർഗ്ഗത്തെയായിരുന്നു. ധനിക മുസ്ലീങ്ങൾക്ക് പരമാവധി സവിശേഷ അധികാരങ്ങൾ നേടിക്കൊടുക്കുക എന്നതായിരുന്നു ലീഗിന്റെ മുഖ്യകർമ്മ പദ്ധതി. ഇന്ത്യൻ ജനസംഖ്യയിൽ മുസ്ലീങ്ങൾ 25 ശതമാനമാണ്. നിയമനിർമാണത്തിന് മൂന്നിൽ രണ്ട് ഭൂരിപക്ഷം അത്യാവശ്യമാണ്. അതുകൊണ്ട് നിയമസഭകളിൽ മൂന്നിൽ ഒന്ന് പ്രാതിനിധ്യം മുസ്ലീങ്ങൾക്ക് ലഭിച്ചാൽ മാത്രമെ മുസ്ലിം വിരുദ്ധമായ ഏതൊരു നിയമനിർമ്മാണത്തെയും തടയാൻ കഴിയുകയുള്ളു. കോൺഗ്രസ് ആവട്ടെ ഈ ആവശ്യം നിരസിച്ചു. ഈ കാലഘട്ടത്തിൽ ജിന്ന മുസ്ലിം ലീഗിലെ സമാരാധ്യനായ നേതാവായി മാറുകയും ചെയ്തു. ലീഗിന്റെ ദ്വിരാഷ്ട്ര സിദ്ധാന്തം മുസ്ലിം വർഗ്ഗീയവാദികൾക്കും (ചൗധരി, റഹ്മത്ത് അലി, മുസ്ലിം ലീഗ്) ഹിന്ദുവർഗ്ഗീയ വാദികൾക്കും (ഹിന്ദു മഹാസഭ, ആർ എസ് എസ്) ഒരുപോലെ സ്വീകാര്യമായിരുന്നു.

കോൺഗ്രസിന്റെ ഉത്ഭവത്തോടൊപ്പം തന്നെ പലനിലയിലും സദൃശ്യമായ രണ്ട് വൈരുദ്ധ്യങ്ങൾ കോൺഗ്രസിൽ ഉയർന്നുവന്നു. ഇതിൽ ആദ്യത്തേത് സർ. സയ്യിദ് അഹമ്മദിന്റെ നേതൃത്വത്തിൽ ഉയർന്നുവന്നതും രണ്ടാമത്തേത് ഹിന്ദുപുനരുത്ഥാനവാദത്തിന്റെ രൂപത്തിൽ വളർന്നതുമായിരുന്നു.

'പുത്തൻ സാമൂഹികവർഗ്ഗ'ങ്ങളുടെ പ്രതിനിധിയെന്ന നിലയിലുള്ള കോൺഗ്രസിന്റെ ആവിർഭാവവും, അതിന്റെ 'പ്രതിബദ്ധതയും പ്രക്ഷോഭവും' എന്ന നിലപാടും സർ. സയ്യദ് അഹമ്മദിനെ അസ്വസ്ഥനാക്കുകയും കോൺഗ്രസിൽനിന്ന് അകന്നു നില്ക്കാൻ പ്രേരിപ്പിക്കുകയും ചെയ്തു. ഇതിനുപകരം അദ്ദേഹം മുസ്ലിംസമുദായത്തിലെ ജാഗിർദാർമാരെ സംഘടിപ്പിക്കുകയും തന്റെ അനുയായികളോടൊപ്പം 'കോൺഗ്രസ് ഹിന്ദുക്കളുടെയും ഹീനജാതരു (Low born) ടെയും അഭിലാഷങ്ങളാണ് സംരക്ഷിക്കുന്നതെന്ന്' പ്രചരിപ്പിക്കാൻ തുടങ്ങുകയും ചെയ്തു. കോൺഗ്രസിന്റെ 'പ്രാതിനിധ്യ' രാഷ്ട്രീയത്തിനു വിരുദ്ധമായി അദ്ദേഹം 'മുസ്ലിം പ്രാതിനിധ്യ' മെന്ന ആവശ്യം ബ്രിട്ടീഷുകാർക്ക് മുമ്പാകെ ഉന്നയിച്ചു. ഇന്ത്യയിലെ മുസ്ലിം അഭിലാഷങ്ങളുടെ ശ്രേഷ്ഠരായ സംരക്ഷകരാണ് ബ്രിട്ടീഷുകാർ എന്ന് സയ്യദ് അഹമ്മദ് പ്രഖ്യാപിക്കാൻ തുടങ്ങി. പിന്നീട്, മുസ്ലിം ഭൂപ്രഭുക്കളുടെയും നവാബുമാരുടെയും താല്പര്യസംരക്ഷകരായ മുസ്ലിംലീഗിന്റെ രൂപവല്ക്കരണത്തിന് വഴിതെളിച്ചത് ഇത്തരം പരിശ്രമങ്ങളാണ്.

അതേ അവസരത്തിൽ, കോൺഗ്രസിന്റെ ആശയാദർശങ്ങളെ എതിർക്കുന്ന മറ്റൊരു വിഭാഗവും ഉയർന്നുവന്നു. ഹിന്ദുസെമീന്ദാർമാർ, പരമ്പരാഗത വ്യാപാരികൾ, (ബനിയവിഭാഗം) മദ്ധ്യവർഗ്ഗ ഉദ്യോഗസ്ഥർ, തുടങ്ങിയവരുൾക്കൊള്ളുന്ന വർഗ്ഗമായിരുന്നു ഇത്. 1870 കളിൽ ഈ

വിഭാഗം മുസ്ലിംവിരുദ്ധമതവികാരം ഇളക്കിവിടാനും കോൺഗ്രസിന്റെ ഏകരാഷ്ട്രസിദ്ധാന്തത്തെ ശക്തമായെതിർക്കാനും തുടങ്ങി. ഇവർ 'മുസ്ലീങ്ങളുടെ നിഷ്ഠൂരവാഴ്ച'യ്ക്കെതിരെ സംസാരിക്കുകയും അതിൽ നിന്നും ഇന്ത്യയെ വിമോചിപ്പിച്ച' ബ്രിട്ടീഷ് ഭരണാധികാരികളെ ശ്ലാഘിക്കുകയും ചെയ്തു. അവരുടെ കണ്ണിൽ പ്രാചീനകാലഘട്ടവും മുഗളപൂർവ്വഘട്ടവും ഭാരതത്തിന്റെ 'സൗവർണ്ണദശ'യായിരുന്നു. ആര്യസമാജനേതാവായ പണ്ഡിറ്റ് ലേഖ്റാം ഇസ്ലാമിക സ്വരൂപങ്ങളെയെല്ലാം എതിർക്കുകയും മുസ്ലീങ്ങൾ ആര്യസമാജത്തിലേക്ക് പരിവർത്തിക്കപ്പെടുകയോ ഇന്ത്യയിൽനിന്ന് ഭ്രഷ്ടരാക്കുകയോ വേണമെന്ന് ആവശ്യപ്പെടുകയും ചെയ്തു. ഇന്ത്യൻ നാഷണൽ കോൺഗ്രസിനോട് ശത്രുത പുലർത്തിയ ഇവരാണ് 'പഞ്ചാബ് ഹിന്ദുസഭ'യുടെ സ്ഥാപകർ. ഇവരുടെ അഭിപ്രായത്തിൽ വ്യത്യസ്ത മതവിഭാഗങ്ങളെ ഏകോപിപ്പിച്ച് ഒരൊറ്റ രാഷ്ട്രം രൂപവല്ക്കരിക്കുകയെന്നാൽ മുസ്ലീങ്ങളെ പ്രീണിപ്പിക്കാൻ വേണ്ടി ഹിന്ദുത്വാഭിലാഷങ്ങൾ ബലികൊടുക്കുകയെന്നാണർത്ഥം. 'ആദ്യം ഹിന്ദുവാകുക എന്നിട്ടാവാം ഇന്ത്യൻ' ഇതായിരുന്നു ഇവരുടെ ആദർശം. ഇതിന്റെയെല്ലാം പരിണാമവും പരമകാഷ്ഠയുമായിരുന്നു പില്ക്കാലത്ത് ആർ എസ് എസ് രൂപവല്ക്കരണത്തിനു വഴിതെളിച്ച ഹിന്ദുമഹാസഭയുടെ പിറവി.

ഇന്ത്യയിലെ ഹിന്ദു-മുസ്ലിം അഭിജാതവർഗ്ഗങ്ങൾക്കിടയിലെ വൈരുദ്ധ്യങ്ങളെക്കുറിച്ച് ബലിഷ്ഠബോധമുണ്ടായിരുന്ന ബ്രിട്ടീഷുകാർ വിഭജിച്ച് ഭരിക്കുക divide-et-empera യെന്ന നയം അടിച്ചേല്പിച്ചു. ഐ എൻ സിയുടെ രൂപവല്ക്കരണത്തോടെ ബ്രിട്ടീഷുകാർ അതിന്റെ ആവശ്യങ്ങളോട് അസ്വസ്ഥത പ്രകടിപ്പിക്കാൻ തുടങ്ങി. സർ. സയ്യിദിന്റെ കോൺഗ്രസ് വിരോധം ഈ അവസരത്തിൽ ബ്രിട്ടീഷുകാർക്ക് ഉപകാരപ്രദമാവുകയും അദ്ദേഹത്തിന്റെയും അനുയായികളുടെയും വർഗ്ഗീയ നയങ്ങൾ പ്രോത്സാഹിപ്പിക്കപ്പെടുകയും ചെയ്തു. ബ്രിട്ടീഷുകാർ മുസ്ലിം സമുദായത്തിലെ നവാബുമാരെയും ജാഗിർദാർമാരെയും ഹിന്ദുവിഭാഗത്തിൽ ഹിന്ദുമഹാസഭയെയും ആർ എസ് എസിനെയും പ്രോത്സാഹിപ്പിക്കുകയും പ്രീണിപ്പിക്കുകയും ചെയ്യുന്ന നയമാണ് പിൻതുടർന്നത്. ഈ രണ്ടു സംഘടനകളും ബ്രിട്ടീഷുകാർക്കെതിരായ പ്രക്ഷോഭപരിപാടികളിൽ നിന്നകന്നു നില്ക്കുകയും അതുകൊണ്ടു തന്നെ ഭരണകൂടമർദ്ദനത്തിൽ നിന്നൊഴിവാക്കപ്പെടുകയും ചെയ്തു.

അതായത് ഇന്ത്യാ വിഭജനത്തിലേക്ക് നയിച്ചത് മൂന്നു പ്രധാന ഘടകങ്ങളാണ്. ഒന്നാമത്തേത് ബ്രിട്ടീഷുകാരുടെ ഭിന്നിപ്പിച്ചു ഭരിക്കൽ നയം. രണ്ടാമത്തേത് മുസ്ലിം സമുദായത്തിലെ സെമീന്ദാർമാരുടെയും നവാബുമാരുടെയും അഭിലാഷങ്ങൾ സംരക്ഷിക്കുന്ന വർഗ്ഗീയത, മൂന്നാമത്തേത്, ഹിന്ദുവർഗ്ഗീയത (ആർ എസ് എസ് ഹിന്ദുമഹാസഭ) ഇത് ഹിന്ദു സമീന്ദാർമാരുടെയും ബ്രാഹ്മണ-ബനിയ വിഭാഗങ്ങളുടെയും അഭിലാഷങ്ങളെ പ്രതിഫലിപ്പിച്ചു. മതേതരവല്ക്കരണ പ്രക്രിയയുടെ മന്ദഗ

തിക്ക് (മതവും രാഷ്ട്രവ്യവഹാര പ്രവർത്തനത്തെയും വിച്ഛേദിക്കൽ) കാരണം:

1. സമ്പദ്വ്യവസ്ഥയുടെ മന്ദഗതി.
2. ഹിന്ദു-മുസ്ലിം കുലീനവർഗ്ഗങ്ങൾ തമ്മിലുള്ള മത്സരം.
3. ഫ്യൂഡൽ-വ്യാപാര മുതലാളിമാരുടെ വർഗ്ഗ ദൗർബ്ബല്യം.
4. ബ്രിട്ടീഷുകാരുടെ ഭിന്നിപ്പിച്ചു ഭരിക്കൽ നയം.

മുസ്ലിംലീഗ് ഇസ്ലാമിക സമുദായത്തിന്റെ അഭിജാതവർഗ്ഗ താല്പര്യങ്ങൾ മാത്രമാണ് സംരക്ഷിച്ചത്. ഖാൻ അബ്ദുൾ ഗാഫർഖാൻ, ഹക്കിം അജ്മൽഖാൻ, ഡോ. അൻസാരി, മൗലാനാ അബ്ദുൾ കലാം ആസാദ് തുടങ്ങിയവർ മതനിരപേക്ഷതയ്ക്ക് വേണ്ടിയും ഹിന്ദു-മുസ്ലിം ഐക്യത്തിനുവേണ്ടിയും നിലകൊണ്ടു. അവർ ബ്രിട്ടീഷ് വിരുദ്ധ പ്രക്ഷോഭങ്ങൾക്ക് വേണ്ടി വാദിച്ചു. മൗലാനാ ഹുസൈൻ അഹമ്മദ് മദനി പറയുന്നു. "ഈ ദിനങ്ങളിൽ രാഷ്ട്രസങ്കല്പം ഭൂമിശാസ്ത്രപരമായിട്ടാണ്; മതാടിസ്ഥാനത്തിലല്ല നിലനിന്നത്. ഫ്രാൻസിനെയും യു എസ് എയെയും പോലെ."

മിക്ക 'അഭിജാത' മുസ്ലീങ്ങളും(ബ്യൂറോക്രാറ്റുകൾ, വ്യാപാരികൾ, ധനിക ഭൂപ്രഭുക്കൾ തുടങ്ങിയവർ) വിഭജനാനന്തരം പാകിസ്ഥാനിലേക്ക് പോയി. ബഹുഭൂരിപക്ഷം വരുന്ന മുസ്ലീങ്ങൾക്കിടയിലെ ഭൂരഹിതരും സ്വന്തമായി കൈത്തൊഴിൽ ചെയ്തു ജീവിക്കുന്നതിവരും പാകിസ്ഥാൻ വാദത്തിനു പിറകിൽ അണിചേർന്നില്ല. വിഭജനത്തെത്തുടർന്ന് മുസ്ലിം സമുദായത്തിലെ ചെറിയൊരു വിഭാഗം വിഭജനത്തെ അപലപിക്കാൻ തുടങ്ങി.

ഇനി പറയുന്നവ ഹിന്ദുവർഗ്ഗീയതയ്ക്കും മുസ്ലിം വർഗ്ഗീയതയ്ക്കും പൊതുവിൽ ബാധകമായിരുന്നു.

- ബ്രിട്ടീഷ് കൊളോണിയൽ ഭരണത്തിനെതിരെ പോരാട്ടങ്ങൾ നടത്താതിരിക്കുക.
- 'അപര' സമുദായത്തിനെതിരായ വിദ്വേഷത്തിലധിഷ്ഠിതമായി 'നമ്മുടെ' സമുദായത്തെ ഏകോപിപ്പിക്കുക.
- ഇരുവർഗ്ഗീയതയുടെയും വളർച്ച പരസ്പരാശ്രിതത്വത്തിൽ അധിഷ്ഠിതമാണെങ്കിലും 'അപര' വർഗ്ഗീയതയ്ക്കെതിരെ പ്രതികരിക്കുന്നുവെന്ന പൊതുധാരണ വളർത്തുക.
- സാമൂഹികാടിത്തറയുടെ സമാനത: ഭൂപ്രഭുക്കൾ, വ്യാപാരികൾ, ഹുണ്ടികക്കാർ, ബ്യൂറോക്രാറ്റുകൾ, മറ്റു മദ്ധ്യവർഗ്ഗ സമൂഹങ്ങൾ.
- മതനിരപേക്ഷ ദേശീയത, സമന്വിത ദേശീയത, കോൺഗ്രസിന്റെ ഏകദേശീയവാദം എന്നീ ആദർശങ്ങളോടുള്ള വിദ്വേഷം.
- ദ്വിരാഷ്ട്ര സിദ്ധാന്തം (a) മുസ്ലിം വർഗ്ഗീയവാദികൾ: പാകിസ്ഥാൻ, എന്ന രാഷ്ട്രം മാത്രമാണ് മുസ്ലീങ്ങളുടെ അഭിലാഷങ്ങൾ സംരക്ഷിക്കാനുള്ള ഒരു മാർഗ്ഗമെന്ന കാഴ്ചപ്പാട് (b) ഹിന്ദുവർഗ്ഗീയവാദികൾ : ഈ രാഷ്ട്രം (ഇന്ത്യ) ഹിന്ദുക്കളുടേതാണ്. മുസ്ലീങ്ങൾ ഹിന്ദുക്കളുടെ അഭിലാഷങ്ങൾക്കനുസരിച്ചും വിധേയമായും ജീവിക്കണം.

(ഹിന്ദുവർഗ്ഗീയത, ഹിന്ദുമഹാസഭയിലൂടെയും ആർ എസ് എസി ലൂടെയുമാണ് അതിന്റെ ആശയാദർശങ്ങൾ പ്രതിഫലിപ്പിക്കുന്നത്. മുസ്ലിം വർഗ്ഗീയതയുടെ ബഹിർസ്ഫുരണം മുസ്ലിം ലീഗിലൂടെയും)

ഒരു മതത്തിലെ എല്ലാ ജനങ്ങൾക്കും ഒരു പൊതു സമ്പദ്ഘടനയും സാമൂഹിക-രാഷ്ട്രീയ അഭിലാഷങ്ങളുമാണുള്ളതെന്നും ഇവയെല്ലാം മറ്റൊരു മതത്തിൽ വിശ്വസിക്കുന്നവരുടേതിന് വിരുദ്ധമാണെന്നും വിശ്വസിക്കുന്നു. വർഗ്ഗീയതയുടെ വളർച്ചയിൽ മൂന്നു പ്രധാന ഘടകങ്ങളുണ്ട്.

മൃദു (Mild) : ഒരേ മതത്തിലെ വിശ്വാസികൾക്കെല്ലാം സദൃശമായ അഭിലാഷങ്ങളാണുള്ളത്.

മിതവാദം (Moderate) : വിവിധ മതവിഭാഗങ്ങളിലെ ജനങ്ങളുടെ അഭിലാഷ വൈവിധ്യം.

തീവ്രം (Etreme): വിവിധ മതവിശ്വാസികളുടെ അഭിലാഷങ്ങൾ പരസ്പരം ശത്രുതാപരമാണ്. അപരമതങ്ങളോട് വിദ്വേഷവും ഭീതിയും.

കൊളോണിയൽ ഇന്ത്യയിൽ തൊഴിൽ വിപണിയുടെ സാദ്ധ്യത പരിമിതമാണെന്നു മാത്രമല്ല, തൊഴിലിനുവേണ്ടിയുള്ള മത്സരം മതത്തിന്റെയും ജാതിയുടെയും അടിസ്ഥാനത്തിലുമാണ്. വർഗ്ഗീയ രാഷ്ട്രീയം സാമ്പത്തിക പ്രശ്നങ്ങളെയും സാമൂഹിക ദുരിത സ്രോതസ്സുകളെയും ഗോപ്യമാക്കുന്നു. ചൂഷക-ചൂഷിത ബന്ധങ്ങളെ മറച്ചുവയ്ക്കുന്നു.

എന്നാൽ ചില അവസരങ്ങളിൽ മത/ജാതീയ വൈവിദ്ധ്യങ്ങൾ സാമ്പത്തിക വൈവിദ്ധ്യങ്ങളുമായി യോജിച്ചുപോവാറുണ്ട്. ഉദാ: ബംഗാളിൽ ഭൂപ്രഭുക്കളും ഹുണ്ടികക്കാരും വ്യാപാരികളും ഹിന്ദുക്കളിലെ ഉപരിവർഗ്ഗമായിരുന്നു. ചൂഷിതരായ പാവപ്പെട്ട കർഷകരും താഴ്ന്ന ജാതിക്കാരും മുസ്ലീങ്ങളും. കേരളത്തിൽ ഹിന്ദുക്കൾ ഭൂപ്രഭുക്കളും മുസ്ലീങ്ങൾ പാവപ്പെട്ട കൃഷിക്കാരുമായിരുന്നു. പഞ്ചാബിൽ : മുസ്ലിം ഭൂപ്രഭുക്കളും, അഭിജാത ഹിന്ദുകർഷകരും അവരുടെ മതസ്വത്വത്തെ ചൂഷിത-മർദ്ദിത സമൂഹത്തെ അടിച്ചമർത്താൻ ഉപയോഗിച്ചു.

■ നമ്മുടെ രാജ്യത്തിന്റെ ഏറ്റവും വലിയ ശാപം മുസ്ലിം വർഗ്ഗീയതയാണ്. ഹിന്ദുവർഗ്ഗീയത അതിനോടുള്ള പ്രതികരണമായിരുന്നു.

സെപ്തംബർ 11 ന്റെ വേൾഡ് ട്രേഡ്സെന്റർ ആക്രമണത്തെ തുടർന്നുണ്ടായ സംഭവങ്ങൾ, മൂവായിരത്തിൽപ്പരം മരണം. ലളിതമായി പറഞ്ഞാൽ ഏറ്റവും ഭീതിദ ദുരന്തമായിരുന്നു. ഉഗ്രവാദികളെ ഏതുരീതിയിൽ അപലപിച്ചാലും അത് അധികമാവില്ല. സംഭവത്തെത്തുടർന്ന് അമേരിക്കൻ ഭരണകൂടം സടകുടഞ്ഞെഴുന്നേറ്റു. ഒസാമാ ബിൻലാദനാണ് കുറ്റവാളിയെന്ന് അവർ പ്രഖ്യാപിക്കുകയും അഫ്ഗാൻ താലിബാനോട് അയാളെ കൈമാറാൻ ആവശ്യപ്പെടുകയും ചെയ്തു. താലിബാനാവട്ടെ, സംഭവത്തിൽ ബിൻലാദന്റെ പങ്കിനെക്കുറിച്ചുള്ള തെളിവ് ആവശ്യപ്പെടുകയും അത് ലഭ്യമായാൽ അയാളെ നിഷ്പക്ഷ രാഷ്ട്ര

ത്തിന് കൈമാറുമെന്ന് പ്രസ്താവിക്കുകയും ചെയ്തു. യു എസ് ആവട്ടെ അഫ്ഗാനിസ്ഥാനെ ആക്രമിക്കാൻ തീരുമാനിച്ചു. രസകരമെന്നു പറയട്ടെ, നാം ഇസ്ലാമിക ഭീകരവാദത്തെക്കുറിച്ച് തുടർച്ചയായി കേൾക്കാൻ തുടങ്ങി. ലോകത്തിന്റെ മുഴുവൻ പ്രശ്നങ്ങളുടെയും ഉത്തരവാദികളായ കുറ്റവാളികൾക്കുള്ള പര്യായപദമായി മാറി, ഇസ്ലാമിക ഭീകരവാദം.

ദുരന്തപൂർണ്ണമായ അഫ്ഗാൻ യുദ്ധത്തെ തുടർന്നുണ്ടായ ദുരിതങ്ങൾ അളവറ്റതായിരുന്നു. അമേരിക്കൻ ആക്രമണത്തിന്റെ ഇരകൾ സാധാരണ മനുഷ്യരായിരുന്നു.

മുസ്ലീങ്ങൾക്കിടയിലെ ചിലർ ബിൻലാദന്റെ ആളുകളായി തെറ്റിദ്ധരിക്കപ്പെട്ടപ്പോൾ ലോകമെങ്ങും വ്യാപരിച്ചുകിടക്കുന്ന പല മുസ്ലിംഭരണാധികാരികൾ അമേരിക്കയുടെ അഫ്ഗാൻ ആക്രമണത്തെ പിന്തുണയ്ക്കുകയായിരുന്നു. മുസ്ലീങ്ങൾക്കിടയിലെ ചിലർ യു എസിന്റെ അഫ്ഗാൻ ആക്രമണത്തെ ഇസ്ലാമിനെതിരായ യുദ്ധമായി വിലയിരുത്തിയപ്പോൾ മുസ്ലീങ്ങൾക്കിടയിലെ സംയമനമുള്ളവർ അഫ്ഗാൻ ആക്രമണത്തിനു കാരണമായ വേൾഡ് ട്രേഡ് സെന്റർ ആക്രമണത്തെ അപലപിച്ചു. ഭീകരവാദത്തെ ഭർത്സിക്കാൻ ഈ വിഭാഗം തയ്യാറായി. എന്നാൽ വിസ്മയാവഹമെന്നു പറയട്ടെ, മാദ്ധ്യമങ്ങൾ മുസ്ലീങ്ങൾക്കിടയിലെ മതഭ്രാന്തരെ ഉയർത്തിക്കാട്ടുകയും സംയമനവും വിവേകബോധവുമുള്ള വിഭാഗത്തിന്റെ പ്രസ്താവനകളും അഭ്യർത്ഥനകളും അവഗണിക്കുകയും ചെയ്യുന്ന സമീപനമാണ് സ്വീകരിച്ചത്.

ഒരു പ്രത്യേക മുസ്ലിംരാഷ്ട്രം എന്ന ആശയം മുന്നോട്ടുവെച്ചതു വഴി സ്വാതന്ത്ര്യ പൂർവ്വ കാലഘട്ടത്തിലെ ഇസ്ലാമിക മതമൗലികവാദികൾ അവരുടെ ഹീനമായ പങ്ക് അനുഷ്ഠിക്കുകയായിരുന്നു. ജിന്നയുടെ ലീഗിന് തിരഞ്ഞെടുപ്പിൽ 6 ശതമാനത്തിലധികം വോട്ട് ഒരിക്കലും ലഭിച്ചതുമില്ല. ബ്രിട്ടീഷുകാരുടെ സഹായത്തോടെയും ഹിന്ദുമതമൗലികവാദികളുടെ പിൻതുണയോടെയും ദ്വിരാഷ്ട്രസിദ്ധാന്തത്തിലധിഷ്ഠിതമായ പാകിസ്ഥാൻ രൂപപ്പെടുത്തുകയായിരുന്നു.

വിഭജനാനന്തരം ഉപരിവർഗ്ഗത്തിൽ നല്ലൊരു ഭാഗവും പാകിസ്ഥാനിലേക്ക് പോയപ്പോൾ മുസ്ലിം ബഹുഭൂരിപക്ഷവും ഇന്ത്യൻ യൂണിയനിൽ നിലയുറപ്പിക്കുകയാണുണ്ടായത്. മതാധിഷ്ഠിതമായി രൂപംകൊണ്ട പാകിസ്ഥാനാവട്ടെ പിന്നീട് (1971) വിഘടിക്കുകയും (പാകിസ്ഥാനെന്നും ബംഗ്ലാദേശെന്നും) അങ്ങനെ മതാടിസ്ഥാനത്തിൽ ഒരു രാഷ്ട്രത്തിന് നിലനില്ക്കാൻ കഴിയില്ലെന്ന് തെളിയിക്കുകയും ചെയ്തു. അതിനുശേഷവും മുസ്ലിം മതമൗലികവാദം ചില കേന്ദ്രങ്ങളിൽ മാത്രം നിലയുറപ്പിക്കപ്പെടുകയും ഭൂരിപക്ഷ മതമൗലികവാദത്തിന് പ്രകോപനം സൃഷ്ടിക്കുന്ന ശക്തിയായി പരിണമിക്കുകയും ചെയ്തു. നമ്മുടെ ഭരണാധികാരികളാവട്ടെ ഈ വർഗ്ഗീയ സ്വരൂപങ്ങൾക്ക് പിന്തുണ നല്കുന്ന സമീപനം പിൻതുടരുകയും ചെയ്തു.

■ ദേശീയ രാഷ്ട്രത്തിന്റെ അടിസ്ഥാനം മതം ആണ്

മതാടിസ്ഥാനത്തിൽ ഒരു ആധുനിക ദേശരാഷ്ട്രത്തിനും അതിജീവിക്കാൻ കഴിയില്ല. അത്തരം രാഷ്ട്രങ്ങൾതന്നെ പരസ്പരം ഏറ്റുമുട്ടുകയും യുദ്ധം ചെയ്യുകയും ചെയ്യുന്ന സ്ഥിതിയാണ് ഇന്നു നാം കാണുന്നത്. ഇതിന്റെ ഏറ്റവും സ്പഷ്ടമായ ദൃഷ്ടാന്തമാണ് ഇറാൻ-ഇറാക് യുദ്ധം. പാകിസ്ഥാന്റെ പിളർപ്പോടെ മതം രാഷ്ട്രത്തെ കോർത്തിണക്കുന്ന ചരടാണെന്ന ധാരണ തിരുത്തപ്പെട്ടു.

ജനാധിപത്യാദർശങ്ങളിൽ തളിരിടുന്ന പൗരത്വത്തിലാണ് രാഷ്ട്രത്തിന്റെ അസ്തിത്വം നിലനില്ക്കുന്നത്.

ചരിത്രത്തിലെ മതമൗലികവാദികൾ ഇസ്ലാം മാത്രമല്ല. ആദ്യത്തെ മതമൗലികവാദത്തിന്റെ വർണ്ണരേഖ യു എസിലെ ക്രൈസ്തവമതത്തിലാണ് രൂപംകൊണ്ടത്. (19-ാം നൂറ്റാണ്ടിൽ) അടിമത്തനിരോധനത്തെ തുടർന്നും സ്ത്രീകളുടെ സാമൂഹികരംഗ പ്രവേശത്തെ തുടർന്നുമുള്ള മാറിയ സാമൂഹിക സാഹചര്യത്തിന്റെ പിൻവാതിലിലൂടെയാണ് ഈ ക്രൈസ്തവ മതമൗലികവാദം 19-ാം നൂറ്റാണ്ടിൽ അമേരിക്കയിൽ ബീജാവാപം ചെയ്തത്. പിന്നീട് ആയത്തുള്ള ഖൊമേനിയുടെ ഇറാനിൽ മുസ്ലിം മതമൗലികവാദവും രൂപംകൊണ്ടു. റസാഷാ പെഹൽവി (Raza shah pehlvi) യെന്ന യു എസിന്റെ യന്ത്രപ്പാവയ്ക്ക് ഈ രംഗത്ത് സുപ്രധാന പങ്കുണ്ടായിരുന്നു. അദ്ദേഹത്തിന്റെ ഉപരിപ്ലവമായ പാശ്ചാത്യവല്ക്കരണം (Superficial Westernisation) എന്ന നയം സാമൂഹിക ദുരിതങ്ങൾക്കും അതുവഴി കലാപങ്ങൾക്കും വഴിതെളിയിച്ചു. സാമൂഹികാസംതൃപ്തികൾ പ്രകാശിപ്പിക്കാൻ ശക്തമായ മാർഗ്ഗം കാണാൻ കഴിയാതെ ആയത്തുള്ള ഖൊമേനി ഇറാനിൽ മതമൗലികവാദഭരണം സ്ഥാപിക്കുകയായിരുന്നു. സമീപകാലത്ത് ഇറാഖിൽ സാമൂഹിക പരിഷ്കരണങ്ങൾ ഉയർന്നുവരുന്നുണ്ട്. മിക്ക മുസ്ലീങ്ങളും വിശ്വസിക്കുന്നത് ഇസ്ലാമിക വിശ്വാസികളെല്ലാം 'Ummah' (ഇസ്ലാമിക സാമുദായിക ദൃഢത) സ്ഥാപിക്കണമെന്നാണ്. എന്നാൽ ആഗോള ഇസ്ലാമിക രാഷ്ട്ര സങ്കല്പത്തിലേക്ക് സാമുദായിക ദൃഢതാസങ്കല്പത്തെ സമീകരിക്കാൻ കഴിയില്ല. ഇത് പ്രായോഗികവുമല്ല. കാരണം ജനങ്ങൾ സാർവ്വദേശീയ സമൂഹങ്ങളായിട്ടാണ് ജീവിക്കുന്നത്. എന്നാൽ ഒരു ദേശീയ രാഷ്ട്രത്തിന്റെ അസ്തിത്വവും നൈരന്തര്യവും ഒരു നിശ്ചിത രാഷ്ട്രീയ ഘടനയുമായി ബന്ധപ്പെട്ടതാണെന്നു മാത്രമല്ല അതിനെ ഒരേ മതത്തിന്റെ അടിസ്ഥാനത്തിലുള്ള ലോകത്തിലേക്ക് പരിഭാഷപ്പെടുത്താൻ കഴിയുകയുമില്ല. വിഭിന്ന ഇസ്ലാമിക രാഷ്ട്രങ്ങൾ തമ്മിലുള്ള നിരവധി യുദ്ധങ്ങൾക്ക് നാം സാക്ഷ്യം വഹിച്ചിട്ടുണ്ട്. മതത്തിന്റെ അടിസ്ഥാനത്തിൽ ഒരു രാഷ്ട്രം രൂപവല്ക്കരിക്കുന്നത് വ്യാമോഹം മാത്രമാണെന്ന് അറബ് ദേശീയതയുടെ പരാജയം വെളിപ്പെടുത്തുന്നു. പശ്ചിമ-പൂർവ്വ പാകിസ്ഥാൻ രാഷ്ട്രങ്ങളിൽ ഒരേ മതമാണെങ്കിലും പാകിസ്ഥാന്റെ പിളർപ്പിന് നാം സാക്ഷ്യംവഹിച്ചു. അടുത്തടുത്ത ഇസ്ലാമിക രാഷ്ട്രങ്ങളായ ഇറാൻ-ഇറാഖ്-കുവൈത്ത് തുടങ്ങി

യവ പരസ്പരം നടത്തിയ പോരാട്ടങ്ങൾക്കും യുദ്ധങ്ങൾക്കും നാം സാക്ഷ്യംവഹിച്ചു.

■ ഇസ്ലാമിക ഭീകരവാദികൾ ഇസ്ലാം മതവിശ്വാസത്തെ പ്രതിനിധീകരിക്കുന്നു

ധാരാളം ഷാഹി ഇമാമുകളും മറ്റു ഉലമകളും പലപ്പോഴും അവകാശപ്പെടുന്നത് അവർ മുസ്ലിം സമുദായത്തിന്റെ പ്രതിനിധികളാണെന്നാണ്. ഇസ്ലാമിസത്തിന് വിഭിന്ന വ്യാഖ്യാനങ്ങളാണുള്ളത്. ഈ വിഭിന്ന വ്യാഖ്യാനങ്ങൾ സാഹചര്യങ്ങളുടെ അടിസ്ഥാനത്തിൽ രൂപംകൊണ്ടതാണ്. മതപരമായി വിശുദ്ധരായ ജനങ്ങൾക്ക് സമൂഹത്തിന്റെ പ്രതിനിധികളാവുക അസാദ്ധ്യമാണ്. സമൂഹത്തിന്റെ തിരഞ്ഞെടുപ്പിലൂടെയാണ് അടിസ്ഥാപരമായി പ്രാതിനിധ്യം സാദ്ധ്യമാവുന്നത്.

ഇന്ത്യയിൽ വിശേഷിച്ചും 1970 കൾ മുതൽ പല രാഷ്ട്ര വ്യവഹാര വിദഗ്ദ്ധരും ഉലമകളിലൊരു വിഭാഗത്തെ തങ്ങളുടെ രാഷ്ട്രീയ ലാഭത്തിനുവേണ്ടി ഉപയോഗപ്പെടുത്താൻ തുടങ്ങി. 1977 ൽ ജനതാപാർട്ടിയുടെ പ്രതിനിധികളും വി പി സിങ്ങും വാജ്പേയിയും അവരുടെ പാർട്ടിക്ക് പിന്തുണ ലഭിക്കുന്നതിനായി ഫത്വ (Fatwa) യ്ക്കുവേണ്ടി ഡൽഹിയിലെ ജുമാ മസ്ജിദിലെ ഷാഹി ഇമാമിനെ സമീപിക്കുകയുണ്ടായി. അതുപോലെ രാഷ്ട്രീയക്കാരും ഈ ഗെയിം പലപ്പോഴായി ആവർത്തിക്കുകയുണ്ടായി. ഉലമ മുസ്ലിം സമുദായത്തെ പ്രതിനിധീകരിക്കുന്നില്ല. തിരഞ്ഞെടുക്കപ്പെട്ട പ്രതിനിധികൾക്കു മാത്രമേ സമുദായത്തെ പ്രതിനിധീകരിക്കാൻ കഴിയൂ.

■ ഇസ്ലാമാണ് ഭീകരവാദത്തിന് വഴിതെളിച്ചത്

തങ്ങളുടെ അഭിലാഷലക്ഷ്യങ്ങൾക്കു വേണ്ടി യു എസ് അഫ്ഗാനിസ്ഥാനിലെ റഷ്യൻ ഇടപെടലിനെ എതിർക്കാൻ എന്ന പേരിൽ താലിബാനെ പിൻതുണച്ചു.

ഇറാഖിനെ സായുധവല്ക്കരിച്ചുകൊണ്ട് ഇറാനെതിരെ തിരിച്ചുവിട്ടു. വിധി വൈപരീത്യമെന്നു പറയട്ടെ, ഇന്ന് ഇറാക്കിനെതിരെ ആക്രമണം നടത്തുകയും 'താലിബാനെ ഒരു പാഠം പഠിപ്പിക്കാൻവേണ്ടി' ഇറാക്കിനെ നിശ്ചേതനമാക്കുകയും ചെയ്തിരിക്കുന്നു. അമേരിക്കയുടെ ഇറാഖ് ആക്രമണവും അധിനിവേശവും അനന്തര സംഭവങ്ങളും ഇറാഖി സമൂഹത്തെ ഗുരുതരമായ രീതിയിൽ ഞെരിച്ചമർത്തുകയും ചെയ്തിരിക്കുന്നു.

ഇറാഖി ജനതയുടെ അവശ്യവസ്തു ദൗർലഭ്യം, കുട്ടികളുടെ പോഷകാഹാരക്കുറവ്, ആരോഗ്യ പരിപാലനത്തിന്റെ അഭാവം ഇതെല്ലാം അവിടുത്തെ ജീവിതം ദുരിതപൂർണ്ണമാക്കിയിരിക്കുന്നു. അഫ്ഗാൻ ജനതയും സദൃശമായ ദുരിതങ്ങളാണനുഭവിക്കുന്നത്. അമേരിക്കൻ പിൻതുണ ഒരു കാലത്ത് ലഭിച്ചിരുന്ന താലിബാനും ഇത്തരം ദുരിതങ്ങളിൽനിന്ന് മോചിതരല്ല.

പലസ്തീൻ പ്രശ്നത്തിൽ, ഒരു വിഭാഗം തീവ്രവാദശക്തികൾ അമേരിക്കൻ സഹായത്തോടെ ഉയർന്നുവരികയായിരുന്നു. ഹിറ്റ്ലറുടെ ഫാസിസ്റ്റ് വംശീയാധിഷ്ഠിത ദേശീയവാദ അധിനിവേശത്തിൻ കീഴിൽ ലോകസഹാനുഭൂതി ലഭിച്ച ജൂതജനവിഭാഗം പലസ്തീനിലെ അറബ് ജനതയോട് സ്വീകരിച്ച വംശീയ നിലപാടുകൾ ശ്രദ്ധേയമാണ്. ജൂതന്മാർക്കിടയിലെ സിയോണിസ്റ്റ് പ്രസ്ഥാനം, മുസ്ലീങ്ങളുടെ പാകിസ്ഥാൻ വാദത്തിന്റെ ജൂത പതിപ്പായിരുന്നു. പലസ്തീൻ ജനതയുടെ മനുഷ്യാവകാശങ്ങളെയും അഭിനിവേശങ്ങളെയും പരിഗണിക്കാതെയുള്ള ജൂതമതാധിഷ്ഠിത ഇസ്രായേൽ രാഷ്ട്രവാദത്തിന് അമേരിക്കൻ–ബ്രിട്ടീഷ് പിന്തുണ ലഭിച്ചു. (1948 ൽ ഇസ്രായേൽ രൂപംകൊണ്ടു) മുസ്ലീങ്ങൾ മാത്രമല്ല ഇസ്രയേൽ വംശീയവാദത്തിന്റെ ഇരകൾ. ദക്ഷിണ പ്രദേശത്ത്, സിംഹളരുടെ തമിഴ് (ഹിന്ദു) സൈനികാധിഷ്ഠിത തീവ്രവാദം, ദശകങ്ങൾക്ക് മുമ്പ് പഞ്ചാബിൽ ഉയർന്നുവന്ന സിക്ക് തീവ്രവാദം, (ഖാലിസ്താൻ വാദം) ഇതെല്ലാം വിരൽ ചൂണ്ടുന്നത് ഒരേ ദുരന്തത്തിലേക്കാണ്. വിഭിന്ന വംശീയജനത മർദ്ദനത്തിന്റെയും അനീതിയുടെയും ബഹുവിധരൂപങ്ങൾക്കിരയാവുന്നുണ്ട്. ഈയവസ്ഥയാണ് മനുഷ്യത്വവിരുദ്ധ പ്രതികരണങ്ങളായ ഭീകരവാദ പ്രവർത്തനങ്ങളുടെ സാമൂഹിക–രാഷ്ട്രീയ ഭൂമിക. എന്നാൽ ഇത്തരം ഭീകരവാദങ്ങൾ വംശീയ ജനവിഭാഗങ്ങൾ അഭിമുഖീകരിക്കുന്ന മർദ്ദനങ്ങളെയും അനീതികളെയും വർദ്ധിപ്പിക്കുക മാത്രമേ ചെയ്യുന്നുള്ളൂ. അവരുടെ മനുഷ്യാവകാശങ്ങൾ നിഷേധിക്കപ്പെടുകയും ചെയ്യുന്നു.

സോവിയറ്റ് യൂണിയന്റെ തകർച്ചയോടെ ആഗോളതലത്തിൽ ശാക്തിക സന്തുലനത്തന് ഗണ്യമായ തിരിച്ചടി നേരിട്ടു. അതോടെ ഒരു പരമാധികാര ശക്തിയായി യു എസ് പ്രവർത്തിക്കാൻ തുടങ്ങി. യു എൻ ഒയെ അവഗണിച്ചുകൊണ്ട് പലപ്പോഴായി യു എന്നിനെ പലരീതിയിലുള്ള ഭീഷണതന്ത്രങ്ങളിലൂടെയും തങ്ങളുടെ തുടലിൽ കെട്ടിയും അമേരിക്ക ലോകത്തിൽ അതിന്റെ അധിനിവേശശ്രമങ്ങൾ പൂർവ്വാധികം ശക്തിയിൽ തുടർന്നു. സാമ്രാജ്യത്വത്തിന് നിലനില്ക്കാൻ എപ്പോഴും ഒരു 'ബാഹ്യശത്രു' ആവശ്യമാണ്. ഒരു 'ബാഹ്യശത്രു'വിനെ പ്രതിഷ്ഠിച്ചുകൊണ്ടേ സാമ്രാജ്യത്വത്തിന്റെ സങ്കീർണ്ണമായ സൈനികാടിത്തറ പരിപാലിക്കാൻ കഴിയൂ. സോവിയറ്റ് പതനത്തിനുശേഷം US (Uncle Sam) ഈ 'ബാഹ്യശത്രു' പദവി നല്കിയത് ഇസ്ലാമിനും ഇസ്ലാമിക മൗലികവാദത്തിനുമാണ്. വിശ്വാസസ്വാതന്ത്ര്യത്തിനുതന്നെ ഭീഷണമാണ് 'ഇസ്ലാം' എന്ന് പ്രചരിപ്പിക്കപ്പെട്ടു. ഇതേ കാലഘട്ടത്തിൽ തന്നെ പലസ്തീൻ ദുരിതങ്ങൾ, ഇറാഖ്, ബോസ്നിയ, റുവാണ്ട, അഫ്ഗാനിസ്ഥാൻ പ്രശ്നങ്ങൾ ഉയർന്നുവന്നു. യു എന്നിനെ യു എസ് ഒരു നിസ്സഹായത നിരീക്ഷകനാഥി വെട്ടിച്ചുരുക്കി.

ഭീകരവാദികൾ ഒരു സമുദായത്തെയും പ്രതിനിധീകരിക്കുന്നില്ല. സമൂഹഗാത്രത്തിലെ അർബുദമാണവർ. അവരുടെ നിന്ദ്യവും മാനുഷി

കവിരുദ്ധവുമായ പ്രവർത്തനങ്ങൾ മനുഷ്യരാശിക്ക് തന്നെ ഭീഷണിയാണ്. ഭീകരവാദത്തിന്റെ വിത്തുകൾ വിതച്ച സാമൂഹികാസ്വാസ്ഥ്യങ്ങളെക്കുറിച്ച് ഇന്ന് ലോകം ഗൗരവമായി ചിന്തിക്കേണ്ടിയിരിക്കുന്നു. അമേരിക്കയ്ക്കതിന്ന് പ്രതികാര നടപടിയിലൂടെ ഒന്നോ രണ്ടോ രാഷ്ട്രത്തെ തന്നെ എളുപ്പത്തിൽ നശിപ്പിക്കാൻ കഴിഞ്ഞേക്കും. എന്നാൽ ഒന്നോ രണ്ടോ മണിക്കൂറിനുള്ളിൽ ഭീകരവാദികൾ നടത്തുന്ന നടുക്കുന്ന ആക്രമണത്തിലൂടെ നമുക്ക് ഒരിക്കലും ബലിയർപ്പിക്കപ്പെടുന്ന വിലപ്പെട്ട ജീവിതങ്ങൾ തിരിച്ചു ലഭിക്കുന്നതല്ല. ഭീകരവാദികളുടെ മതത്തിലുൾപ്പെടുന്ന നിരപരാധികളായ മനുഷ്യരെ ശിക്ഷിക്കുകവഴി പ്രശ്നങ്ങൾ പരിഹരിക്കപ്പെടുന്നുമില്ല. ഒരു സവിശേഷ സമുദായത്തിനെതിരെയുള്ള ജനവികാരം നിരപരാധികളായ വ്യക്തികൾക്കെതിരെയുള്ള ആക്രമണമെന്നധിക്കാര നടപടിക്ക് കാരണമായേക്കാം. കുറ്റവാളികൾ നിശ്ചയമായും ശിക്ഷിക്കപ്പെടണം. പക്ഷേ, നിരപരാധികൾ ജന മനോവിഭ്രാന്തിയുടെ ക്രോധത്തിൽനിന്നും സംരക്ഷിക്കപ്പെടേണ്ടതുണ്ട്.

ഏതെങ്കിലും മതത്തിൽ നിന്നുത്ഭൂതമാവുന്ന ഹിംസ മതത്തിലെ ആത്മീയതയെ അമൂല്യമാക്കുന്നുണ്ടോ? 'ജിഹാദ്' എന്നു പറഞ്ഞാൽ ഹിംസയാണോ? നാം തരളിത സമൂഹവും രാഷ്ട്രവുമായതുകൊണ്ടാണോ ഭീകരവാദം ജനിക്കുന്നത്? എങ്ങനെയാണ് ഇസ്ലാം ഭീകരതയുമായി ബന്ധപ്പെടുന്നത്? അല്ലെങ്കിൽ ഏതൊരു മതമാണ് ഹിംസാത്മകതയുമായി ബന്ധപ്പെട്ടിരിക്കുന്നത്? ക്രൈസ്തവ രാജാക്കന്മാരുടെ നേതൃത്വത്തിൽ നടന്ന കുരിശുയുദ്ധം ക്രിസ്തുമതത്തെ സംരക്ഷിച്ചുവോ? മുസ്ലിം ഭരണാധികാരികൾ നയിച്ച ജിഹാദ് ഇസ്ലാമിന്റെ പരിശുദ്ധി സംരക്ഷിച്ചുവോ? ഹിന്ദുരാജാക്കന്മാർ നയിച്ച ധർമ്മയുദ്ധങ്ങൾ ഹിന്ദുമതത്തെ പരിരക്ഷിക്കാൻ വേണ്ടിയായിരുന്നുവോ? ഈ മതങ്ങളുമായി ബന്ധപ്പെട്ടതാണ് ഹിംസയെന്ന് ഒരുതരത്തിലും വിഭാവനം ചെയ്യുക സാദ്ധ്യമല്ല.

അതതു ഭരണാധികാരികളുടെ രാജവംശങ്ങൾ വിപുലമാക്കുകയെന്ന അടിസ്ഥാനലക്ഷ്യ സാഫല്യത്തിന്റെ ഭാഗമായി കൂടുതൽ കൂടുതൽ ജനങ്ങളെ അവരുടെ മതത്തിന്റെ പേരിൽ അണിനിരത്താൻ വേണ്ടിയാണ് ഈ യുദ്ധങ്ങളെല്ലാം നടന്നത്. ഒക് ലാഹോമ ബോംബറായ ടിമോതി മക്‌വീഹ്ഗ് ക്രിസ്തുമതത്തെ സംരക്ഷിക്കുകയായിരുന്നില്ല. രാജീവ് ഗാന്ധിയെയും അദ്ദേഹത്തിന്റെ ചുറ്റുമുള്ള നിരപരാധികളായ മനുഷ്യരെയും വധിക്കാൻ വേണ്ടി മനുഷ്യബോംബായി വർത്തിച്ച 'തനു' ഹിന്ദുമതത്തെ സംരക്ഷിക്കുകയായിരുന്നില്ല. ഇന്ദിരാഗാന്ധിയുടെ വധത്തിനും അതിനെ തുടർന്ന് ആയിരക്കണക്കിന് സിഖു സഹോദരന്മാരെ ബലികൊടുക്കുന്നതിനും വഴിതെളിച്ച ഭിന്ദ്രൻവാലയുടെ ഹിംസാരാധന സിക്കുമതത്തെ പരിസേവിക്കുകയായിരുന്നില്ല. വേൾഡ് ട്രേഡ് സെന്റർ ധ്വംസനത്തിലൂടെ അല്ലാഹുവിന് കൃതജ്ഞത പറഞ്ഞ ബിൻലാദൻ ഇസ്ലാമിസത്തെ സേവിക്കുകയായിരുന്നില്ല. കാശ്മീർ താഴ്‌വരകളിൽ നിരപ

രാധികളായ അനേകം ഹിന്ദുക്കളെ നിഷ്കരുണം വധിക്കുകവഴി കാശ്മീരിലെ ഭീകരവാദികൾ ഇസ്ലാംമതത്തെ ഒരിക്കലും പരിരക്ഷിക്കുകയായിരുന്നില്ല.

ജനാധിപത്യത്തിന്റെ ചൈതന്യധാരകളിലൂടെ നീതി നിഷേധിക്കപ്പെടുന്നവരുടെ ജീവസ്പന്ദനങ്ങൾ പ്രകാശിക്കപ്പെടാതിരിക്കുമ്പോൾ, തോക്കുകളുടെ ബാരലുകളിലൂടെയും ഭീകരവാദികളുടെ ബോംബ് സ്ഫോടനങ്ങളിലൂടെയും ഒഴുകുന്ന സാമൂഹിക–രാഷ്ട്രീയ അസ്വാസ്ഥ്യങ്ങളാണ് ഭീകരവാദത്തിന് ജന്മംകൊടുത്തത്. സൂര്യനു കീഴെയുള്ള എല്ലാ മതങ്ങളിലെയും ജനങ്ങൾ അവരുടെ മതത്തിന്റെ പേരിൽ ഭീകരവാദത്തിന് പ്രായോഗികമായി അവലംബമാവുകയാണ്. ഈ ദുരുപയോഗത്തിന് ഏതെങ്കിലും ഒരു മതം മാത്രം ഉത്തരവാദിയാവുന്നില്ല.

ഇന്ത്യൻ സാഹചര്യത്തിൽ, ജനങ്ങളുടെ ഹൃദയങ്ങളെയും മനസ്സുകളെയും കീഴടക്കുക വഴിയും അവരുടെ ജനാധിപത്യപരമായ സാദ്ധ്യതകളെ അതിന്റെ വലിയതോതിൽ ഉപയോഗപ്പെടുത്തുകവഴിയും മിലിറ്റന്റ് ശക്തികളെ നിയന്ത്രിച്ചു നിർത്തിയിരുന്നെങ്കിൽ ഖാലിസ്ഥാൻ ഭീകരവാദ പ്രശ്നം പരിഹരിക്കപ്പെടുന്നതിൽ വലിയൊരളവ് വിജയിക്കുമായിരുന്നു.

ജിഹാദികൾ വിളംബരം ചെയ്തിരിക്കുന്ന ഇന്നത്തെ ഭീകരവാദ ഭീഷണി തികച്ചും വ്യത്യസ്തമായ ഒരു ബോൾഗെയിമാണ് (പന്തുകളിയാണ്). ഇതിൽ പാകിസ്ഥാന്റെ പങ്ക് വളരെ വ്യക്തമാണ്. എന്നാൽ നമ്മുടെ ഹ്രസ്വദൃഷ്ടി, സാമ്രാജ്യത്വം പാകിസ്ഥാനെ ഉപയോഗപ്പെടുത്തിക്കൊണ്ടുള്ള ഭീകരവാദപ്രവർത്തന ലക്ഷ്യങ്ങൾ കാണുന്നതിൽനിന്നും നമ്മെ തടയുന്നു.

യു എസ് പിന്തുണയോടെയുള്ള ഇസ്രായേലിന്റെ രൂപവല്ക്കരണ കാലം മുതൽ മദ്ധ്യപൂർവ്വേഷ്യയിലുള്ള അതിന്റെ ലക്ഷ്യങ്ങളുടെ അടയാളങ്ങൾ സ്പഷ്ടമായിരുന്നു. യു എൻ പ്രമേയങ്ങളെ മുഴുവൻ ലംഘിച്ചുകൊണ്ട് ഇസ്രായേൽ പലസ്തീൻ ഭൂവിഭാഗം കൈയടക്കാൻ വേണ്ടി അറബ് ലോകത്തെ ആക്രമിക്കുകയും അതുവഴി പലസ്തീൻ ജനതയെ തെരുവാധാരമാക്കുകയും ചെയ്തു. യു എസ് ആവട്ടെ ഈ മേഖലയിലെ അളവറ്റ സമ്പത്തു കൈയടക്കുകയുമായിരുന്നു. അറേബ്യൻ ലോകത്തെ അമൂല്യമായ എണ്ണസമ്പത്തിനുവേണ്ടിയാണ് മദ്ധ്യപൂർവ്വേഷ്യയിൽ യു എസ്, ഭീകരവാദം പ്രോത്സാഹിപ്പിക്കുന്നതും അറബ് രാഷ്ട്രങ്ങളെ തമ്മിൽ യുദ്ധത്തിലേക്ക് വലിച്ചിഴച്ചതും, സ്വന്തം അധിനിവേശം സ്ഥാപിച്ചുകൊണ്ടിരിക്കുന്നതും, പിന്നീട് റഷ്യൻ ഇടപെടലിനെ പ്രതിരോധിക്കാൻ അഫ്ഗാനിസ്ഥാനിലെ മതഭ്രാന്തസ്വരൂപങ്ങളെ സംരക്ഷിക്കുകയും ചെയ്തു. അതിനെ തുടർന്ന് മതഭ്രാന്തശക്തികളുടെ താവളമായി ഈ പ്രദേശം പരിണമിക്കുകയായിരുന്നു.

പാകിസ്ഥാൻ ആവട്ടെ ഇവിടുത്തെ യു എസ് അധിനിവേശങ്ങളെ എല്ലാവിധത്തിലും സംരക്ഷിക്കാൻ സഹായിക്കുന്ന കാവൽ മാലാഖയായി

വർത്തിക്കുകയും ചെയ്തു. ആയത്തുള്ള ഖൊമേനിയുമായി ചേർന്ന് യു എസ് റാസാഷാ പെഹൽവിയുടെ പാവ ഭരണത്തെ കുടഞ്ഞെറിയുകയും ചെയ്തു. ദീർഘകാലം ഇറാൻ-ഇറാഖ് യുദ്ധത്തിൽ യു എസ് ഇറാഖിനെ പിൻതുണച്ചു. പിന്നീട് ഇറാഖിനെതിരെ അതിന്റെ അധിനിവേശത്തിന്റെ കുന്തമുന തിരിച്ചുവിട്ടു. കുവൈത്തിലെ ഷെയ്ക്കിനെ പരിരക്ഷിക്കുന്നുവെന്ന രീതിയിലാണ് ഇറാഖിനെതിരെ ആക്രമണം അഴിച്ചുവിട്ടത്. അഫ്ഗാനിസ്ഥാനിൽനിന്നുള്ള സോവിയറ്റ് പിന്മാറ്റത്തെ തുടർന്ന് അടിസ്ഥാനപരമായും യു എസിന്റെ സൃഷ്ടിയായ മതമൗലികവാദ സ്വരൂപങ്ങൾ കാശ്മീരിലേക്ക് നുഴഞ്ഞുകയറുകയും കാശ്മീരിലെ ദുർഘടസന്ധി അതിരൂക്ഷമാക്കുകയും ചെയ്തു. കാശ്മീരിൽ അവിടുത്തെ ജനാധിപത്യ സ്ഥാപനങ്ങളുടെ ദൗർബ്ബല്യം നിമിത്തമുണ്ടായ കാശ്മീർ ജനതയുടെ അന്യവല്ക്കരണം ഭീകകവാദ പ്രവർത്തനങ്ങളെ ത്വരിതപ്പെടുത്തുകയും ഹരിതസുന്ദരത്താഴ്വരകൾ, ഭീകരവാദികളുടെയും ഇന്ത്യൻ സൈനികരുടെയും ബാരലുകളിൽ നിന്നൊഴുകിയ വെടിയുണ്ടകൾകൊണ്ടു രക്തവർണ്ണാങ്കിതമാവുകയും ചെയ്തു.

ഭീകരവാദത്തിന് രണ്ട് പ്രധാനമാനങ്ങളുണ്ടായിരുന്നു. ഒന്ന്, ഇസ്രായേൽ യു എസ് വിരുദ്ധം. രണ്ടാമത്തേത് സോവിയറ്റ് ഇടപെടൽ വിരുദ്ധം. ഐ എസ് ഐ യിലൂടെ യു എസ് രണ്ടാമത്തേതിനെ പ്രോത്സാഹിപ്പിച്ചു. സെപ്തംബർ 9/11 സംഭവാനന്തരം അതിന്റെ ചാക്രിക ചലനം പൂർത്തീകരിക്കുകയും ഈ ഭൂവിഭാഗത്തിൽ അധിനിവേശം നടത്താനുള്ള രാഷ്ട്രീയ ഭൂമിക സൃഷ്ടിക്കുകയും ചെയ്തു. സോവിയറ്റ് ബ്ലോക്കിന്റെ പതനം, ഈ രംഗത്തെ യു എൻ ദൗർബ്ബല്യങ്ങൾ പുറത്ത് കൊണ്ടുവന്നു. സെപ്തംബർ 11 സംഭവാനന്തരം അഫ്ഗാനിസ്ഥാനിൽ യു എസ് നടത്തിയ ഹീനമായ കടന്നാക്രമണങ്ങളും ദുരിതങ്ങളും അതിനോടുള്ള ഇന്ത്യൻ - ബ്രിട്ടീഷ് ഭരണകൂടങ്ങളുടെ പ്രതികരണങ്ങളും, ലോക രാഷ്ട്രീയത്തിൽ യു എസിനുള്ള അധിനിവേശാധിഷ്ഠിതമായ സ്ഥാനത്തെ രാഷ്ട്രീയമായി അടയാളപ്പെടുത്തുന്നതുമായിരുന്നു.

■ ഇന്ത്യൻ രാഷ്ട്രം കെട്ടിപ്പടുക്കാനാണ് ആർ എസ് എസ് രൂപവൽക്കരിക്കപ്പെട്ടത്

ആർ എസ് എസ് രൂപീകരിക്കപ്പെട്ടത് ഹിന്ദുരാഷ്ട്രം കെട്ടിപ്പടുക്കാനാണ്, ഇന്ത്യ കെട്ടിപ്പടുക്കാനല്ല.

ഇന്ത്യൻ നാഷണൽ കോൺഗ്രസിന്റെയും അതിന്റെ സമുന്നത നേതാവായ ഗാന്ധിജിയുടെയും സമീപനത്തിന് വിരുദ്ധമായിരുന്നു ഇത്. എല്ലാവിഭാഗം ജനങ്ങളെയും ബ്രിട്ടീഷുകാർക്കെതിരെ അവരുടെ ശക്തി തിരിച്ചുപിടിക്കാനുള്ള മതേതര സമീപനമായിരുന്നു ഗാന്ധിജിയുടേത്.

ഇത് ധാരാളം ബ്രാഹ്മണരുടെ അസംതൃപ്തിക്ക് ഹേതുവായി. 20 കളുടെ പൂർവ്വഘട്ടത്തിൽ, ഖിലാഫത്ത് പ്രസ്ഥാനത്തിന്റെ പരാജയത്തിന് തിരിച്ചടിയെന്നോണം വർഗ്ഗീയലഹള ഉണ്ടാവുകയും ബ്രാഹ്മണേതര

പ്രസ്ഥാനങ്ങൾ (ഫൂലെ, അംബേദ്കർ) മഹാരാഷ്ട്രയിലെ ചില നേതാക്കൾക്ക്, ഹിന്ദുതാല്പര്യങ്ങൾ സംരക്ഷിക്കാൻ ഹിന്ദുസംഘടന രൂപവല്ക്കരിക്കുക എന്ന ആശയമുദിക്കുന്നതിന് കാരണമാവുകയും ചെയ്തു. ഇത് 1925 ൽ ആർ എസ് എസിന്റെ രൂപീകരണത്തിന് വഴിതെളിയിച്ചു. 'പരമോന്നതാധികാരം' എന്ന തത്ത്വത്തിന്റെ അടിസ്ഥാനത്തിലുള്ള ഒരു പുരുഷാധിഷ്ഠിത സംഘടനയാണ് ആർ എസ് എസ്. ആർ എസ് എസിന്റെ ശാഖകളിലൂടെ ചരിത്രത്തെ വളച്ചൊടിക്കുകയാണ് ഹിന്ദുത്വവാദികൾ ചെയ്യുന്നത്.

> ഈ രാഷ്ട്രം ഹിന്ദുക്കളുടേത് മാത്രമാണ്. കാരണം ഈ സമൂഹവും സംസ്കൃതിയും സൃഷ്ടിച്ച ഹിന്ദുക്കളാണ് ഈ രാഷ്ട്രത്തിന്റെ യഥാർത്ഥ അവകാശികൾ. സഹിഷ്ണുതയും വിശാലവീക്ഷണവുമുള്ള ഹിന്ദൂയിസം മറ്റെല്ലാ മതങ്ങളിൽനിന്നും ഉയർന്ന് നില്ക്കുന്നു. പക്ഷേ, ഈ സഹിഷ്ണുത ദൗർബ്ബല്യമായി തെറ്റിദ്ധരിപ്പിക്കപ്പെടുകയായിരുന്നു.... പലപ്പോഴായി ഈ ഹിന്ദുരാഷ്ട്രം വിദേശികളാൽ വിശേഷിച്ചും മുസ്ലീങ്ങളാൽ ആക്രമിക്കപ്പെട്ടു. വർത്തമാന കാലത്തിന്റെയും ഭാവിയുടെയും ഭീഷണികൾ നേരിടാൻ ഹിന്ദുക്കൾ ആർ എസ് എസിലൂടെ ശക്തി സമാഹരിക്കണം. പല ഘട്ടങ്ങളാലുള്ള വൈദേശികാധിനിവേശത്താൽ ഭാരതം ബഹുവിധ-സമതുലിത-സംസ്കാരങ്ങളുടെ ഭൂമികയാണെന്ന മിഥ്യാബോധം സൃഷ്ടിക്കപ്പെട്ടിട്ടുണ്ട്.

ആർ എസ് എസ്, ഹിറ്റ്ലറുടെ നാസി മാതൃകയാൽ പ്രചോദിക്കപ്പെടുകയും സ്വാധീനിക്കപ്പെടുകയും ചെയ്ത സംഘടനയാണ്. അതിന് ആദ്യകാല പിന്തുണ ലഭിച്ചത് ധനികപ്രഭുക്കൾ, വ്യാപാരികൾ, ബ്യൂറോക്രാറ്റുകൾ (ബ്രാഹ്മണ ബനിയ വിഭാഗം) എന്നിവരിൽനിന്നായിരുന്നു.

തത്ത്വശാസ്ത്രം : മുസ്ലീങ്ങൾ ഹിന്ദുക്കളുടെ മുഖ്യശത്രുക്കളായി പ്രതിഷ്ഠിക്കപ്പെട്ടു. ഗാന്ധിജിയുടെ ഏകരാഷ്ട്രലക്ഷ്യവും മറ്റും നിഷ്ഫലമായി ചിത്രീകരിക്കുക, പ്രാക്തന രാജാക്കന്മാരെ ഉദാത്തവല്ക്കരിക്കുക, 'മുസ്ലിം ആക്രമണത്തെ' പ്രതിഷ്ഠിക്കൽ, ചരിത്രത്തെ അതിന്റെ ശാസ്ത്രീയ പദവിയിൽനിന്നും പുരാണ-ഐതീഹ്യങ്ങളിലേക്ക് വെട്ടിച്ചുരുക്കുക.
(ഗോൾവാൾക്കറുടെ *We or our Nationhood defined* എന്ന ഗ്രന്ഥത്തിൽനിന്ന്.)

> ദേശാഭിമാനം ഉയർത്തിപ്പിടിക്കുക, രാഷ്ട്രത്തിന്റെയും അതിന്റെ സംസ്കാരത്തിന്റെയും വിശുദ്ധി സംരക്ഷിക്കുക എന്ന ലക്ഷ്യത്തോടെ ഹിറ്റ്ലർ ജൂതന്മാരെ ഒന്നടങ്കം ഉന്മൂലനം ചെയ്തുകൊണ്ട് ലോകത്തെ ഞെട്ടിച്ചു. ദേശാഭിമാനബോധത്തിന്റെ പരമകാഷ്ഠയാണ് ഇവിടെ ബഹിർസ്ഫുരിക്കപ്പെടുന്നത്. ബഹുവംശീയ സാംസ്കാരിക ജനവിഭാഗങ്ങൾക്ക് ഏകോപിതവും സമഗ്രവുമായ ഒരു ഘടനയിലേക്ക് പരസ്പരം സംയോജിപ്പിക്കപ്പെടുക എത്ര

ത്തോളം അസാദ്ധ്യമാണെന്നുള്ളത് ഹിന്ദുസ്ഥാനിൽ നമുക്ക് ഒരു വലിയ പാഠമാണ്. (ഗോൾവാൾക്കർ)

ആർ എസ് എസ് ഇന്ത്യൻ സ്വാതന്ത്ര്യസമരത്തിൽ യാതൊരു പങ്കും നിർവ്വഹിച്ചിട്ടില്ല. അവർ ക്വിറ്റ് ഇന്ത്യാ സമരത്തെ ഭർത്സിക്കുകയും സിവിൽ സർവ്വീസിലുള്ള ആർ എസ് എസ് പ്രവർത്തകരോട് സമരത്തിൽ പങ്കു കൊള്ളാതിരിക്കാൻ നിർദ്ദേശിക്കുകയും ചെയ്തു.

'രാഷ്ട്രനിർമ്മാണ' പ്രവർത്തനത്തിൽ ഗണ്യമായി സംഭാവന ചെയ്തതായി സംഘപരിവാർ അവകാശപ്പെടുന്നു. ബി ജെ പി സർക്കാർ അധികാരത്തിലിരിക്കുന്നിടത്തെല്ലാം ആവിഷ്കരിക്കപ്പെടുന്ന പാഠപുസ്തകങ്ങളിലെ വലിയൊരളവ് ആർ എസ് എസിന്റെ സൈദ്ധാന്തികരുടെ സ്വാതന്ത്ര്യസമര പങ്കാളിത്തത്തെ വാഴ്ത്തുന്നതാണ്. ഡോ. ഹെഡ്ഗെവാർ സ്വാതന്ത്ര്യസമരകാലത്ത് ജയിൽ ശിക്ഷയനുഭവിച്ചുവെന്നാണ് അവർ അവകാശപ്പെടുന്നത്. ഹെഡ്ഗെവാർ സത്യഗ്രഹസമരത്തിൽ ചുരുങ്ങിയകാലം പങ്കെടുത്തിരുന്നുവെന്നത് ഒരു വസ്തുതയാണ്. അദ്ദേഹം കുറച്ചുകാലം ജയിൽശിക്ഷയനുഭവിക്കുകയും ചെയ്തിരുന്നു. എന്നാൽ സ്വാതന്ത്ര്യസമരത്തിൽ ആർ എസ് എസിന് യാതൊരു പങ്കാളിത്തവുമുണ്ടായിരുന്നില്ല.

കോളമിസ്റ്റായ ലജ്പത്റായിയുടെ അഭിപ്രായത്തിൽ ആർ എസ് എസ് ഒരിക്കലും ബ്രിട്ടീഷ് വിരുദ്ധപ്രക്ഷോഭത്തിന്റെ ഭാഗമായിരുന്നില്ല. ഹെഡ്ഗെവാർ 1931 ന് ശേഷം സ്വാതന്ത്ര്യസമരത്തിൽനിന്നും വിട്ടുനിന്നു. പിന്നീടൊരിക്കലും അദ്ദേഹമതിന്റെ ഭാഗമായിരുന്നില്ല. ഈ പങ്കാളിത്ത രാഹിത്യത്തിന് ഗോൾവാൾക്കറുടെ സൈദ്ധാന്തിക പരിവേഷം ശ്രദ്ധേയമാണ്. അദ്ദേഹത്തിന്റെ കാഴ്ചപ്പാടിൽ ബ്രിട്ടീഷ് വിരുദ്ധ പ്രക്ഷോഭം പ്രതിലോമകരമാണ്. മാത്രമല്ല കോൺഗ്രസ്, ദേശീയപ്രക്ഷോഭത്തെ ബ്രിട്ടീഷ് വിരുദ്ധപ്രസ്ഥാനമാക്കി ചുരുക്കുകയായിരുന്നുവെന്നും അദ്ദേഹം കുറ്റപ്പെടുത്തുകയുണ്ടായി. ഗോൾവാൾക്കർ എഴുതുന്നു,

> ബ്രിട്ടീഷ് വിരുദ്ധതയെ ദേശസ്നേഹമായും ദേശീയതയായും സമീകരിക്കുകയാണുണ്ടായത്. ഈ പ്രതിലോമപരതയ്ക്ക് ഇന്ത്യൻ സ്വാതന്ത്ര്യസമരത്തിലും അതിന്റെ നേതാക്കളിലും സാധാരണ ജനതയിലും വിനാശകരമായ പ്രത്യാഘാതമുണ്ടായി (ഗോൾവാൾക്കർ – 1966).

> ഈ പ്രത്യയശാസ്ത്രപരമായ സമീപനം നിമിത്തം സംഘപരിവാറിന് ബ്രിട്ടീഷ് വിരുദ്ധ സമരങ്ങളിൽ പങ്കെടുക്കാൻ കഴിഞ്ഞില്ല. ആർ എസ് എസ് അതിന്റെ ദേശീയവാദം മുസ്ലിംവിരുദ്ധതയിലേക്കും കോൺഗ്രസ് നേതൃത്വത്തിന്റെ 'മുസ്ലിംപ്രീണന' നയത്തിനെതിരായും അനുസ്യൂതമായി ഉപയോഗിക്കുകയാണുണ്ടായത്. ഹിന്ദുമഹാസഭയും ആർ എസ് എസും നാവിക കലാപത്തിൽ നിന്നുപോലും വിട്ടുനിന്നു. കാരണം അവർ, (കലാപകാരികൾ)

> അവരുടെ തോക്ക് ബ്രിട്ടീഷുകാർക്ക് എതിരായി ഉപയോഗിച്ചു. സംഘപരിവാർ ആവട്ടെ, ബ്രിട്ടീഷുകാർക്ക് എതിരെ പ്രക്ഷോഭം നയിക്കുകയെന്നത്, വിനാശകരമായും പ്രതിലോമകരമായും കരുതി (ലജ്പത്റായി).

ബ്രിട്ടീഷുകാർ ആർ എസ് എസിനെ നിരോധിക്കാതിരിക്കാൻ യാതൊരുവിധ ദാക്ഷിണ്യവും കാണിക്കില്ലെന്ന്, ഗോൾവാൾക്കർ വിശ്വസിച്ചിരുന്നതായി ആൻഡേഴ്സനും ഡാമി (Walter K Anderson, Shridhar Damie: Brotherhood in Saffron) *കാവിയിലെ ഭ്രാതൃത്വം* എന്ന ഗ്രന്ഥത്തിൽ ചൂണ്ടിക്കാണിക്കുന്നു.

> സൈനിക പരിശീലനത്തെയും യൂണിഫോമിനെയും സംബന്ധിച്ചുള്ള സർക്കാർ ഉത്തരവിലടങ്ങുന്ന പ്രവർത്തനങ്ങൾ ഞങ്ങൾ തുടരുന്നതാണ്. അത് ഞങ്ങളെ ഏതൊരു നിയമാനുസൃത സ്ഥാപനങ്ങളെയുംപോലെ നിയമപരമായ ഉത്തരവാദിത്വത്തിനുള്ളിൽ നിലനിർത്തുന്നു (Quoted in AG Noorani, *Frontline*, Dec I 1995).

സ്വാതന്ത്ര്യസമരപ്രസ്ഥാനത്തെ സംബന്ധിച്ചിടത്തോളം ആർ എസ് എസ് ബോധപൂർവ്വം വിട്ടുനിന്നുവെന്നുമാത്രമല്ല പല പ്രസ്ഥാനങ്ങളെയും എതിർക്കുക വഴി അത് നേർവിപരീതമായി പ്രവർത്തിക്കുകയും ചെയ്തു (ഉദാ: ക്വിറ്റിന്ത്യാ പ്രസ്ഥാനം). മാത്രമല്ല അതൊരു വർഗ്ഗീയസംഘടനയെന്ന നിലയിൽ പ്രവർത്തിക്കുകയായിരുന്നു. ഹിന്ദു–മുസ്ലിം വർഗ്ഗീയവല്ക്കരണത്തിന്റെ പരസ്പരാശ്രിതത്വ പ്രക്രിയയെ പ്രചോദിപ്പിക്കുകവഴി മുസ്ലിംവർഗ്ഗീയതയുടെ പ്രത്യാഘാതങ്ങളെ, ആർ എസ് എസ് ത്വരിതപ്പെടുത്തുകയായിരുന്നു.

വാജ്പേയിയുടെ 'ക്വിറ്റ് ഇന്ത്യാ സമരത്തിലെ' പങ്കാളിത്തത്തെക്കുറിച്ച് ധാരാളം വിവരങ്ങൾ ലഭ്യമായിട്ടുണ്ട്. അക്കാലത്ത് യുവ വാജ്പേയ് ആർ എസ് എസിലേക്ക് റിക്രൂട്ട് ചെയ്യപ്പെട്ടിരുന്നു. ഇന്റർനെറ്റിൽ പ്രത്യക്ഷപ്പെട്ട വിവരമനുസരിച്ച് (അത് പത്രങ്ങളിൽ വന്നതാണ്) അദ്ദേഹം ഇങ്ങനെ പറയുകയുണ്ടായി.

> സംഘം എന്റെ ആത്മാവാണ് ഞാൻ *ഹിന്ദുതൻമൻ ഹിന്ദുജീവൻ* എന്ന് എഴുതിയ കാലത്ത് പത്താംക്ലാസിൽ പഠിക്കുകയായിരുന്നു. 1947 വരെ ഞാൻ ശാഖാതലത്തിൽ ആർ എസ് എസ് പ്രവർത്തനം നടത്തുകയായിരുന്നു. 1942 ക്വിറ്റിന്ത്യാസമരത്തിൽ ഞാൻ പങ്കെടുക്കുകയും ജയിൽശിക്ഷ അനുഭവിക്കുകയും ചെയ്തു. അക്കാലത്ത് ഞാൻ ഇന്റർമീഡിയറ്റിന് പഠിക്കുകയായിരുന്നു. എന്റെ ജന്മസ്ഥലമായ ബട്ടേശ്വ (ആഗ്രജില്ല) റിൽ നിന്നുമാണ് ഞാൻ അറസ്റ്റ് ചെയ്യപ്പെട്ടത്.

ആ അവകാശവാദം അതിന്റെ വിശദാംശങ്ങളിൽ തന്നെ അന്വേഷ

ണവിധേയമാക്കുകയും അന്വേഷണ ഫലങ്ങൾ 1998 ഫെബ്രുവരി 20 ന്റെ *ഫ്രണ്ട്ലൈനിൽ* പ്രസിദ്ധപ്പെടുത്തുകയുമുണ്ടായി (മാനിനി ചാറ്റർജിയും വി കെ രാമചന്ദ്രനും). വാജ്പേയിയുടെ വിവാദപരമായ ബട്ടേശ്വർ പങ്കാളിത്തത്തിന്റെ യഥാർത്ഥവിവരങ്ങൾ പുറത്തുവന്നിരിക്കുന്നു. സർക്കാർ സ്വത്ത് നശിപ്പിച്ചതിന്റെ പേരിൽ ജയിലിലടയ്ക്കപ്പെട്ട വാജ്പേയ് ഒരു കുറ്റസമ്മതം എഴുതിക്കൊടുത്തതിനെ തുടർന്ന് വിമോചിതനായി. അതിൽ സ്വത്ത് നശിപ്പിക്കുന്നതിലേക്ക് നയിച്ച യോഗങ്ങളിലൊന്നിൽ അദ്ദേഹം കാഴ്ചക്കാരനായിരുന്നുവെന്നാണ് എഴുതിയത്. അദ്ദേഹമക്കാലത്ത് ആത്മസമർപ്പിതനായ ഒരു ആർ എസ് എസ് പ്രവർത്തകനായിരുന്നു. അദ്ദേഹത്തിന്റെ തന്നെ കുറ്റസമ്മതമനുസരിച്ച് അദ്ദേഹം ക്വിറ്റ് ഇന്ത്യാ സമരത്തിൽ പങ്കെടുത്തിരുന്നില്ല (*ഫ്രണ്ട്ലൈൻ* ഫെബ്രു. 20, 1998) വനനിയമലംഘനം ഐ പി സി 149-ാം വകുപ്പ് അനുസരിച്ച് കുറ്റം അദ്ദേഹത്തിൽ ചുമത്താമായിരുന്നുവെങ്കിലും കുറ്റസമ്മതം നടത്തിയതിനാൽ വെറുതെ വിട്ടു. അദ്ദേഹം എഴുതുന്നു.

> എന്റെ സഹോദരന്റെ കൂടെ ഞാൻ ജനക്കൂട്ടത്തെ പിന്തുടർന്നു. ഞാനൊരു നശീകരണ പ്രവർത്തനവും നടത്തിയിരുന്നില്ല. സർക്കാർ കെട്ടിടങ്ങൾ തകർക്കാൻ ഞാൻ കൂട്ടുനിന്നിരുന്നില്ല.

സംഭവത്തെക്കുറിച്ചുള്ള അദ്ദേഹത്തിന്റെ സ്പഷ്ടമായ പ്രസ്താവം പ്രോസിക്യൂഷൻ നടപടികൾ നന്നായി മുന്നോട്ടു പോവാൻ സഹായകരമായിരുന്നു. വാജ്പേയിയുടെ പ്രസ്താവനകളിൽ രണ്ട് പ്രക്ഷോഭകാരികളുടെ പേര് എടുത്തു പറഞ്ഞിരുന്നു. കാകാ (Kakua) എന്ന ലാലാധരും മാഹ്വാനും. രണ്ടുപേരും വിചാരണചെയ്യപ്പെട്ടു. ലീലാധരന്റെ അഭിപ്രായത്തിൽ;

> അടൽബിഹാരിയുടെ കുറ്റസമ്മതപ്രസ്താവം ശിക്ഷയിലേക്ക് നയിച്ച കോടതി വിചാരണയ്ക്ക് തെളിവായിരുന്നില്ല. മറിച്ച് അന്വേഷണഘട്ടത്തിൽ അത് പ്രോസിക്യൂഷൻ ഭാഗത്തെ സഹായിച്ചു. പ്രോസിക്യൂഷൻ ഭാഗത്തുനിന്നും കൂടുതലായി മുഴങ്ങിയത് അടൽബിഹാരിയുടെ പ്രസ്താവനയായിരുന്നു.

മഹാത്മാഗാന്ധി വധത്തിനു കാരണം അദ്ദേഹത്തിന്റെ മുസ്ലിം പ്രീണനമായിരുന്നു. ഈ മുസ്ലിംപ്രീണനം തന്നെയാണ് രാഷ്ട്രത്തിന്റെ വിഭജനത്തിന് വഴിതെളിച്ചതും. ഇതിന്റെ പരമകാഷ്ഠയെന്ന നിലയിൽ ഗാന്ധിജി 55 കോടി രൂപ പാകിസ്ഥാനു നല്കാൻ ഗവൺമെന്റിൽ സമ്മർദ്ദം ചെലുത്തി. രണ്ട് മതത്തിലേയും വർഗ്ഗീയ ശക്തികളെ എതിർത്തുകൊണ്ടാണ് ഗാന്ധിജി വധിക്കപ്പെട്ടതെന്ന് നമുക്ക് കാണാം. ഗാന്ധിജിയെ വധിച്ച ഗോഡ്സെ ആർ എസ് എസിൽനിന്ന് പ്രാഥമിക പരിശീലനം സിദ്ധിച്ച ആളായിരുന്നു. അദ്ദേഹം *ഹിന്ദുരാഷ്ട്ര* എന്ന പത്രത്തിന്റെ എഡിറ്ററുമായിരുന്നു. ആർ എസ് എസിന്റെ ലക്ഷ്യമായ 'ഹിന്ദുരാഷ്ട്ര'

ആദർശത്തിന്റെ ഭാഗമായിരുന്നു ഗാന്ധിവധം.

ആർ എസ് എസിന്റെയും ഹിന്ദുമഹാസഭയുടെയും അനുയായികൾ സ്വാതന്ത്ര്യസമരത്തിൽനിന്ന് വിട്ടുനിന്നുവെന്നു മാത്രമല്ല, നിർണ്ണായക ഘട്ടങ്ങളിലെല്ലാം ബ്രിട്ടീഷുകാരുമായി സഹകരിക്കുകയും ചെയ്തു. ഹിന്ദുരാഷ്ട്രഭക്തൻമാർ, ഹിന്ദുവർഗ്ഗീയ രാഷ്ട്രീയത്തിന്റെ പതാകാവാഹകരെന്ന നിലയിൽ രാഷ്ട്രീയ പ്രവർത്തനത്തിൽ തല്പരരായ ഹിന്ദു മഹാസഭയായും സമൂഹത്തിൽ അതിന്റെ വർഗ്ഗീയ വീക്ഷണം അടിച്ചേല്പിക്കുന്ന 'കേഡർ' ഘടനയോടുകൂടി പ്രവർത്തിക്കുന്ന ആർ എസ് എസ് ആയും വിഭജിക്കപ്പെട്ടു. ആർ എസ് എസിന്റെ അജൻഡ ഹിന്ദു രാഷ്ട്രീയത്തിന്റെ പ്രയോക്താക്കളെ കാലാനുസൃതമായി വാർത്തെടുക്കുകയെന്നതാണ്. ബ്രിട്ടീഷുകാർ ഇന്ത്യവിട്ടതിനുശേഷം മാത്രമേ തങ്ങളുടെ 'യഥാർത്ഥ' സമരം ആരംഭിക്കുകയുള്ളൂവെന്നായിരുന്നു ആർ എസ് എസിന്റെ നിലപാട്. ഹിന്ദുത്വരാഷ്ട്രീയത്തിന്റെ ഈ രണ്ടു ഔദ്യോഗിക സംഘടനാരൂപങ്ങളുടെയും പൊതുലക്ഷ്യം ഹിന്ദുരാഷ്ട്രമായിരുന്നു. അവരുടെ ലക്ഷ്യവും സാമൂഹികാടിത്തറയും അടിസ്ഥാനങ്ങളും ഒന്നായിരിക്കുമ്പോഴും പ്രവർത്തനരീതികൾ വ്യത്യസ്തമാണ്. ഈ രണ്ടു പ്രവണതയും സമന്വയിച്ച അപൂർവ്വ ദൃഷ്ടാന്തമായിരുന്നു ഗാന്ധി ഘാതകനായ നാഥുറാം വിനായക ഗോഡ്സെ.

ഗാന്ധി വധത്തിനു ശേഷം ആർ എസ് എസിന്റെ ഔദ്യോഗിക കേന്ദ്രങ്ങളുടെ നിലപാട്, ഗോഡ്സെയുടെ കാര്യത്തിൽ തങ്ങൾക്കൊന്നും ചെയ്യാനില്ലെന്നായിരുന്നു. ഗോഡ്സെ, ആർ എസിന്റെ മെമ്പറല്ലായെന്നായിരുന്നു അവരുടെ വെളിപ്പെടുത്തൽ. ആർ. എസ് എസിന്റെ മെമ്പർമാരെക്കുറിച്ച് ഔദ്യോഗിക രേഖകളില്ലാതിരുന്നതുകൊണ്ടുതന്നെയാണ് ഇക്കാര്യത്തിൽ രക്ഷപ്പെടാനും ഗോഡ്സെയെ തള്ളിപ്പറയാനും സാധിച്ചത്. 1930 ൽ ഗോഡ്സെ ആർ എസ് എസിൽ ചേരുകയും ബൗദ്ധിക് പ്രചാരക് (ധൈഷണിക ഉദ്ബോധകൻ) പദവിയിലേക്ക് പെട്ടെന്ന് ഉയരുകയും ചെയ്തു. എച്ച് എം- ആർ എസ് എസ് പോലെതന്നെ അദ്ദേഹവും അഖണ്ഡഭാരതത്തെയും (ഇന്നത്തെ പാകിസ്ഥാൻ, ബംഗ്ലാദേശ്, മ്യാൻമാർ എന്നിവ ഉൾക്കൊള്ളുന്ന) അവിഭാജ്യ ഇന്ത്യയുടെയും ശക്തനായ വക്താവായിരുന്നു.

> ഹിന്ദുക്കളുടെ ഉദ്ധാരണത്തിനുവേണ്ടി പ്രവർത്തിച്ച വ്യക്തിയെന്ന നിലയിൽ, ഹിന്ദുക്കളുടെ അവകാശസംരക്ഷണം ലക്ഷ്യമാക്കി രാജ്യത്തിന്റെ രാഷ്ട്രീയ പ്രവർത്തനത്തിൽ പങ്കാളിയാവേണ്ടത് അത്യാവശ്യമാണെന്ന് ഞാൻ മനസ്സിലാക്കി" (Godse, *Why I Assassinated Mahatma Gandhi,* 1993 pg. 102)

ഹിന്ദുത്വവാദത്തിന്റെ ശക്തനായ വക്താവെന്ന നിലയിൽ അദ്ദേഹം ഗാന്ധിജിയുടെ അഹിംസാശയത്തിന്റെ തീവ്രവിമർശകനായിരുന്നു. ഗാന്ധിജി നയിച്ച പ്രസ്ഥാനങ്ങളോടും ചിന്തകളോടും അദ്ദേഹത്തിന്

വളരെ മോശമായ അഭിപ്രായമാണ് ഉണ്ടായിരുന്നത്. ഗാന്ധിജിയെ അളക്കാൻ അദ്ദേഹമുപയോഗിച്ച അളവുകോൽ വളരെയേറെ സവിശേഷതയുള്ളതായിരുന്നു. "ശിവജി, റാണാപ്രതാപ്, തുടങ്ങിയവരുടെ മുമ്പിൽ ഗാന്ധി വെറുമൊരു പിഗ്മി മാത്രമായിരുന്നെന്ന് അദ്ദേഹത്തിന്റെ അനുയായികൾക്ക് കാണാൻ കഴിഞ്ഞിരുന്നില്ല." (അതേ ഗ്രന്ഥം-പേജ് 40) "സ്വരാജ്യവും സ്വാതന്ത്ര്യവും നേടിയെടുക്കുകയെന്ന കാര്യത്തിൽ മഹാത്മാവിന്റെ സംഭാവന അവഗണനാർഹമാണെന്നും ഞാൻ മനസ്സിലാക്കുന്നു" ഗോഡ്സെയുടെ കാഴ്ചപ്പാടിൽ, (അതേ ഗ്രന്ഥം പേജ് 87) മുസ്ലീങ്ങളെ പ്രീണിപ്പിച്ചുകൊണ്ട് പാകിസ്ഥാൻ രൂപവല്ക്കരണത്തിന് ഗാന്ധിജി ഉത്തരവാദിയാകുകയായിരുന്നു.

അക്കാലത്ത് ഗോഡ്സെ ഹിന്ദുക്കളുടെ ഏക രാഷ്ട്രീയപാർട്ടിയായ ഹിന്ദുമഹാസഭയിൽ ചേരുകയും പൂനാബ്രാഞ്ചിലെ ജനറൽ സെക്രട്ടറി പദവി അലങ്കരിക്കുകയും ചെയ്തു. ആ കാലഘട്ടത്തിൽ തന്നെയാണ് അദ്ദേഹം *Agrani* അഥവാ *ഹിന്ദുരാഷ്ട്രം* എന്ന പേരിൽ ഒരു പത്രം തുടങ്ങുകയും അതിന്റെ സ്ഥാപക എഡിറ്ററായി പ്രവർത്തിക്കുകയും ചെയ്തത്.

■ ഗാന്ധിവധത്തിൽ ആർ എസ് എസിനു പങ്കില്ല. ഗോഡ്സെ ആർ എസ് എസ് അംഗമായിരുന്നില്ല

വാസ്തവം: ഗാന്ധിവധത്തിൽ പങ്കാളിയായിരുന്ന ഗോഡ്സെയുടെ സഹോദരൻ ഗോപാൽഗോഡ്സെ ഒരു അഭിമുഖത്തിൽ (1998 ജനു. 25 *ദി ടൈംസ് ഓഫ് ഇന്ത്യ*) സ്പഷ്ടമായ കാരണങ്ങൾ വിശദീകരിക്കുകയും നാഥുറാമിന്റെ ആർ എസ് എസ് അംഗത്വം വ്യക്തമാക്കുകയും ചെയ്തു. "ഗാന്ധിജി പിന്തുടരുകയും എല്ലാ കോൺഗ്രസ് ഗവൺമെന്റുകളും അടിച്ചേല്പിക്കുകയും ചെയ്ത പ്രീണനനയം മുസ്ലീങ്ങളുടെ വിഭാഗീയ പ്രവണതയെ പ്രോത്സാഹിപ്പിക്കുകയും അത് പാകിസ്ഥാൻ രൂപവല്ക്കരണത്തിന് വഴിതെളിയിക്കുകയും ചെയ്തു." സാങ്കേതികമായും സൈദ്ധാന്തികമായും അയാൾ (നാഥുറാം) ആർ എസ് എസ് അംഗമായിരുന്നു. എന്നാൽ പില്ക്കാലത്ത് അദ്ദേഹം അതിനുവേണ്ടിയുള്ള പ്രവർത്തനം അവസാനിപ്പിച്ചു. താൻ ആർ എസ് എസ് വിട്ടുവെന്ന കോടതിയിൽ ഗോഡ്സെ നടത്തിയ പരാമർശം തന്നോടൊപ്പം ശിക്ഷിക്കപ്പെടുന്നതിൽനിന്നും ആർ എസ് എസ് പ്രവർത്തകരെ രക്ഷിക്കാൻ വേണ്ടിയായിരുന്നു. ഹിന്ദുത്വരാഷ്ട്രീയത്തിന്റെ രണ്ടു നീർച്ചാലുകളിൽ (എച്ച് എം ആർ എസ് എസ്) കുരുങ്ങി കുതിരുകയായിരുന്നു മഹാത്മാവധം. ഗോഡ്സെയുടെ *ഹിന്ദുരാഷ്ട്ര* യെന്ന പത്രം പ്രതീകാത്മകമായ ഒന്നായിരുന്നു.

ഗാന്ധിവധം മധുരപലഹാരം വിതരണം ചെയ്ത് ആഘോഷിച്ച എച്ച് എം, ആർ എസ് എസ് അനുയായികൾ വധത്തിലുള്ള തങ്ങളുടെ പങ്ക് വ്യക്തമാക്കി. സമൂഹത്തിന് വിനാശകാരിയായ പിശാചിനെ ഉന്മൂലനം ചെയ്യാ

നുപയോഗിക്കുന്ന "Wadh" എന്ന പദമാണ് അവർ ഗാന്ധി വധത്തിനുപയോഗിച്ചത്. ഒരുതരത്തിൽ ഗാന്ധിവധം ഇന്ത്യൻ ദേശീയതയ്ക്ക് മേലുള്ള ഹിന്ദുത്വരാഷ്ട്രീയത്തിന്റെ ആദ്യത്തെ ഭീകരാക്രമണവും മറ്റൊരുതരത്തിൽ ഭാവിയിൽ അതിഭീകരാക്രമണത്തിലേക്കു നയിച്ചേക്കാവുന്ന ഹിന്ദുത്വ പൈശാചികതയുടെ വിളംബരവുമായിരുന്നു.

ഗോഡ്സെയുടെ ഗാന്ധിവധത്തിൽ തങ്ങൾക്കുള്ള പങ്കാളിത്തം സംഘപരിവാർ ഔദ്യോഗികമായി നിഷേധിച്ചെങ്കിലും സ്വകാര്യമായി അവർ ആ നീചകൃത്യത്തെ ഉയർത്തിപ്പിടിക്കുക മാത്രമല്ല മഹാത്മാവിന്റെ പ്രാധാന്യം ഇകഴ്ത്തിക്കാണിക്കുകയും ഗോഡ്സെയോട് സഹതപിക്കുകയും ചെയ്തു.

ഇത്തരം സങ്കീർണ്ണമായ തന്ത്രം ഒരേസമയം പല നാവുകൊണ്ടു സംസാരിക്കാൻ ഹൈഡ്രശിരസ്സുള്ള സംഘടനകൾക്കു മാത്രമേ സാധിക്കൂ.

ആർ എസ് എസ് കൊളോണിയലിസ്റ്റുകൾക്കും സാമ്രാജ്യത്വ ശക്തികൾക്കും എതിരായിരുന്നു.

ഗാന്ധിവധത്തെ തുടർന്ന് ആർ എസ് എസ് നിരോധിക്കപ്പെട്ടപ്പോൾ ഗോൾവാൾക്കർ ജയിലിൽനിന്നും ഒരു കത്തെഴുതി.

"കമ്യൂണിസ്റ്റുകൾ രാഷ്ട്രത്തിന് ഏറ്റവും വലിയ ഭീഷണിയാണ്. ഗവൺമെന്റിന്റെ ശക്തിയും ആർ എസ് എസിന്റെ ലക്ഷ്യാധിഷ്ഠിത പ്രവർത്തനവും ഈ ഭീഷണി ഇല്ലാതാക്കാൻ സമന്വയിപ്പിക്കുന്നതാണ്."

കുറച്ചു കാലത്തിനകം ആർ എസ് എസ് നിരോധനം നീക്കി. വിയറ്റ്നാമിലെ അമേരിക്കൻ നീക്കത്തിന് പിന്തുണ നല്കിയത് ആർ എസ് എസിന്റെ 'ദേശീയവാദ' പൊയ്മുഖം പറിച്ചുകീറുകയായിരുന്നു. വിയറ്റ്നാമിലെ അമേരിക്കൻ ഭീകരതയെ ലോകം മുഴുവൻ അപലപിച്ചപ്പോഴാണ് ആർ എസ് എസ് അമേരിക്കൻ നീക്കത്തെ ലജ്ജയില്ലാതെ പിന്തുണച്ചത്.

ആർ എസ് എസിന്റെ പരിശീലനം സിദ്ധിച്ച വോളന്റിയർമാർ പൊലീസിലും ഉദ്യോഗസ്ഥമേഖലയിലും മാദ്ധ്യമങ്ങളിലും സൈന്യത്തിലും നുഴഞ്ഞുകയറാൻ തുടങ്ങി.

■ മുസ്ലീങ്ങളിൽനിന്ന് തങ്ങളുടെ ആരാധനാസ്ഥലം വീണ്ടെടുക്കാനുള്ള ഹിന്ദുക്കളുടെ ഒരു സ്വാഭാവിക പ്രതികരണമായിരുന്നു ബാബറി മസ്ജിദ് ധ്വംസനം

1949 ഡിസംബർ 22, 23 തീയതികളിൽ ലോക്കൽ ജില്ലാ മജിസ്ട്രേട്ട് സംസ്ഥാന ഗവൺമെന്റിന് ഇപ്രകാരം റിപ്പോർട്ട് നല്കി: "കുറച്ച് ഹിന്ദുക്കൾ ബാബറിമസ്ജിദിന് അകത്തുകയറി രാമന്റെയും സീതയുടെയും വിഗ്രഹങ്ങൾ പ്രതിഷ്ഠിച്ചു." ഗവൺമെന്റ് മസ്ജിദിന്റെ പരിസരത്തെ തർക്കസ്ഥലമായി പ്രഖ്യാപിക്കുകയും ഗേറ്റുകൾ അടച്ചുപൂട്ടുകയും ചെയ്തു. ഗവൺമെന്റ് അഭ്യർത്ഥിച്ചിട്ടും അത് വകവയ്ക്കാതെ ലോക്കൽ മജിസ്ട്രേട്ടും സംഘപരിവാർ അനുഭാവിയും പിന്നീട് ജനസംഘ് എം പിയുമായ

കെ കെ നയ്യാർ വിഗ്രഹങ്ങൾ തർക്കസ്ഥലത്തുനിന്ന് എടുത്തുമാറ്റാൻ വിസമ്മതിച്ചു. പ്രധാനമന്ത്രിയായ നെഹ്റുവിന്റെ അഭ്യർത്ഥനപോലും അവഗണിക്കപ്പെട്ടു. 1986 വരെ പ്രസ്തുതസ്ഥലം പൂട്ടിക്കിടന്നു. 1981 മുതൽ സാമൂഹ്യ ഇടങ്ങളിൽ തീവ്രമായ വർഗ്ഗീയവല്ക്കരണം നടന്നിരുന്നു. മീനാക്ഷിപുരത്ത് ദളിതരുടെ മതപരിവർത്തനത്തോടുള്ള പ്രതികരണമായി വർഗ്ഗീയ ശക്തികൾ ഏറെ അക്രമാസക്തരായി. ഗുജറാത്തിൽ, വിശേഷിച്ച് അഹമ്മദാബാദിൽ ദളിതുകൾക്കെതിരായ ലഹളകൾ നടന്നിരുന്നു. അന്നുമുതൽ സമൂഹത്തിൽ വർഗ്ഗീയവിദ്വേഷം പടർത്താൻ എന്തെങ്കിലും പ്രകോപനത്തിനുവേണ്ടി കാത്തിരിക്കുകയായിരുന്നു വർഗ്ഗീയശക്തികൾ. ഷബാനുകേസായിരുന്നു വർഗ്ഗീയ രാഷ്ട്രീയത്തിന് ഉത്തേജനം പകർന്ന ഒരു സംഭവം.

വിവാഹമോചിതരായ മുസ്ലിം സ്ത്രീകൾക്ക് ജീവനാംശം നല്കുന്നത് സംബന്ധിച്ച് സുപ്രീംകോടതി പുറപ്പെടുവിച്ച വിധിയെ മറികടക്കാൻവേണ്ടി രാജീവ്ഗാന്ധി സർക്കാർ മുസ്ലിം സ്ത്രീ സംരക്ഷണബിൽ പാർലമെന്റിൽ പാസാക്കി. സർക്കാരിന്റെ ഒത്താശയോടെ മുസ്ലിം വർഗ്ഗീയശക്തികൾ ഷബാനുകേസ് വിധി അട്ടിമറിച്ചു.

മുസ്ലിം വർഗ്ഗീയ രാഷ്ട്രീയത്തെ പ്രീണിപ്പിക്കുന്നത് 'ബാലൻസ്' ചെയ്യാനായി ഗവൺമെന്റ് ഹിന്ദു വർഗ്ഗീയതയുടെ കാർഡ് കളിക്കുകയും ചെയ്തു. പൂട്ടിയിട്ട ബാബറി മസ്ജിദ് ഹിന്ദു വർഗ്ഗീയശക്തികൾക്കുവേണ്ടി തുറന്നു കൊടുത്തു. 1986 ൽ മറ്റു പിന്നോക്ക വിഭാഗക്കാർക്കെതിരെ ഗുജറാത്തിൽ വീണ്ടും ലഹളകൾ പൊട്ടിപ്പുറപ്പെട്ടു.

1990 ൽ മണ്ഡൽ കമീഷൻ ശുപാർശകൾ വി പി സിങ് ഗവൺമെന്റ് നടപ്പിലാക്കി. ഇതിനോടുള്ള പ്രതികരണമായി ഹിന്ദുമതത്തെ രക്ഷിക്കുക എന്ന ഹിസ്റ്റീരിയ മുറവിളിയുമായി വി എച്ച് പി സജീവമായി രംഗത്തിറങ്ങുകയും, ഏകാത്മകതായജ്ഞം പോലുള്ള പ്രചാരണ പരമ്പരകൾ സംഘടിപ്പിക്കുകയും ചെയ്തു. അയോദ്ധ്യയിൽ പ്രൗഢമായ ഒരു രാമക്ഷേത്രം പണിയാൻ തീരുമാനമെടുത്തുകൊണ്ട് വി എച്ച് പി അവരുടെ അയോധ്യാ പ്രചാരണപ്രവർത്തനങ്ങൾ വീണ്ടും ഊർജ്ജസ്വലമാക്കി. ഈ പ്രശ്നത്തിന്മേൽ വ്യത്യസ്ത ഹിന്ദുമതനേതാക്കന്മാരെ ഒന്നിപ്പിക്കാനുള്ള വിപുലമായ ശ്രമങ്ങൾ ഉണ്ടായി. തുടർന്ന് രാമജന്മഭൂമിപ്രശ്നം ബി ജെ പി ഏറ്റെടുക്കുകയുണ്ടായി. ഹൈന്ദവ വരേണ്യവർഗ്ഗത്തെ ബി ജെ പി രാഷ്ട്രീയത്തിനുപിന്നിൽ അണിനിരത്താനുള്ള ശ്രമത്തിന്റെ ഭാഗമായി അദ്വാനി സോമനാഥിൽനിന്ന് രഥയാത്ര ആരംഭിച്ചു.

ബാബറി മസ്ജിദ് പൊളിച്ചത് സ്വാഭാവികമായ പ്രവൃത്തിയല്ലായിരുന്നു. രാമക്ഷേത്രത്തിനുവേണ്ടിയുള്ള രാജ്യവ്യാപകമായ ക്യാംപയ്നിൽ ഇഷ്ടികകളും മൺവെട്ടികളും ഉപയോഗിച്ചുകൊണ്ട് കർസേവ നടത്തും എന്ന് അദ്വാനി പ്രസ്താവിക്കുകയുണ്ടായി.

ബി ജെ പിയുടെ മറ്റൊരു അതികായനായ മുരളി മനോഹർ ജോഷി പറഞ്ഞു, "പള്ളി തകർക്കുക, കർസേവ എങ്ങനെ നടത്തണമെന്ന് മതാ

ചാര്യന്മാർ തീരുമാനിക്കും; കോടതിയല്ല തീരുമാനിക്കേണ്ടത്. ക്ഷേത്രം പണിയുന്നതിനുള്ള മുന്നുപാധിയാണ് മസ്ജിദിന്റെ നശീകരണം." "മസ്ജിദ് തകർക്കും, അവശിഷ്ടങ്ങൾ സരയു നദിയിലേക്ക് വലിച്ചെറിയും" ബജ്രംഗ്ദൾ തലവൻ വിനയ് കത്യാർ പറഞ്ഞു. വി എച്ച് പിയുടെ അശോക്സിംഗാളും ഒട്ടും പിന്നിലായിരുന്നില്ല. നിയമ കോടതിയുടെ തീരുമാനത്തെക്കാൾ പ്രാബല്യം സന്ന്യാസികളുടെ തീരുമാനത്തിനാണ്. (സന്ന്യാസികൾ മസ്ജിദ് പൊളിച്ചുമാറ്റാൻ ആഹ്വാനം ചെയ്തിരുന്നു).

പള്ളി സംരക്ഷിക്കുമെന്ന് കോടതിക്കും, ദേശീയോദ്ഗ്രഥന സമിതിക്കും യു പി യിലെ ബി ജെ പി സർക്കാർ വാഗ്ദാനം നല്കി. ആർ എസ് എസിന്റെ വിവിധ ഭാഗങ്ങൾ രാജ്യവ്യാപകമായ പടയൊരുക്കം നടത്തിയിരുന്നു. 1992 നവംബർ 24 മുതൽ അനേകം കർസേവകർ എത്തിച്ചേർന്നുകൊണ്ടിരുന്നു. വൈദ്യുതി, വെള്ളം തുടങ്ങി ആവശ്യമായ എല്ലാ സഹായങ്ങളും സംസ്ഥാന സർക്കാർ ചെയ്തുകൊടുത്തു. പ്രത്യേക പരിശീലനം നേടിയ 450 സന്നദ്ധപ്രവർത്തകർ പള്ളി പൊളിക്കുന്നതിന്റെ റിഹേഴ്സൽ നടത്തി. ഏകദേശം 20000ത്തോളം കർസേവകർ പാചകത്തിന്റെ ചുമതല ഏറ്റെടുത്തു. തടിച്ച കയറുകൾ, ഉരുക്കുകൊളുത്തുകൾ തുടങ്ങിയവ ഏർപ്പാടുചെയ്തു. പള്ളി തകർക്കാൻ തീരുമാനിച്ച ദിവസം പരിശീലനം നേടിയ പ്രവർത്തകർക്ക് മാത്രമാണ് പള്ളി പരിസരത്ത് പ്രവേശനം അനുവദിച്ചത്. പരുക്കുകളും അനാവശ്യമായ ആൾക്കൂട്ടങ്ങളും ഒഴിവാക്കാനായി ആർ എസ് എസ് സന്നദ്ധപ്രവർത്തകർ മറ്റാരെയും കടത്തിവിടാതിരിക്കാൻ ശ്രദ്ധിച്ചു.

സ്റ്റേജിൽ സന്ന്യാസിമാർ ഭജന പാടിക്കൊണ്ടിരുന്നു. അദ്വാനിയും ജോഷിയും വേദിയിലുണ്ടായിരുന്നു. ഉമാഭാരതിയും ഋതാംബരയും 'ഒരു തള്ളുകൂടി കൊടുക്കൂ, മസ്ജിദ് തകർക്കൂ ഇതൊരു തുടക്കം മാത്രം, അടുത്ത ഊഴം കാശിയും, മധുരയുമാണ്.' തുടങ്ങിയ മുദ്രാവാക്യങ്ങൾ മുഴക്കി കർസേവകരെ ഉദ്ബോധിപ്പിച്ചുകൊണ്ടിരുന്നു. മൂന്നാമത്തെ ഗോപുരം തകർത്തതോടൊപ്പം ആഘോഷാരവം മുഴങ്ങി. ഒരുവിഭാഗം കർസേവകർ പത്രപ്രവർത്തകരെ മർദ്ദിക്കുകയും, അവരുടെ ഉപകരണങ്ങൾ നശിപ്പിക്കുകയും ചെയ്തു. തിരികെ പോയ കർസേവകരാവട്ടെ മുസ്ലീങ്ങളുടെ സ്വത്തുക്കൾ തീവെച്ച് നശിപ്പിച്ചു.

മസ്ജിദ് പൊളിച്ചുതീരുന്നതുവരെ യു പി മുഖ്യമന്ത്രി കല്യാൺ സിങ്ങിനോട് രാജിവെക്കരുതെന്ന് അദ്വാനി ഉപദേശിച്ചു. പൊളിച്ചുമാറ്റൽ പൂർണ്ണമായ ഉടനെ മുഖ്യമന്ത്രി രാജിവച്ചു. ഒപ്പംതന്നെ കേന്ദ്രഗവൺമെന്റ് യു പി മന്ത്രിസഭ പിരിച്ചുവിടുകയും ചെയ്തു. പ്രധാനമന്ത്രി പി വി നരസിംഹറാവുവിനും ആഭ്യന്തരമന്ത്രി എസ് ബി ചവാനും പള്ളി പൊളിച്ചുകൊണ്ടിരിക്കുമ്പോഴും താൽക്കാലിക ക്ഷേത്രം പണിതുകൊണ്ടിരുന്നപ്പോഴും ഇടപെടാമായിരുന്നു. എങ്കിലും അവർ അതുചെയ്തില്ല. കർസേവകർ താല്ക്കാലിക ക്ഷേത്രം പണിയുകയും വിഗ്രഹങ്ങൾ പ്രതിഷ്ഠിക്കുകയും ചെയ്തു.

ബി ജെ പി സർക്കാർ തുടക്കത്തിൽ ക്ഷമാപണസ്വരത്തിലും, ("ഞങ്ങൾ രാജ്യത്തോട് മാപ്പ് ചോദിക്കുന്നു" - വാജ്പേയി) പിന്നീട് അക്രമാസക്തമായ സ്വരത്തിലും ("ഇത് ദൈവത്തിന്റെ ആഗ്രഹമായിരുന്നു") പിന്നീട് ഭീഷണിയുടെ സ്വരത്തിലും ("ഭൂരിപക്ഷം വരുന്ന ജനങ്ങളുടെ വികാരങ്ങൾ മാനിച്ചില്ലെങ്കിൽ ഇതായിരിക്കും ഫലം") പ്രസ്താവനകളിറക്കി.

■ ബാബറി മസ്ജിദ് ധ്വംസനത്തെ തുടർന്നുണ്ടായ കലാപങ്ങൾക്കുത്തരവാദികൾ മുസ്ലീങ്ങളാണ്. ആർ എസ് എസിന് ഈ കലാപങ്ങളിൽ പങ്കില്ല

മസ്ജിദ് തകർത്ത സംഭവം മുസ്ലിം സമുദായത്തിനേറ്റ കനത്ത ആഘാതവും പ്രഹരവുമായിരുന്നു. അയോധ്യയിലെ മുസ്ലീങ്ങൾ അക്രമിക്കപ്പെടുകയും കൊല്ലപ്പെടുകയും ചെയ്തു. ഇസ്ലാമികലോകം ഇത് ഘോരമായ അധിക്ഷേപമായി കരുതി. പാകിസ്ഥാനിലും ബ്രിട്ടനിലും മറ്റനേകം രാജ്യങ്ങളിലും ഹൈന്ദവക്ഷേത്രങ്ങൾക്കു നേരെ നിരവധി അക്രമങ്ങളുണ്ടായി. ഇന്ത്യയിൽ വർഗ്ഗീയ കലാപങ്ങൾ നഗരങ്ങളെ പിടിച്ചുലയ്ക്കുകയും സാമൂഹ്യമർദ്ദനം അഴിച്ചുവിടുകയും ചെയ്തു. വർഗ്ഗീയ ആക്രമണത്തിന്റെ ഏറ്റവും വലിയ ഇര മുംബൈ ആയിരുന്നു. ലഹളകൾ ബാധിച്ച മറ്റു പ്രധാന കേന്ദ്രങ്ങൾ സൂറത്ത്, ഭോപ്പാൽ, അയോധ്യ എന്നിവയായിരുന്നു. ഇത്തരം ലഹളകൾ നന്നായി ആസൂത്രണം ചെയ്തവയും മുസ്ലീങ്ങൾ ആക്രമിക്കാൻ വരുന്നു എന്ന കിംവദന്തിയുടെ പ്രചരിപ്പിക്കുന്ന തരത്തിലുമുള്ളവയുമായിരുന്നു. അക്രമാസക്തരായ ഈ ജനക്കൂട്ടത്തെ നയിച്ചിരുന്നത് ആർ എസ് എസ് വിഭാഗങ്ങളിൽപ്പെട്ടവരും അവരുടെ അനുഭാവികളുമായിരുന്നു. വർഗ്ഗീയവാദികൾ പ്രചരിപ്പിച്ച വ്യാപകമായ മറ്റൊരു കിംവദന്തി ആ പ്രദേശങ്ങളിലെ ഹൈന്ദവക്ഷേത്രങ്ങളാണ് മുസ്ലീങ്ങളുടെ അടുത്ത ലക്ഷ്യം എന്നതായിരുന്നു.

മുംബൈ - ഒരു കേസ് സ്റ്റഡി

വർഗ്ഗീയ കൂട്ടക്കൊലയുടെ നടത്തിപ്പുകാരുടെ റോളായിരുന്നു ശിവസേനയ്ക്ക്. ജസ്റ്റിസ് ശ്രീകൃഷ്ണ കമീഷൻ റിപ്പോർട്ട് വായിച്ചാൽ ഇക്കാര്യം കൂടുതൽ വ്യക്തമാകും. മുസ്ലീങ്ങൾ പാകിസ്ഥാനിലോ ശവക്കല്ലറകളിലോ മാത്രമായിരിക്കട്ടെ തുടങ്ങിയ പ്രകോപനപരമായ മുദ്രാവാക്യങ്ങളുരുവിട്ട് ജനക്കൂട്ടത്തെ സംഘടിപ്പിച്ച് വിജയഘോഷമൊരുക്കിയത് ശിവസേനയായിരുന്നു. ഞങ്ങളെ ആക്രമിച്ചവരുടെ തല ഞങ്ങൾ കൊയ്യും. മുസ്ലീങ്ങൾ തിരിച്ചടിച്ചു. ശിവസേനയുടെ ജാഥ പള്ളികൾക്കു നേരെ ചാണകമെറിഞ്ഞപ്പോൾ മുസ്ലീങ്ങൾ ക്ഷേത്രങ്ങൾക്ക് കല്ലെറിഞ്ഞു. പള്ളി പൊളിച്ചതിന്റെ സ്വാഭാവിക പ്രതിഷേധമെന്ന നിലയിൽ കുറച്ച് പ്രാദേശിക മുസ്ലീങ്ങൾ മുംബൈയിൽ പൊതുമുതലിന് നേരെ കല്ലേറ് നടത്തുകയുണ്ടായി. ഇതൊരു സംഘടിത പ്രതികരണമായിരുന്നില്ല.

ഘട്ടം: I പള്ളി സംരക്ഷിക്കുന്നതിൽ സർക്കാർ പരാജയപ്പെട്ടതിൽ പ്രതിഷേധിച്ച് കുറച്ച് മുസ്ലീങ്ങൾ ഡിസംബർ 7 ന് പൊലീസ് സ്റ്റേഷനുകൾ ആക്രമിച്ചു. തുടർന്ന് പൊലീസ് നടത്തിയ വെടിവയ്പ്പിൽ കൊല്ലപ്പെട്ടവരിൽ 90 ശതമാനവും മുസ്ലീങ്ങളായിരുന്നു. വയറ്റിലും തലയിലും നെഞ്ചിലും വെടിയേറ്റായിരുന്നു മരണം സംഭവിച്ചത്.

ധാരാവിയിൽ നടന്ന ലഹളയിൽ നൂറോളം വീടുകൾ നശിപ്പിക്കപ്പെട്ടു. അതിൽ 80 ശതമാനം മുസ്ലിം വീടുകളായിരുന്നു. തെക്കൻ മുംബൈയിലും പട്ടണപ്രാന്തങ്ങളിലും കലാപം വ്യാപിച്ചു. നിർമ്മല നികേതൻ കോളേജ് സോഷ്യൽ സർക്കിളിലെ വിദ്യാർഥികൾ കലാപത്തിന് ഇരയായവരെക്കുറിച്ച് ഒരു സർവ്വേ നടത്തി. അതിൽ കലാപബാധിതമായ 690 വീടുകളിൽ 86 ശതമാനം ഇരകളും മുസ്ലീങ്ങളായിരുന്നുവെന്ന് അവർ കണ്ടെത്തി. ഭൂരിഭാഗവും സാമൂഹ്യമായും സാമ്പത്തികമായും പിന്നോക്കം നില്ക്കുന്നവർ, ദിവസക്കൂലിക്ക് പണിയെടുക്കുന്ന തൊഴിലാളികൾ, ചെറിയ രീതിയിൽ സ്വയംതൊഴിൽ കണ്ടെത്തിയവർ ഒക്കെയായിരുന്നു. അവർ പൊലീസിന്റെ വെടിയുണ്ടകൾക്കിരയാവുകയോ കുത്തേൽക്കുകയോ അഗ്നിക്കിരയാവുകയോ ചെയ്തു. മുസ്ലിം പത്രപ്രവർത്തകരും, ഹിന്ദുവർഗ്ഗീയതയ്ക്കെതിരായി എഴുതുന്നവരും അവരുടെ ഇഷ്ടപ്പെട്ട ഇരകളായിരുന്നു. മുസ്ലീങ്ങളെ ആക്രമിക്കുന്ന ജനക്കൂട്ടത്തെ പൊലീസ് പൊതുവിൽ ഉപദ്രവിക്കാതെ വിട്ടു.

ഘട്ടം II: ഒന്നാംഘട്ടത്തിനുശേഷം നിലനിന്ന ആദ്യകാലത്തെ സമാധാന അന്തരീക്ഷത്തിൽ വല്ലപ്പോഴും ചില അക്രമങ്ങൾ മാത്രമാണുണ്ടായത്. രണ്ടാം ഘട്ടത്തിനുമുമ്പ് മുസ്ലീങ്ങൾക്കെതിരായ കല്ലുവച്ച കിംവദന്തികൾ പ്രചരിച്ചിരുന്നു. പാകിസ്ഥാന്റെയും മറ്റു മുസ്ലിം രാജ്യങ്ങളുടെയും സഹായത്തോടെ മുസ്ലീങ്ങൾ ആക്രമണത്തിന് തയ്യാറെടുക്കുകയാണെന്നും അവർ പൊലീസിനെ ആക്രമിക്കാൻ എ കെ 47 ഉപയോഗിക്കുന്നുവെന്നും പാലിൽ വിഷം കലർത്തിയെന്നും ഒരു കപ്പൽ നിറയെ ഭീകരർ ആയുധങ്ങളും പടക്കോപ്പുകളുമായി ദാദർ ചൗപ്പാത്തിയിൽ ഇറങ്ങാൻ പോകുകയാണ് എന്നും മറ്റുമുള്ള കിംവദന്തികൾ.

'മഹാ ആരതി' നടത്തി ഹിന്ദുക്കളെ സംഘടിപ്പിക്കാൻ ശ്രമം തുടങ്ങി. മഹാ ആരതി സാമുദായിക സംഘർഷങ്ങളെ കൂടുതൽ വഷളാക്കി. 'മഹാ ആരതി'യെ തുടർന്ന് വർഗ്ഗീയ സംഘർഷങ്ങൾ ഉടലെടുക്കുകയും ആ പ്രദേശങ്ങളിലെ മുസ്ലിം കുടുംബങ്ങൾ കൂട്ടമായി പലായനം ചെയ്യുകയും ചെയ്തു. 1992 ഡിസംബർ 26 നും 1993 ജനുവരി 5നുമിടയിൽ 33 'മഹാ ആരതി'കൾ സംഘടിപ്പിക്കപ്പെട്ടു. ശിവസേനയുടെ ജിഹ്വയായ *സാംന*യിൽ 'മഹാ ആരതി'യുടെ ഷെഡ്യൂൾ പ്രസിദ്ധീകരിക്കപ്പെട്ടു. ഈ ഘട്ടത്തിലാണ് ശിവസൈനികർ വോട്ടർ പട്ടികകൾ കൈക്കലാക്കി വിവിധ പ്രദേശങ്ങളിലെ മുസ്ലിം കുടുംബങ്ങളും സ്ഥാപനങ്ങളും അടയാളപ്പെടുത്തിയത്.

ശ്രീകൃഷ്ണ കമീഷൻ റിപ്പോർട്ട് ചില ഭാഗങ്ങൾ

1992 ഡിസംബർ 26ന് ആരംഭിച്ച മഹാ ആരതികൾ വർഗ്ഗീയ സംഘർഷത്തിന് ആക്കം കൂട്ടുകയും, നിലനില്ക്കുന്ന ദുർബ്ബലമായ സമാധാന അന്തരീക്ഷത്തെ അപകടത്തിലാക്കുകയും ചെയ്തു. ചില ആരതികളിൽ വർഗ്ഗീയത ഇളക്കിവിടുന്ന പ്രസംഗങ്ങൾ നടത്തുകയും പരിപാടി കഴിഞ്ഞ് പിരിഞ്ഞുപോകുന്ന ജനക്കൂട്ടം പരിസരപ്രദേശങ്ങളിലുള്ള മുസ്ലിം സ്ഥാപനങ്ങൾക്ക് കേടുവരുത്തുകയും കവർച്ച നടത്തുകയും തീവയ്ക്കുകയും ചെയ്തു (വാല്യം–1, പേജ് 13).

1993 ജനുവരി 1ന് *സാംന*യിൽ 'ഹിന്ദുക്കൾ ഇപ്പോൾ അക്രമാസക്തരാകേണ്ടിയിരിക്കുന്നു' എന്ന തലക്കെട്ടോടെ വന്ന ലേഖനം 'അക്രമം നടത്താൻ ഹിന്ദുക്കളോട് തുറന്ന് ആഹ്വാനം ചെയ്യുകയുണ്ടായി (വാല്യം 1, പേജ് 13). മുസ്ലീങ്ങൾക്കെതിരെയുള്ള ചെറിയ തോതിലുള്ള അക്രമം അങ്ങിങ്ങായി നിലയ്ക്കാതെ തുടർന്നുകൊണ്ടിരുന്നു. മുസ്ലീങ്ങൾ കുറ്റക്കാരാണ് എന്ന് ആരോപിക്കപ്പെട്ട രണ്ട് സംഭവങ്ങളുണ്ടായി. ഹിന്ദുക്കൾ കൊല്ലപ്പെട്ട ഈ സംഭവങ്ങൾ പൂർണ്ണതോതിലുള്ള മുസ്ലിം വിരുദ്ധ കൂട്ടക്കൊല അഴിച്ചുവിടുന്നതിനുള്ള സാധുത നല്കി.

(a) 1993 ജനുവരി 5ന് ഹിന്ദുക്കളായ രണ്ടു മരത്തടി തൊഴിലാളികൾ (ചുമട്ടുതൊഴിലാളികൾ) കൊല്ലപ്പെട്ടു (ഒരുപക്ഷേ, യൂണിയനുകൾ തമ്മിലുള്ള വൈരമാകാം കാരണം). മരിച്ചത് ഹിന്ദുകൾ ആയിരുന്നില്ല എന്ന ഒറ്റക്കാരണത്താലായിരുന്നു വർഗ്ഗീയ ശക്തികൾ ഈ അനുമാനത്തിലെത്തിയത്. അവിടെ കൊല്ലപ്പെട്ടത് മുസ്ലീങ്ങളായിരുന്നു എന്നതിന് യാതൊരു തെളിവും ലഭിച്ചിരുന്നില്ല

(b) 1993 ജനുവരി 8ന് ജോഗീശ്വരിയുടെ ബേൽ കുടുംബത്തിന്റെ വീട് അഗ്നിക്കിരയാവുകയും കുടുംബാംഗങ്ങൾ ജീവനോടെ കത്തിയമരുകയും ചെയ്തു. (ഒരുപക്ഷേ, റിയൽ എസ്റ്റേറ്റ് തർക്കത്തിന്റെ ഫലമായിരിക്കാം.) ഈ രണ്ട് സംഭവങ്ങളിലും കൊല്ലപ്പെട്ടത് ഹിന്ദുക്കളായതിനാൽ അവയുടെ ഉത്തരവാദിത്വം മുസ്ലീങ്ങൾക്കുമേൽ കെട്ടിവയ്ക്കപ്പെട്ടു. മുസ്ലീങ്ങൾക്ക് എതിരെ അഴിച്ചുവിട്ട വൻതോതിലുള്ള അതിക്രമങ്ങൾക്ക് അനിവാര്യമായ സാധൂകരണം ഇതിലൂടെ ഹിന്ദുവർഗ്ഗീയ ശക്തികൾക്ക് ലഭിച്ചു. ലഹളക്കാരെയും ശിവസേനയുടെ ആൾക്കൂട്ടത്തെയും പൊലീസ് വളരെയേറെ പിന്തുണച്ചു. ഡിസംബറിൽ നടത്തിയ വെടിവയ്പ്പാഘോഷങ്ങളുടെ പേരിൽ തങ്ങൾ വിമർശിക്കപ്പെട്ടു എന്ന വ്യാജകാരണത്താൽ മുസ്ലിം വിരുദ്ധ ലഹളക്കാരോടുള്ള തങ്ങളുടെ മൃദുസമീപനത്തെ പൊലീസ് ന്യായീകരിക്കുകയുണ്ടായി. ശിവസൈനികർ അവരുടെ ജോലി ചെയ്യുകയാണ് അവർ അത് തുടരട്ടെ എന്ന മനോഭാവമാണിത്.

ഡിസംബറിൽ ഇരകൾ പ്രധാനമായും മുസ്ലീങ്ങളായിരുന്നു (86%). വെടിയേറ്റാണ് അവർ മരിച്ചത്. ജനുവരിയിലും ഇരകളിൽ ഭൂരിപക്ഷവും മുസ്ലീങ്ങളായിരുന്നു. കുത്തേറ്റും തീപ്പൊള്ളലേറ്റുമാണ് അവർ മരിച്ചത്.

ജനുവരി 2, 3 തീയതികളിൽ ഹൗസിങ് ബോർഡ് ഉദ്യോഗസ്ഥർ എന്ന വ്യാജേന എത്തിയവരിൽ ചിലർ പ്രതീക്ഷാനഗറിലെ മുസ്ലിം വീടുകൾ അടയാളപ്പെടുത്തി.

ചുമട്ടുതൊഴിലാളികളും ബേനുകളും വധിക്കപ്പെടുന്നതിനുമുമ്പു തന്നെ ശിവസേനാ പ്രവർത്തകർ സജീവമായിരുന്നു. മഹാ ആരതികൾ സംഘടിപ്പിക്കപ്പെട്ടതുതന്നെ ഇടത്തരക്കാരായ ഹിന്ദുക്കളെ ഒരുമിച്ച് നിർത്താനായിരുന്നു. മുസ്ലിം രാജ്യങ്ങളിൽനിന്ന് ആയുധങ്ങൾ വന്നുകൊണ്ടിരിക്കുകയാണെന്നും, നഗരത്തിലെ ക്ഷേത്രങ്ങൾ നശിപ്പിക്കപ്പെട്ടുകൊണ്ടിരിക്കുകയാണെന്നുമുള്ള കിംവദന്തികൾ പ്രചരിപ്പിക്കപ്പെട്ടു. മുസ്ലിം വീടുകൾ, സ്ഥാപനങ്ങൾ, ടാക്സികൾ തുടങ്ങിയവ മാർക്കുചെയ്യുകപോലുള്ള വിപുലമായ പദ്ധതികൾ ആസൂത്രണം ചെയ്തിരുന്നു. ഹിന്ദുക്കൾ കൊലചെയ്യപ്പെട്ട രണ്ടു സംഭവങ്ങളും ശിവസൈനികർക്ക് വർഗ്ഗീയകലാപത്തിന് ഊർജ്ജം പകരാനുള്ള കാരണങ്ങളായി ഉപയോഗിക്കപ്പെട്ടു.

വർഗ്ഗീയ ആക്രമത്തെത്തുടർന്ന് കുറച്ച് മാസത്തെ ഇടവേളയ്ക്കു ശേഷം ബോംബിങ് പരമ്പരകൾ ഉണ്ടായി. സ്റ്റോക്ക് എക്സ്ചേഞ്ച് ബിൽഡിങ്, എയർ ഇന്ത്യ ബിൽഡിങ്, വർളി പ്രദേശം, ഹോട്ടൽ സീറോക്ക് എന്നിവിടങ്ങളിൽ ഇപ്രകാരം ജീവനും സ്വത്തിനും വൻനാശമുണ്ടായി. ഇതിനു പിന്നിലെ ഗൂഢാലോചന ഇനിയും വെളിവാക്കപ്പെട്ടിട്ടില്ല. പക്ഷേ ഐ എസ് ഐയും അധോലോക രാജാവായ ദാവൂദ് ഇബ്രാഹിമുമാണ് ഇതിനു പിന്നിലെന്ന് സംശയിക്കപ്പെടുന്നു.

ഇത്തരം വർഗ്ഗീയ അക്രമങ്ങളിൽ ഏർപ്പെട്ടവരെ ഇതേവരെ പിടികൂടിയിട്ടില്ലെങ്കിലും നിസ്സാരമായ സംശയങ്ങളുടെ പേരിൽ അനേകം മുസ്ലീങ്ങളെ അപരാധികളെന്ന പേരിൽ 'ടാഡ' പ്രകാരം തടവറയിൽ അടച്ചു എന്നത് കൗതുകകരമാണ്.

1993 ലെ മുംബൈ സ്ഫോടനം

1993 മാർച്ച് 13 അക്രമത്തെ തുടർന്ന് സ്റ്റോക്ക് എക്സ്ചേഞ്ച്, എയർ ഇന്ത്യ ബിൽഡിങ്, ഹോട്ടൽ സീറോക്ക് തുടങ്ങിയ സ്ഥലങ്ങളിലായി നടന്ന 15 ശക്തമായ സ്ഫോടനങ്ങൾ നഗരത്തെ പിടിച്ചുലച്ചു. മിക്ക ബോംബുകളും വച്ചിരുന്നത് കാറുകളിലും, ചിലത് സ്കൂട്ടറുകളിലുമായിരുന്നു. 257 പേർ കൊല്ലപ്പെടുകയും 1400 പേർക്ക് പരിക്കേൽക്കുകയും ചെയ്തു. അധോലോക ബന്ധമുള്ളവരായിരുന്നു ഇതിനു പിന്നിൽ എന്ന് സംശയിക്കപ്പെടുന്നു. ദാവൂദ് ഇബ്രാഹിം ആയിരിക്കണം സൂത്രധാരൻ. പോട്ട പ്രകാരം 200ലധികം മുസ്ലീങ്ങൾ അറസ്റ്റുചെയ്യപ്പെട്ടു.

മുംബൈ ലഹളകളെക്കുറിച്ച് അന്വേഷിച്ചുകൊണ്ടിരുന്ന ശ്രീകൃഷ്ണ കമീഷനോട് ഈ സ്ഫോടനങ്ങളെക്കുറിച്ച് അന്വേഷിക്കാൻ ആവശ്യപ്പെട്ടു. പ്രത്യേക ടാഡ കോടതിയിലാണ് വിചാരണ നടന്നത് എന്നതിനാൽ ശ്രീകൃഷ്ണ കമീഷൻ അതേക്കുറിച്ച് കൂടുതൽ ഒന്നും പറഞ്ഞിരുന്നില്ല. മിക്ക കേസുകളിലും വിധി വന്നു (സെപ്തംബർ 6).

കുറ്റക്കാരെന്ന് കണ്ടെത്തിയവർക്ക് ശിക്ഷ കിട്ടി. അതേസമയം തന്നെ മുംബൈ കൂട്ടക്കൊല നടത്തിയ കുറ്റവാളികൾക്ക് യാതൊരു ശിക്ഷയും കിട്ടിയില്ല.

കോൺഗ്രസ് – എൻ സി പി സർക്കാർ വാഗ്ദാനം നല്കിയെങ്കിലും ഒഴിഞ്ഞുമാറുകയാണുണ്ടായത്. കുറ്റക്കാരെ ശിക്ഷിക്കാൻ പര്യാപ്തമായ ഒരു നടപടിപോലും സർക്കാർ കൈക്കൊണ്ടിട്ടില്ല.

■ വർഗ്ഗീയകലാപങ്ങൾ തുടങ്ങിവയ്ക്കുന്നത് മുസ്ലീങ്ങളാണ്. ഹിന്ദുക്കൾ ഗതികെട്ട് തിരിച്ചടിക്കുകയാണ് ചെയ്യുന്നത്.

മുസ്ലീങ്ങളാണ് ലഹള ആരംഭിക്കുന്നത്. അപ്പോൾ ഹിന്ദുക്കൾ തിരിച്ചടിക്കുന്നു എന്ന് വൻപ്രചാരണം നടക്കുന്നുണ്ട്. ടീസ്റ്റ സെറ്റർവാദ് ('ആദ്യത്തെ കല്ലെറിഞ്ഞത് ആരാണ്' *കമ്യൂണലിസം കോമ്പാറ്റ്* 1998 മാർച്ച്) അഞ്ച് അന്വേഷണ കമീഷനുകളുടെ റിപ്പോർട്ടിൽനിന്നുള്ള ഭാഗങ്ങൾ ഉദ്ധരിച്ചുകൊണ്ട് പറയുന്നത് സത്യം മറ്റൊന്നാണെന്നാണ്. അന്വേഷണ കമീഷനുകളിൽ നിന്നുള്ള ഭാഗങ്ങൾ ചുവടെ:

അഹമ്മദാബാദ് (1969)

കമീഷനിൽനിന്ന് സത്യങ്ങൾ മറച്ചുവയ്ക്കാൻ ബോധപൂർവ്വമായ ശ്രമങ്ങൾ ഉണ്ടായിരുന്നു. വിശേഷിച്ചും ലഹളയിൽ ആർ എസ് എസ്, ജനസംഘ് നേതാക്കൾക്ക് ഉണ്ടായിരുന്ന സജീവ പങ്കാളിത്തത്തെപ്പറ്റി (ഇന്നത്തെ ബി ജെ പിയുടെ അന്നത്തെ അവതാരമായിരുന്ന ജനസംഘ്) ജസ്റ്റിസ് ജഗ്മോഹൻ റെഡ്ഡി കമീഷൻ.

ഭീവണ്ടി, ജലഗാൺ (1970)

താനെ ജില്ലയിലെ എസ് പി, മേലധികാരിക്ക് നല്കിയ റിപ്പോർട്ടിൽ ഇങ്ങനെ പറയുന്നുണ്ട്:

ഹിന്ദുക്കളിലെ ചില വിഭാഗങ്ങൾ, പ്രത്യേകിച്ചും ആർ എസ് എസുകാരും ചില പി എസ് പിക്കാരും കുഴപ്പമുണ്ടാക്കാൻ തുനിഞ്ഞതായി ഞാൻ മനസ്സിലാക്കി. ജാഥയ്ക്ക് അകമ്പടി സേവിച്ചതിന് പിന്നിലുള്ള ഉദ്ദേശ്യം മഹാനായ ശിവജിയെ ആദരിക്കലായിരുന്നില്ല, മറിച്ച് അവരുടെ അവകാശങ്ങൾ സ്ഥാപിക്കുകയും കഴിയുമെങ്കിൽ മുസ്ലീങ്ങളെ പ്രകോപിപ്പിക്കുകയും അധിക്ഷേപിക്കുകയും ചെയ്യുക എന്നതുമായിരുന്നു.

ഗ്രാമവാസികൾ മുസ്ലീങ്ങൾക്കെതിരായി പ്രകോപനപരമായ മുദ്രാവാക്യങ്ങൾ ഉച്ചത്തിൽ മുഴക്കി, അവർ അക്രമാസക്തരായി പെരുമാറി. ഭർഗാർച്ച് ഗോഡിന്റെയും സുത്തർ അല്ലിയുടെയും കവലയിലുള്ള ബംഗാദ് ഗള്ളി ഹൈദരി പള്ളിയിലെ മോത്തി മസ്ജിദിന് നേരെ അവർ കല്ലെറിഞ്ഞു. കയ്യുംകെട്ടിനിന്ന പൊലീസ് അവർക്ക് തുണയായി (ജസ്റ്റിസ് ഡി പി മഡോൺ കമീഷൻ).

തലശേരി (1971–72)

തലശ്ശേരിയിൽ നൂറ്റാണ്ടുകളായി ഹിന്ദുക്കളും മുസ്ലീങ്ങളും സഹോദരങ്ങളെപ്പോലെയാണ് കഴിഞ്ഞിരുന്നത്. ആർ എസ് എസ്, ജനസംഘ് തുടങ്ങിയവരുടെ ശാഖകൾ പ്രവർത്തിച്ചു തുടങ്ങിയതോടെയാണ് ഈ സാഹചര്യത്തിന് മാറ്റമുണ്ടായത്. ഇവരുടെ മുസ്ലീങ്ങൾക്കെതിരായ പ്രചാരണം, അത് മുസ്ലീങ്ങളിലുണ്ടാക്കിയ പ്രതികരണം, മുസ്ലീങ്ങൾ വർഗ്ഗീയ സംഘടനയായ മുസ്ലിംലീഗിൽ അണിനിരന്നത്, തുടർന്നുണ്ടായ വർഗ്ഗീയ സംഘർഷം — ഈ കുഴപ്പങ്ങൾക്ക് വഴിയൊരുക്കി (ജസ്റ്റിസ് ജോസഫ് വിതയത്തിൽ കമീഷൻ).

ജംഷഡ്പൂർ 1979

തിരഞ്ഞെടുപ്പിനു മുമ്പുള്ള വർഗ്ഗീയ സ്ഥിതിഗതികൾ വിലയിരുത്തിക്കൊണ്ട് ജംഷഡ്പൂരിലെ ഇന്റലിജന്റ്സ് ബ്രാഞ്ച് തയ്യാറാക്കിയ കുറിപ്പിൽ (1979 മാർച്ച് 23) മാർച്ച് 31 നും ഏപ്രിൽ 1 നും നടത്താൻ നിശ്ചയിച്ച ആർ എസ് എസിന്റെ സമ്മേളനത്തെക്കുറിച്ച് പ്രത്യേകം പരാമർശിച്ചിരുന്നു. ആ സമ്മേളനത്തിൽ മറ്റുള്ളവർക്കൊപ്പം ആർ എസ് എസ് സർസംഘചാലക് പങ്കെടുത്തിരുന്നു. ജാഥയുടെ വഴിയെക്കുറിച്ചുള്ള തർക്കം മൂത്തു. സ്വയം സംയുക്ത ബജ്റംഗ്ബലി അഖാര സമിതി എന്നു വിളിച്ച ഗ്രൂപ്പ് ക്ഷുഭിതരായി പ്രതികരിച്ചു. ഇവർ വർഗ്ഗീയ വികാരങ്ങൾ ഉണർത്തുന്ന ലഘുലേഖകൾ വിതരണം ചെയ്യുന്നവരും, ആർ എസ് എസുമായി സംഘടനാപരമായ ബന്ധങ്ങൾ ഉള്ളവരുമായിരുന്നു. ഒരു റൂട്ടിന് അനുമതി നിഷേധിച്ച ഭരണാധികാരികളെ ധിക്കരിക്കാനുള്ള ആഹ്വാനം, ആൾക്കൂട്ടത്തിൽ അക്രമാസക്തമായ പ്രതിഷേധത്തിനും മുസ്ലിം വിരുദ്ധ മുദ്രാവാക്യങ്ങൾക്കും ഇടയാക്കി. തുടർന്ന് ശ്രീരാമനവമി കേന്ദ്രീയ അഖാരസമിതിയുടെ പേരിൽ വിതരണംചെയ്ത വിദ്വേഷം പരത്തുന്ന ലഘുലേഖകൾ ഹിന്ദുക്കളുടെ വികാരങ്ങളെ ഇളക്കിവിടാൻ വേണ്ടിയായിരുന്നു. അവ അനുഭവങ്ങളെ വളച്ചൊടിക്കുകയും, ചില പ്രവൃത്തികൾ ഹിന്ദുക്കൾക്ക് നേരെയുള്ള അക്രമങ്ങളായി ചിത്രീകരിക്കുകയും ചെയ്തു (അന്വേഷണ കമീഷൻ റിപ്പോർട്ടിൽ നിന്ന്).

കന്യാകുമാരി ലഹള (1982)

വർഗ്ഗീയ കലാപങ്ങൾ ഉണർത്താനുള്ള ആർ എസ് എസിന്റെ നീതിശാസ്ത്രം

1. ഭൂരിഭാഗം വരുന്ന മതവിഭാഗത്തിൽ വർഗ്ഗീയ വികാരം ഉണർത്താൻ ക്രിസ്ത്യാനികൾ നമ്മുടെ രാജ്യത്തിലെ വിശ്വസ്ത പൗരന്മാരല്ല എന്ന പ്രചാരണം.
2. ന്യൂനപക്ഷങ്ങളുടെ ജനസംഖ്യ കൂടിക്കൊണ്ടിരിക്കുകയാണെന്നും, ഹിന്ദുക്കളുടേത് കുറഞ്ഞുകൊണ്ടിരിക്കുകയുമാണെന്നുള്ള പ്രചാര

ണത്തിലൂടെ ഭൂരിപക്ഷസമുദായത്തിൽ ഭീതി വളർത്തുക.

3. കത്തികൾ, വാളുകൾ, കുന്തങ്ങൾ എന്നിവ പ്രയോഗിക്കാൻ ഭൂരിപക്ഷ സമുദായത്തിലെ യുവാക്കളെ പരിശീലിപ്പിക്കുക.
4. നിസ്സാരമായ സംഭവങ്ങൾക്കുപോലും വർഗ്ഗീയമായ നിറം കൊടുത്തുകൊണ്ട് വർഗ്ഗീയമായ വിടവുകൾ വലുതാക്കുകയും വർഗ്ഗീയ വികാരത്തിന് മൂർച്ചകൂട്ടുകയും ചെയ്യാൻ കിംവദന്തികൾ പരത്തുക (ജസ്റ്റിസ് വേണുഗോപാൽ കമീഷൻ).

ഗോധ്രാ സംഭവവും ഗുജറാത്ത് കൂട്ടക്കൊലയും

ഫെബ്രുവരി 27ന് സബർമതി എക്സ്പ്രസിന്റെ 5, 6 ബോഗികൾ കത്തിക്കപ്പെട്ടു. 58 പേർ കൊല്ലപ്പെട്ടു. വിരുദ്ധമായ അഭിപ്രായങ്ങളുണ്ട് ഈ സംഭവത്തെക്കുറിച്ച്. യഥാർത്ഥ വസ്തുതകൾ പുറത്തുവന്നത് ബാനർജി കമീഷൻ റിപ്പോർട്ടിലൂടെയാണ്.

രാമശിലാപൂജയോട് അനുബന്ധിച്ച് നടന്ന വിവിധ അനുഷ്ഠാനങ്ങളിൽ പങ്കെടുത്ത് മടങ്ങുന്ന രാമസേവകരായിരുന്നു ആ ബോഗികളിൽ നിറയെ. ആ ട്രെയിനിൽ സഞ്ചരിച്ചിരുന്ന ബജ്രംഗ്ദൾ വളണ്ടിയർമാരുടെ പ്രകോപനപരമായ പെരുമാറ്റത്തെക്കുറിച്ച് വളരെയധികം റിപ്പോർട്ട് ചെയ്യപ്പെട്ടിട്ടുണ്ട് (*ജനമോർച്ച* 25 ഫെബ്രുവരി 2002).

ചായക്കട നടത്തുന്ന ഒരു മുസ്ലിം ഗോധ്ര സ്റ്റേഷനിൽ അപമാനിക്കപ്പെട്ടു. ഒരു മുസ്ലിം പെൺകുട്ടിയെ കർസേവകർ ബലാൽക്കാരേണ പിടികൂടിയെങ്കിലും അവളെ രക്ഷപ്പെടുത്തുകയുണ്ടായി. ട്രെയിൻ ദുരന്തം മുൻകൂട്ടി ആസൂത്രണം ചെയ്തതായിരുന്നില്ല എന്ന് ജില്ലാകലക്ടർ ജയന്തി രവി പ്രസ്താവിച്ചിരുന്നു. ഉടൻതന്നെ ഗുജറാത്ത് മുഖ്യമന്ത്രി നരേന്ദ്ര മോദി പ്രസ്താവിച്ചത് മുൻകൂട്ടി ആസൂത്രണം ചെയ്ത ഭീകരപ്രവർത്തനമാണിതെന്നും ഇതിന് ആഗോള ഭീകരപ്രവർത്തനവുമായും ഐ എസ് ഐയുമായും ബന്ധമുണ്ട് എന്നുമാണ്. അദ്ദേഹം ഫെബ്രുവരി 27 ന് ഗുജറാത്തിലെ ഉയർന്ന ഉദ്യോഗസ്ഥരുടെ മീറ്റിങ് വിളിച്ചുകൂട്ടുകയും ഗോധ്ര സംഭവത്തിന് പ്രതികാരനടപടികൾ എടുക്കണമെന്ന് അവരോട് പറയുകയും ചെയ്തു. സംഭവത്തിനെതിരെ പ്രാദേശിക തിരിച്ചടികൾ ഉണ്ടായാൽ തടയാൻ പാടില്ലെന്നും അവർക്ക് മോദി നിർദ്ദേശം നല്കി (*ഔട്ട്ലുക്ക്* – 19 ആഗസ്ത് 2002) കത്തിക്കരിഞ്ഞ ശരീരങ്ങൾ അഹമ്മദാബാദിലേക്ക് കൊണ്ടുവരികയും നിലനില്ക്കുന്ന വർഗ്ഗീയാന്തരീക്ഷം ചൂടുപിടിപ്പിക്കുംവിധത്തിൽ വി എച്ച് പി, ബജ്രംഗ്ദൾ പ്രവർത്തകർ ഉച്ചത്തിൽ മുദ്രാവാക്യം മുഴക്കുകയും ചെയ്തു. സ്റ്റേഷനും സിഗ്നൽ ഫാലിയയ്ക്കും സമീപം താമസിക്കുന്ന ഗഞ്ചി മുസ്ലീങ്ങൾ പെട്ടെന്ന് തീപിടിക്കുന്ന ദ്രാവകം പുറത്തുനിന്ന് ഒഴിച്ച് ബോഗിക്ക് തീകൊടുത്തതാണെന്നാണ് പറഞ്ഞിരുന്നത്.

പിന്നീടുവന്ന ഫോറൻസിക് ലാബ് റിപ്പോർട്ടിൽ പറയുന്നത് കോച്ചിൽ തീപിടിത്തമുണ്ടായത് അതിനകത്തുവച്ചുതന്നെയാണെന്നും,

കോച്ച് മുഴുവൻ കത്താൻ വേണ്ടത്ര ദ്രാവകം പുറത്തുനിന്ന് ഒഴിക്കാൻ കഴിയില്ല എന്നുമാണ്. കംപാർട്ട്മെന്റിന്റെ കീഴ്ഭാഗത്തിന് പുറത്തുനിന്ന് കേടുവരുത്തിയിട്ടില്ല. എന്നാൽ തീ കാരണം ഏറ്റവും നാശമുണ്ടായത് ഉള്ളിലെ തറയ്ക്കാണ് (*ദി വീക്ക്* ജൂലായ് 7, 2002). ആ പ്രദേശത്തെ 7 ആൺകുട്ടികളടക്കം 62പേരെ പോട്ട പ്രകാരം അറസ്റ്റുചെയ്തു.

ഗോധ്ര തീപിടിത്തത്തെപ്പററി ബാനർജി കമീഷൻ:

ഈ ദാരുണ സംഭവം കഴിഞ്ഞ് രണ്ടരവർഷത്തിനുശേഷം ജസ്റ്റിസ് യു സി ബാനർജി സത്യം പുറത്തുകൊണ്ടുവന്നു. ഈ റിപ്പോർട്ട് പ്രകാരം ഗോധ്ര ദുരന്തം ഒരു യാദൃച്ഛിക സംഭവം മാത്രമായിരുന്നു. ആർ എസ് എസും നരേന്ദ്രമോദിയും അവകാശപ്പെട്ടതുപോലെ മുൻകൂട്ടി ആസൂത്രണം ചെയ്യപ്പെട്ട ഒന്നായിരുന്നില്ല അത്. ബി ജെ പി നയിച്ച എൻ ഡി എ സർക്കാരിന്റെ കാലത്ത് ഈ അപകടത്തെക്കുറിച്ച് അന്വേഷിക്കാനുള്ള കമീഷനെ നിയോഗിക്കുകയുണ്ടായില്ല.

■ ഗുജറാത്ത് കലാപം ഹിന്ദുക്കൾക്കും മുസ്ലീങ്ങൾക്കും ഇടയിൽ നടന്ന വർഗ്ഗീയലഹളയായിരുന്നു. അതിന് സംഘിനെ കുറ്റപ്പെടുത്താൻ കാരണമില്ല

ഗുജറാത്തിലെ വിവിധ നഗരങ്ങളിൽ തൊട്ടടുത്ത ദിവസംതന്നെ (ഫെബ്രുവരി 28) നടന്ന വ്യാപകമായ ലഹള യഥാർത്ഥത്തിൽ മുസ്ലീങ്ങൾക്കുമേൽ നടത്തിയ ആസൂത്രിതമായ നരമേധമായിരുന്നു, ഏറ്റവും കൂടുതൽ ബാധിച്ച നഗരം അഹമ്മദാബാദ് ആയിരുന്നു.

ഗുജറാത്തിലെ 24 ജില്ലകളിൽ 18ലും ലഹളകൾ നടന്നു. രണ്ടായിരമോ മൂവായിരമോ വരുന്ന ആൾക്കൂട്ടങ്ങളെയും ചിലപ്പോൾ പതിനായിരം പേരോളം വരുന്ന ആൾക്കൂട്ടങ്ങളെയും കാണാമായിരുന്നു. അവർ വാളുകൾ, ത്രിശൂലങ്ങൾ, കൊല്ലാൻപറ്റിയ കാർഷിക ഉപകരണങ്ങൾ മുതലായവ കൈയിലേന്തിയിരുന്നു. തീവയ്പ്പിന്റെയും വെട്ടിക്കൊലയുടെയും നിഷ്ഠൂരമായ രീതി ഏറെ സമാനതയുള്ളതായിരുന്നു. ഇതെല്ലാം സൂചിപ്പിക്കുന്നത് ആക്രമണത്തിനുപിന്നിൽ നല്ല ആസൂത്രണമുണ്ടായിരുന്നു എന്നുതന്നെയാണ്. പരിശീലനം ലഭിച്ച കേഡർമാർക്ക് മാത്രമേ ഇത്ര സംഘടിതമായ രീതിയിൽ ഇങ്ങനെ ആക്രമണം നടത്താൻ കഴിയുകയുള്ളു (*കമ്യൂണലിസം കോമ്പാറ്റ്* – 2002 മാർച്ച്). അക്രമത്തിൽ കത്തിച്ചാമ്പലായ ന്യൂനപക്ഷങ്ങളുടെ വീടുകളും ബിസിനസ് സ്ഥാപനങ്ങളും ലഹളക്കാരുടെ കൈയിലെ ലിസ്റ്റിൽപ്പെട്ടവയായിരുന്നു. ഹൈന്ദവമായ പേരുകളുള്ള എന്നാൽ മുസ്ലീങ്ങൾ ഉടമകളായുള്ള സ്ഥാപനങ്ങൾ പോലും അക്രമിക്കപ്പെട്ടു. മുസ്ലിംസമുദായത്തിന്റെ ഉടമസ്ഥതയിലുണ്ടായിരുന്ന ബിസിനസ് സ്ഥാപനങ്ങളിൽ ഭൂരിപക്ഷവും തകർക്കപ്പെട്ടു.

വീടുകളും ബിസിനസ് സ്ഥാപനങ്ങളും അഗ്നിക്കിരയാക്കിയത് ഗ്യാസ് സിലിണ്ടറുകളും, താപനില ഉയർത്താൻ പര്യാപ്തമായ ചില

പൗഡറുകളുമുപയോഗിച്ചാണ്. ബിസിനസ് സ്ഥാപനങ്ങളുടെ കവർച്ചയിൽ മദ്ധ്യവർഗ്ഗത്തിലെ വലിയവിഭാഗം ആഹ്ലാദത്തോടെ പങ്കെടുക്കുകയുണ്ടായി. ഫോണുകൾ വഴിയായിരുന്നു ഏകോപനം. മുസ്ലിം സ്ഥാപനങ്ങളെ കൊള്ളയടിച്ചുകൊണ്ട് തങ്ങളാൽ കഴിയുന്ന ഹിന്ദുരാഷ്ട്രസേവനം നടത്താൻ സ്വന്തം മിത്സുബിഷി ലാൻസർ കാറുകളിൽപ്പോലും ആളുകൾ വന്നു.

അഹമ്മദാബാദിലെ വ്യവസായനഗരത്തിൽ മുൻ എം പി അഹ്സൻ ജഫ്രി അടക്കം 43 പേർ പതിനായിരത്തിൽ അധികം പേരടങ്ങുന്ന ഒരുവൻ ആൾക്കൂട്ടത്താൽ കൊലചെയ്യപ്പെട്ടു. അന്ന് വൈകുന്നേരം പതിനയ്യായിരത്തിലേറെപേരടങ്ങുന്ന സംഘം നരോദാ പ്രദേശത്ത് 84പേരെ കശാപ്പുചെയ്തു. ഈ ആക്രമണത്തിൽ ഏകദേശം രണ്ടായിരത്തിൽ അധികംപേർ കൊല്ലപ്പെട്ടതായി കണക്കാക്കപ്പെടുന്നു. ഇത് വെറും കൊല മാത്രമായിരുന്നില്ല. കൊല്ലപ്പെട്ടവർ അങ്ങേയറ്റം പീഡനത്തിനിരയായിരുന്നു. സ്ത്രീകളും കുട്ടികളും പ്രത്യേക ലക്ഷ്യമായിരുന്നു. സ്ത്രീകളെ അപമാനിച്ചശേഷം അഗ്നിക്കിരയാക്കുകയായിരുന്നു. മതപരമായ ആരാധനസ്ഥലങ്ങൾ വിശേഷിച്ചും, സമ്മിശ്ര സംസ്കാരത്തിന്റെ പ്രതീകമായ ദർഗകൾ, പ്രത്യേക ആക്രമണത്തിനിരയായി. പല പുണ്യസ്ഥലങ്ങളും നശിപ്പിക്കപ്പെടുകയും, അവിടങ്ങളിൽ ഒറ്റ രാത്രികൊണ്ട് റോഡുകൾ നിർമ്മിക്കപ്പെടുകയും ചെയ്തു. പള്ളികളും ദർഗകളും ഉണ്ടായിരുന്ന സ്ഥലങ്ങളിൽ ഒറ്റ രാത്രികൊണ്ട് ഹനുമാൻ ക്ഷേത്രങ്ങൾ ഉയർന്നുവന്നു. പ്രസിദ്ധനായ ഗുജറാത്തി സൂഫിസന്ന്യാസിയും കവിയുമായ വാലി ഗുജറാത്തിയുടെ ദർഗയും നശിപ്പിക്കപ്പെട്ടു. ബിസിനസ് സ്ഥാപനങ്ങൾ അഗ്നിക്കിരയായതിലൂടെ ഉണ്ടായ നഷ്ടം ഏകദേശം 5800 കോടി രൂപയാണെന്ന് കണക്കാക്കപ്പെടുന്നു. ഹോട്ടലുകൾ, ട്രാൻസ്പോർട്ട്, ബിസിനസുകൾ, വ്യവസായങ്ങൾ, തുണിഷോപ്പുകൾ ഇവയെല്ലാം പ്രത്യേക ആക്രമണത്തിന് വിധേയമായി. കുട്ടികൾക്കും സ്ത്രീകൾക്കും നേരെയുണ്ടായ മൃഗീയത ആളിക്കത്തിച്ചത് ഗോധ്രയിൽ സ്ത്രീകൾ അപമാനിക്കപ്പെട്ടു എന്ന കിംവദന്തിയാണ്. പക്ഷേ, ഇത്തരം കിംവദന്തികൾ തീർത്തും അടിസ്ഥാനരഹിതമായിരുന്നുവെന്ന് നിരവധി അന്വേഷണഉദ്യോഗസ്ഥർ വെളിപ്പെടുത്തിയിട്ടുണ്ട്. എന്നാൽ പത്രങ്ങൾ കൊച്ചുകോളങ്ങളിൽ ഇത്തരം വാർത്തകളെ നിഷേധിച്ചുകൊണ്ടുള്ള വാർത്തകൾ പ്രസിദ്ധീകരിക്കുമ്പോഴേക്കും ഉദ്ദിഷ്ട 'ലക്ഷ്യം' നിറവേറ്റിക്കഴിഞ്ഞിരുന്നു. ആൾക്കൂട്ടം കാട്ടിക്കൂട്ടിയ നിഷ്ഠുരതകളുടെ വിശദാംശങ്ങൾ സ്ത്രീകളുടെ പാനൽറിപ്പോർട്ടിൽ വിശദീകരിക്കുന്നുണ്ട്. സ്വതന്ത്രഇന്ത്യയിൽ നടന്ന ഏതു കലാപത്തിലും ഉണ്ടായ മൃഗീയതകളെക്കുറിച്ചുള്ള ദാരുണമായ വിവരണങ്ങൾ സ്ത്രീകളുടെ സാക്ഷ്യപ്പെടുത്തൽ തന്നെയാണ്. ലോക്കൽ പൊലീസിന്റെയും ഭരണാധികാരികളുടെയും നിഷ്ക്രിയാവസ്ഥ സ്വയം സംസാരിക്കുന്നു (*ടൈംസ് ഓഫ് ഇന്ത്യ* - എഡിറ്റോറിയൽ, 2002 ഏപ്രിൽ 26).

ബി: സിറ്റിസൺസ് ട്രിബ്യൂണൽ റിപ്പോർട്ട്

ഗോധ്ര, ഗുജറാത്ത്, അക്ഷർധാം തുടങ്ങിയവ സ്വാതന്ത്ര്യാനന്തര ഇന്ത്യയിൽ ജനാധിപത്യ ധാർമ്മികതയ്ക്കേറ്റ വലിയ കളങ്കങ്ങളാണ്. ഏകദേശം പത്തുമാസത്തോളം ഗുജറാത്തിനെ പിടിച്ചുലച്ച ഈ ദുരന്തത്തിന്റെ ബഹളത്തിനിടയിൽ ആരാണ് കുറ്റവാളികൾ എന്നതിനെച്ചൊല്ലി വ്യത്യസ്തമായ ഭാഷ്യങ്ങൾ ഉണ്ടായി. സംസ്ഥാന നേതൃത്വത്തിന്റെ ഒരു ഭാഷ്യം ഉണ്ടായിരുന്നു. അതേസമയം സംഭവങ്ങൾ കൃത്യമായി മനസ്സിലാക്കിയെടുക്കാൻ ബുദ്ധിമുട്ടായിരുന്നു. അല്ലെങ്കിൽ ഈ നരമേധത്തിന്റെ കാരണം മറ്റൊരു ദിശയിലേക്ക് ചൂണ്ടിയിരുന്നു.

ഈ ഘട്ടത്തിലാണ് 'കൺസേൺഡ് സിറ്റിസൺസ് ട്രിബ്യൂണൽ' എന്ന ആശയം ഉണ്ടായത്. ഏറ്റവും പ്രമുഖ നിയമജ്ഞരായ ജസ്റ്റിസ് വി കെ കൃഷ്ണയ്യൻ, പി ബി സാവന്ത്, ഹോസ്ബെറ്റ് സുരേഷ്, കെ ജി കണ്ണബീരാൻ, പ്രസിദ്ധ സാമൂഹ്യശാസ്ത്രജ്ഞനായ പ്രൊഫ. ഘനശ്യാം ഷാ, തനിഷ്ക സർക്കാർ, സാമൂഹ്യപ്രവർത്തകയായ അരുണ റോയ് തുടങ്ങിയവർ ഉൾപ്പെടുന്നതായിരുന്നു ഈ ട്രിബ്യൂണൽ.

ബൃഹത്തായ ഒരു യജ്ഞമായിരുന്നു ഇത്. സത്യം അറിയുക എന്നത് പരമപ്രധാനമായ ആവശ്യമായിരുന്നു. കലാപത്തിന് ഇരയായി ഇപ്പോഴും ജീവിച്ചിരിക്കുന്നവരിൽനിന്നും ദുരിതാശ്വാസ–പുനരധിവാസ പ്രവർത്തനങ്ങളിൽ ഏർപ്പെട്ടിരുന്ന മനുഷ്യാവകാശ ഗ്രൂപ്പുകളിൽനിന്നും ലഭിച്ച വാചികവും രേഖീയവുമായ 2094 സാക്ഷ്യങ്ങൾ (വ്യക്തിപരമായുള്ളതും, കൂട്ടായുള്ളതും) പരിശോധിക്കുന്ന ട്രിബ്യൂണൽ അംഗങ്ങളെ പ്രേരിപ്പിച്ചത് ഇതായിരുന്നു. പ്രസക്തമായ എണ്ണമറ്റ വിവരങ്ങളും ട്രിബ്യൂണൽ പരിശോധിക്കുകയുണ്ടായി. *മനുഷ്യത്വത്തിനെതിരായുള്ള കുറ്റകൃത്യം* എന്നപേരിൽ രണ്ടു വാല്യങ്ങളായി ഇവ പ്രസിദ്ധീകരിച്ചു. നിക്ഷിപ്ത താല്പര്യക്കാർ സത്യം മറച്ചുവയ്ക്കാൻ മാത്രമല്ല അതിനെ വളച്ചൊടിക്കാനും ശ്രമിക്കുന്ന ഇത്തരം സന്ദർഭങ്ങളിൽ ഇത് ഒരു സുപ്രധാന അന്വേഷണമായിരുന്നു.

പല പ്രമുഖ മനുഷ്യാവകാശപ്രവർത്തകരും പണ്ഡിതന്മാരും സംശയിച്ചതുതന്നെയാണ് ട്രിബ്യൂണിന്റെ കണ്ടെത്തൽ. അന്വേഷണത്തിന്റെ കുറ്റമറ്റ രീതികാരണം റിപ്പോർട്ടിന്റെ മേന്മയെ ഒട്ടും സംശയിക്കേണ്ടതില്ല. ദുരന്തത്തിൽ സംസ്ഥാന നേതൃത്വത്തിനുള്ള പങ്കിലേക്കാണ് ഈ കണ്ടെത്തലുകൾ വിരൽ ചൂണ്ടുന്നത്. സംസ്ഥാന സർക്കാരിന്റെയും പല മന്ത്രിമാരുടെയും ഭാഷ്യങ്ങൾ കേൾക്കാൻ ട്രിബ്യൂണൽ സന്നദ്ധമായിരുന്നു. അവരിൽ പലരും പ്രതികരിച്ചില്ല. എങ്കിലും ഏതാനും ചിലർ ട്രിബ്യൂണലിനെ കണ്ട് അവരുടെ ഹൃദയം തുറന്നു. രണ്ട് വാല്യത്തിലുള്ള ഈ റിപ്പോർട്ട് നല്കുന്നത് ഇടക്കാല കണ്ടെത്തലുകളാണ്. ദുരിതാശ്വാസത്തിനും പുനരധിവാസത്തിനും മാത്രമല്ല, കുറ്റവാളികളെ ശിക്ഷിക്കാനുള്ള ശുപാർശകളും റിപ്പോർട്ട് മുന്നോട്ടുവയ്ക്കുന്നുണ്ട്. സാക്ഷികൾ പേരെടുത്തു പറഞ്ഞവരുടെ പട്ടിക ഏറെ വലുതാണ്. ഗുജറാത്തിലെ രാഷ്ട്രീയ ഭരണയന്ത്രത്തിലെ ഒട്ടനവധി പേർ കുറ്റവാളികളാണെന്ന്

റിപ്പോർട്ട് സൂചിപ്പിക്കുന്നു.

ലഹളകൾ നടത്താൻ വ്യാജനിമിത്തമായി തീർന്ന ഗോധ്ര സംഭവത്തിന്റെ നിജസ്ഥിതി റിപ്പോർട്ടിൽ വളരെ വ്യക്തമായി വിവരിക്കുന്നുണ്ട്. ഗോധ്രസംഭവം മുൻകൂട്ടി ആസൂത്രണം ചെയ്ത ഒന്നായിരുന്നുവെന്ന് തോന്നുന്നില്ല എന്നാണ് ട്രിബ്യൂണലിന്റെ നിഗമനം. അതിന്റെ പിന്നിൽ വിദേശകരങ്ങൾ ഉണ്ട് എന്ന് പ്രചരിപ്പിക്കപ്പെട്ടിരുന്നു. എന്നാൽ അതിന് യാതൊരു തെളിവുമില്ല. തീ വെച്ചത് ഉള്ളിൽനിന്നാണ് പുറത്തുനിന്നല്ല എന്ന ട്രിബ്യൂണലിന്റെ ഇടക്കാല നിഗമനം ആക്രമണം, തിരിച്ചടി എന്ന സിദ്ധാന്തത്തെ പുനഃപരിശോധിക്കാൻ നമ്മെ നിർബ്ബന്ധിക്കുന്നു. സ്വതന്ത്ര ഇന്ത്യയിലുണ്ടായ ഏറ്റവും രൂക്ഷമായ ലഹളകളിൽ ഒന്നായ ഗുജറാത്ത് കലാപവേളയിൽ സ്റ്റേറ്റ് കാണിച്ച നിഷ്ക്രിയത്വത്തിന് സാധുത നല്കുവാൻ ഈ സിദ്ധാന്തം ഉപയോഗിച്ചിരുന്നു.

ഗുജറാത്ത് ലഹളയുടെ സത്യം

വി എച്ച് പി ആഹ്വാനം ചെയ്ത ബന്ദിന് ബി ജെ പിയും സ്റ്റേറ്റും പൂർണ്ണമായ പിന്തുണ നല്കി. ഹിന്ദുക്കളെ സംഘപരിവാറിനുപിന്നിൽ അണിനിരത്തുന്നതിൽ മുൻകാല ആർ എസ് എസ് പ്രചാരകനെന്ന നിലയിൽ മോദി അതീവ തല്പരനായിരുന്നു. മുസ്ലിം വിരുദ്ധ കൂട്ടക്കൊലയോടുള്ള പ്രതികരണമായി എല്ലാ പ്രവൃത്തികൾക്കും പ്രതിപ്രവർത്തനമുണ്ടെന്നായിരുന്നു അദ്ദേഹം പറഞ്ഞത്. ഈ പ്രസ്താവന ക്ഷുഭിതരായി ഉറഞ്ഞുതുള്ളുന്ന ആൾക്കൂട്ടത്തിന് പ്രചോദനം നല്കി. മാത്രമല്ല തെളിവുകൾ എതിരായിരുന്നിട്ടും സാഹചര്യം നിയന്ത്രണവിധേയമാണെന്ന് അദ്ദേഹം ആവർത്തിച്ചുകൊണ്ടിരുന്നു. ആദ്യഘട്ടത്തിൽ 72 മണിക്കൂറിനുള്ളിൽ ലഹള നിയന്ത്രണവിധേയമാക്കിയെന്നുപോലും മോദി അവകാശപ്പെട്ടു. ആരും അത് അംഗീകരിച്ചില്ലെങ്കിലും ഡൽഹിയിലെ ആഭ്യന്തര മന്ത്രാലയത്തിലെ തന്റെ അനുയായികളായ സ്വയംസേവകർ കാര്യക്ഷമമായ പ്രവൃത്തിയുടെ പേരിൽ മുഖ്യമന്ത്രിയെ ചുമലിൽ തട്ടി അഭിനന്ദിച്ചു. ഗുജറാത്തിലെ 5 കോടി ജനങ്ങളെ ആളുകൾ അപകീർത്തിപ്പെടുത്തുകയാണ് എന്ന് പ്രസ്താവിച്ചുകൊണ്ട് തന്റെ നയങ്ങൾക്കെതിരായ വിമർശനങ്ങളെ മോദി വഴിതിരിച്ചുവിട്ടു.

ഗുജറാത്ത് മന്ത്രിസഭയിലെ പല മന്ത്രിമാരും പൊലീസ് കൺട്രോൾ റൂമിൽ വ്യക്തിപരമായ സന്ദർശനങ്ങൾ നടത്തുകയും കലാപകാരികൾക്ക് അവർക്ക് ഇഷ്ടമുള്ളത് ചെയ്യാൻ സ്വാതന്ത്ര്യമുണ്ട് എന്നും ജനക്കൂട്ടത്തെ ഒരുവിധത്തിലും നിയന്ത്രിക്കില്ലെന്നും ഉറപ്പുവരുത്തുകയും ചെയ്തു. ഗുജറാത്തിലെ മന്ത്രിമാരായ ദിതിൻ പട്ടേൽ, നരവ്ലാലു പട്ടേൽ എന്നിവർ യഥാക്രമം മെഹാസിനയിലെ ഖദിഹ്, ഉൻജ എന്നിവിടങ്ങളിൽ സ്ത്രീകൾക്കെതിരായ അതിക്രമങ്ങൾക്ക് നേതൃത്വം നല്കി (*കമ്യൂണലിസം കോമ്പാറ്റ്*, മാർച്ച് 2002, പേജ് 109).

ഈ വൻദുരന്തം നടന്ന് രണ്ടു മാസത്തിനുശേഷമാണ് മോദി, ദുര

ന്തത്തിനിരയായവർ താമസിക്കുന്ന 'ഷാ അലു' എന്ന ഏറ്റവും വലിയ ക്യാമ്പ് സന്ദർശിച്ചത്. ഗവൺമെന്റിന്റെ ഹൃദയശൂന്യമായ നിലപാട് ഇതിൽനിന്നുകൂടി വെളിപ്പെടുന്നു. മിനിമം സൗകര്യങ്ങൾപോലും ഇല്ലാത്ത ഈ ക്യാമ്പിൽ ഏകദേശം ഒരുലക്ഷത്തിനടുത്ത് ജനങ്ങൾ കഷ്ടപ്പെട്ട് താമസിച്ചിരുന്നു.

ഭൂരിപക്ഷ സമുദായത്തിലെ വിദ്യാർത്ഥികളുടെ പരീക്ഷാകേന്ദ്രങ്ങൾ, ന്യൂനപക്ഷവിഭാഗങ്ങൾ കൂടുതലായി താമസിക്കുന്ന ഇടങ്ങളിൽനിന്ന് മാറ്റുകയുണ്ടായി. എന്നാൽ ന്യൂനപക്ഷ സമുദായങ്ങളിലെ വിദ്യാർത്ഥികളുടെ കാര്യത്തിൽ അത്തരമൊരു ശ്രദ്ധ കാണിച്ചില്ല. മുറിവേറ്റ മാനസികാവസ്ഥയുമായി ന്യൂനപക്ഷ മതവിഭാഗത്തിൽപ്പെട്ട വിദ്യാർത്ഥികൾക്ക് പരീക്ഷ എഴുതേണ്ടിവന്നു. മരണത്തിൽപ്പോലും സാമുദായികവിവേചനം ഒഴിവാക്കിയില്ല. ഗോധ്ര ദുരന്തത്തിന്റെ ഇരകൾക്ക് രണ്ടു ലക്ഷം വീതം നഷ്ടപരിഹാരം നല്കിയപ്പോൾ അതിന്റെ തിരിച്ചടിയായ അക്രമത്തിന്റെ ഇരകൾക്ക് ഒരു ലക്ഷം രൂപ മാത്രമാണ് നഷ്ടപരിഹാരം പ്രഖ്യാപിച്ചത്. വ്യാപകമായ പ്രതിഷേധത്തിന്റെയും മാദ്ധ്യമങ്ങളുടെ വിമർശനങ്ങളുടെയും അടിസ്ഥാനത്തിൽ അവസാനം എല്ലാവർക്കും നഷ്ടപരിഹാരം ഒരു ലക്ഷമാക്കി നിശ്ചയിച്ചു. ഈ അന്വേഷണത്തിനായി ജസ്റ്റിസ് ഷായെ നിയമിച്ചതും ഗവൺമെന്റിന്റെ ഉദ്ദേശ്യം വെളിവാക്കുന്നു. ദബ്ഗർ വാസ്–ലാലിവാല കേസിൽ ടാഡ പ്രകാരം പുറപ്പെടുവിച്ച ന്യൂനപക്ഷ വിരുദ്ധ വിധിയുടെ പേരിൽ പ്രസിദ്ധനായിരുന്നു ജസ്റ്റിസ് ഷാ. ഈ വിധി പിന്നീട് സുപ്രീംകോടതി റദ്ദാക്കുകയുണ്ടായി. പ്രതികളെ ശിക്ഷിക്കുന്നതിന് ടാഡ കോടതി പറഞ്ഞ ന്യായത്തെത്തന്നെ സുപ്രീംകോടതി ചോദ്യം ചെയ്യുകയുണ്ടായി.

സർക്കാരിന്റെ സമീപനം സിവിൽ സർവീസിലേക്ക് അരിച്ചിറങ്ങിയിരുന്നു. മുൻ ക്യാബിനറ്റ് സെക്രട്ടറിയായിരുന്ന ടി എസ് ആർ സുബ്രഹ്മണ്യം (*ഇന്ത്യൻ എക്സ്പ്രസ്* 2002 ഏപ്രിൽ 10) പറയുന്നു: "ഗുജറാത്തിൽ സിവിൽ സർവീസ് നിലനില്ക്കുന്നില്ല ഇപ്പോൾ... കഴിഞ്ഞ കുറെ വർഷങ്ങളായി സിവിൽ സർവീസ് ഉരുക്ക് ചട്ടക്കൂടിൽനിന്നും മാറി ഇല്ലാതായിക്കഴിഞ്ഞിരിക്കുന്നു." നരമേധം നടത്തുന്നവരെ സഹായിക്കുക മാത്രമല്ല എഫ് ഐ ആർ രജിസ്റ്റർ ചെയ്യാൻ വിസമ്മതിക്കുകകൂടി ചെയ്ത പൊലീസിന്റെ സമീപനത്തിലും ഇത് പ്രകടമായിരുന്നു. 'ആക്ഷൻ എയ്ഡ്' വിഭാഗത്തിലേക്ക് ഡെപ്യൂട്ടേഷനിൽ വന്ന ഹർഷ് മന്ദർ എന്ന സിവിൽ സർവന്റ് തന്റെ സഹപ്രവർത്തകരുടെ ചെയ്തികൾ കണ്ട് മടുത്ത് സിവിൽ സർവ്വീസ് വിടാൻ തീരുമാനിച്ചു. ഒ എൻ ജി സി യിലെ 20 മുസ്ലിം ഓഫീസർമാരും മാനംകെട്ട് സർവ്വീസിൽ തുടരുന്നത് അസഹനീയമായപ്പോൾ അത് വിട്ടു. സിവിൽ സർവ്വീസിന്റെ മനോഭാവം പി സി പാണ്ഡെ ഇപ്രകാരം സംക്ഷിപ്തമായി വ്യക്തമാക്കുന്നത് നോക്കുക. "ഇത്തരം ആളുകൾ പൊതുവികാരങ്ങൾക്ക് എങ്ങനെയോ അടിപ്പെടുന്നു. അതാണ് എല്ലാ പ്രശ്നങ്ങൾക്കും കാരണം. പൊലീസും അതുപോലെതന്നെ

പൊതുവികാരങ്ങളാൽ സ്വാധീനിക്കപ്പെടുന്നു" (*കമ്യൂണലിസം കോമ്പാറ്റ്* 2002 മാർച്ച് പേജ് 115). ഹിന്ദുക്കളുടെ മുന്നേറ്റം എന്ന് വി എച്ച് പിയും മറ്റ് ആർ എസ് എസ് സംഘടനകളും വിശേഷിപ്പിച്ച നരഹത്യ സ്വാത്മ പ്രേരിതമായ ഒന്നായിരുന്നില്ല എന്നതിന് തെളിവാണ് ആക്രമണത്തിനു വേണ്ടി ട്രെയിനുകളും ട്രക്കുകളും മൺവെട്ടികളും വ്യാപകമായി ഉപ യോഗിച്ചിരുന്നു എന്ന വസ്തുത. ഗ്യാസ് സിലിണ്ടറുകൾ വ്യാപകമായി ഉപയോഗിച്ചതും, മുസ്ലിം കുടുംബങ്ങളുടെയും ബിസിനസ് സ്ഥാപനങ്ങ ളുടെയും പട്ടികയും, ട്രക്കുകൾ നിറയെ വാളുകളും അപകടകരമായ രാസവസ്തുക്കളും ഇറക്കുമതി ചെയ്തതും ഈ കൂട്ടക്കൊലയ്ക്ക് തയ്യാ റെടുക്കുന്നതിനായി നടത്തിയ വിദഗ്ദ്ധമായ ആസൂത്രണത്തിലേക്കാണ് വിരൽ ചൂണ്ടുന്നത്.

ചില മാദ്ധ്യമങ്ങൾ — *സന്ദേശ്, ഗുജറാത്ത് സമാചാർ* തുടങ്ങിയ പ്രസിദ്ധീകരണങ്ങൾ — കിംവദന്തികൾ പ്രചരിപ്പിക്കുകയും ഈ ദുര ന്തങ്ങൾ ആളുകളെ ഇളക്കിവിടുന്ന (sensational) തലക്കെട്ടുകളായി റിപ്പോർട്ടു ചെയ്യുകയും ചെയ്തുകൊണ്ട് എരിതീയിൽ എണ്ണ ഒഴിക്കുക യായിരുന്നു. സംഘപരിവാറിന്റെ വിവിധ വിഭാഗങ്ങൾ വിതരണം ചെയ്ത വിഷലിപ്തമായ ലഘുലേഖകളും അവ പ്രസിദ്ധീകരിച്ചു. മുസ്ലിം ബിസി നസ് സ്ഥാപനങ്ങളെയും മുസ്ലിം സമുദായത്തെയും ബഹിഷ്കരിക്കാൻ ആഹ്വാനം ചെയ്തുകൊണ്ട് വി എച്ച് പി വിതരണം ചെയ്ത ലഘുലേ ഖയായിരുന്നു ഇവയിൽ ഏറ്റവും കുപ്രസിദ്ധം. പല ലഘുലേഖകളും ആത്മപ്രതിരോധത്തിന്റെ പേരിൽ മുസ്ലീങ്ങളെ ആക്രമിക്കാൻ ആഹ്വാനം ചെയ്യുകയുണ്ടായി ('ഇഷ്ടികകൾക്ക് കല്ലുകൾകൊണ്ട് മറുപടി നല്കുക', *കമ്യൂണലിസം കോമ്പാറ്റ്*, മാർച്ച് 2002, പേജ് 136). തോക്കുകൾ മുതലാ യവ ഉപയോഗിക്കാനുള്ള പരിശീലനവും കത്തികളായി ഉപയോഗിക്കാ വുന്ന ത്രിശൂലങ്ങളുടെ വിതരണവും ഈ കൂട്ടക്കൊല നടക്കുന്ന സമ യത്തും അതിനുമുമ്പും നിർബ്ബാധം തുടർന്നിരുന്നു.

ഹിന്ദുരാഷ്ട്രത്തിന്റെ പരീക്ഷണശാലയിൽ നീതി കൊടുക്കുന്നതിങ്ങനെ:

ലഹളയ്ക്കുശേഷവും ഗുജറാത്തിലെ ഭരണാധികാരികൾ കടും കൈ കാണിച്ചു: സംഭവത്തെക്കുറിച്ച് അന്വേഷിക്കാൻ ജസ്റ്റിസ് നാനാവ തിയെയാണ് നിയമിച്ചത്. വർഗ്ഗീയ സംഘട്ടനങ്ങൾ നിയന്ത്രിക്കുന്നതിൽ സ്റ്റേറ്റ് ഗുരുതരമായ വീഴ്ച വരുത്തിയിരുന്നില്ല എന്ന് തുടക്കത്തിൽത്തന്നെ ജസ്റ്റിസ് നാനാവതി പ്രസ്താവിച്ചു. ലഹളകളിൽ ബജ്രംഗ്ദളിന്റെയും വി എച്ച് പി യുടെയും പ്രവർത്തകർ പങ്കെടുത്തതിനും ലഹള ഇളക്കി വിട്ടതിനും തെളിവൊന്നുമില്ലെന്ന് അദ്ദേഹം തുടർന്ന് പറയുകയുണ്ടാ യി. ബെസ്റ്റ് ബേക്കറി കേസിലെ സുപ്രധാന സാക്ഷികൾ ബി ജെ പി–വി എച്ച് പി പ്രവർത്തകരുടെ സമ്മർദ്ദത്തിന്റെ ഫലമായി കൂറുമാറിയിരുന്നു. നിരവധി പൊലീസ് ഉദ്യോഗസ്ഥരുടെ സാന്നിദ്ധ്യത്തിൽ ചില പാവപ്പെട്ട

മുസ്ലീങ്ങളുടെ മൊഴി രഹസ്യമായി എടുക്കുകയും തങ്ങളെ സംരക്ഷിക്കുന്നതിൽ പൊലീസ് വഹിച്ച പങ്കിനെ പ്രകീർത്തിക്കാൻ അവരെ നിർബ്ബന്ധിക്കുകയും ചെയ്തു. പി യു സി എൽ — വഡോദര ശാന്തി അഭിയാൻ – കമീഷനെ ബഹിഷ്കരിച്ചു. ഗുജറാത്തിൽ ന്യൂനപക്ഷങ്ങളുടെ മനുഷ്യാവകാശങ്ങൾ അപ്പാടെ ലംഘിക്കുന്നതിലേക്ക് ദേശീയ മനുഷ്യാവകാശ കമീഷന്റെ ശ്രദ്ധ ക്ഷണിച്ചുകൊണ്ടും ന്യൂനപക്ഷങ്ങളുടെ അടിസ്ഥാന ജനാധിപത്യാവകാശങ്ങൾ ലംഘിക്കുന്നതിൽ വീഴ്ച വരുത്തുന്ന ഗുജറാത്ത് സർക്കാരിനെ നിയന്ത്രിക്കേണ്ടതിന്റെ ആവശ്യകത ചൂണ്ടിക്കാണിച്ചുകൊണ്ടും ഗുജറാത്തിലെ മുതിർന്ന പത്രപ്രവർത്തകനും മനുഷ്യാവകാശ പ്രവർത്തകനുമായ ദിഗന്ത് ഓസയുടെ നേതൃത്വത്തിലുള്ള പ്രതിനിധിസംഘം ഒരു മെമ്മോറാണ്ടം സമർപ്പിച്ചു. എഫ് ഐ ആർ ഫയൽ ചെയ്തിട്ടുണ്ടെങ്കിൽ അവ പിൻവലിക്കുകയും ഇതേവരെ ഫയൽ ചെയ്തിട്ടില്ലെങ്കിൽ ഇനി ഫയൽ ചെയ്യില്ല എന്ന് വാക്ക് കൊടുക്കുകയും ചെയ്താൽ മാത്രമേ മുസ്ലീങ്ങളെ അവരുടെ വീടുകളിലേക്ക് മടങ്ങിവരാൻ അനുവദിക്കുകയുള്ളൂ എന്ന് ലഹളകൾക്കുശേഷം നാട്ടുകാരായ ഹിന്ദുക്കൾ ഒരു വ്യവസ്ഥ വച്ചിരുന്നു. ലഹളകളെ സഹായിക്കുകയും വ്യാപിപ്പിക്കുകയും ചെയ്യുന്ന കാര്യത്തിൽ സർക്കാർ സംവിധാനം വഹിച്ച പങ്ക് സിവിക് ഗ്രൂപ്പുകളും പൗരന്മാരും സിറ്റിസൺസ് ട്രിബ്യൂണലും നിസ്സംശയം വെളിപ്പെടുത്തി. സ്റ്റേറ്റ് സ്പോൺസർ ചെയ്ത ഒരു ലഹളയായിരുന്നു അത്. സ്റ്റേറ്റ് പൂർണ്ണമായും സംഘപരിവാറിന്റെ പിടിയിലായതിനാൽ രണ്ടു സമുദായങ്ങൾക്കിടയിലെ അതിർത്തികളിൽ വെറുപ്പിന്റെ ഭിത്തി കെട്ടിയിരിക്കുന്നു. തൊഴിൽ, വ്യാപാര മേഖലകളിൽനിന്ന് മുസ്ലീങ്ങളെ ഏതാണ്ട് പൂർണ്ണമായി ബഹിഷ്കരിച്ചിരിക്കുകയാണ്. ഇത്തരമൊരു സാഹചര്യത്തിൽ സാക്ഷികളെ വരുതിക്ക് നിർത്താൻ പൊലീസിന് വളരെ എളുപ്പമാണ്. ബെസ്റ്റ് ബേക്കറി കേസിലെ സാക്ഷികൾ കൂറുമാറിയത് ഈ കാരണങ്ങൾകൊണ്ടാണ്. അധികാരികൾക്കും രാഷ്ട്രീയ സംഘടനകൾക്കും എതിരെ സാക്ഷിപറഞ്ഞാൽ ദയനീയമായ ഇത്തരമൊരു അന്തരീക്ഷത്തിൽ അതിജീവിക്കുക അസാധ്യമായിരിക്കും എന്ന് തുടക്കത്തിൽത്തന്നെ അവർ തിരിച്ചറിഞ്ഞിരുന്നു. കൂടാതെ വിവിധ ഭാഗങ്ങളിൽനിന്നുള്ള പ്രത്യക്ഷമായ ഭീഷണികളും നിശ്ശബ്ദമായിരിക്കാൻ ഇരകളെ നിരന്തരമായി നിർബ്ബന്ധിക്കുന്നു. മൊഴിയെടുക്കാൻ പൊലീസ് സാക്ഷികളെ കൊണ്ടുപോയ വഡോദര സംഭവം നീതിയുടെ നേരെയുള്ള പരിഹാസത്തിന് ഏറ്റവും നല്ല ഉദാഹരണമാണ്.

ഈ പ്രതികൂലമായ സാഹചര്യത്തിൽ ജനാധിപത്യത്തെ രക്ഷിച്ചത് സുപ്രീംകോടതിയാണ്. ലഹള നടത്തിയ കുറ്റവാളികളെ പ്രോസിക്യൂട്ട് ചെയ്യുന്നതിൽ ഗുജറാത്ത് സർക്കാർ അതിന്റെ കടമ നിർവ്വഹിച്ചില്ല എന്ന കോടതിയുടെ നിരീക്ഷണം മോദിക്ക് ഏറ്റ വലിയ പ്രഹരമായിരുന്നു. അദ്ദേഹം അതുവരെ അക്രമാസക്തനായ കാളയെപ്പോലെയാണ് പെരുമാറിയിരുന്നത്. സാഹിറ ഷെയ്ഖിന്റെ കേസ് വേണ്ടത്ര സംരക്ഷണത്തോടെ വീണ്ടും വിചാരണയ്ക്കെടുക്കാൻ ഉത്തരവിട്ടത് ഒരു നാഴികക്കല്ലായിരുന്നു.

www.ingramcontent.com/pod-product-compliance
Lightning Source LLC
LaVergne TN
LVHW040745051026
849519LV00007BA/2450
* 9 7 8 9 3 8 3 9 0 3 5 5 9 *